I0837892

THẦN THÁNH KHÔNG BIẾT YÊU

THẦN THÁNH
KHÔNG BIẾT YÊU

Tập truyện của
NGUYỄN THỊ THANH BÌNH

Tranh bìa
NGUYỄN TRỌNG KHÔI
Phụ bản Nguyễn Trọng Khôi & Trân Sa

*

NGƯỜI VIỆT BOOKS
xuất bản lần thứ nhất 2018

*

ISBN: 978-1727645545

NGUYỄN THỊ THANH BÌNH

THẦN THÁNH KHÔNG BIẾT YÊU

✻ *Tập Truyện*

NGƯỜI VIỆT BOOKS

2018

MỤC LỤC

Cảm Tưởng về Ngày 30/4

● NGUYỄN THỊ THANH BÌNH

Tháng 4/1975 với quá lắm những cuộc đời mất mát thương đau. Hơn 3 triệu những người con từ hai phía anh em có chung một Mẹ Việt Nam đã bỏ mình lãng phí hiến dâng. Trên 600 ngàn người chết không một nấm mồ vùi sâu dưới biển đông và hải tặc, cho những khát vọng không cùng của tự do. Cả 300 ngàn người thất trận trong chớp nhoáng một tháng đã lãnh đòn thù, cho những cấm cố tù đày hoặc biền biệt rừng sâu.

Danh sách giết người vẫn còn dài dài, mà chúng ta vẫn chưa sắm nổi cái quan tài để đậy nắp bè lũ "trời không tha, đất không dung" này. Vâng, vẫn còn dài, vượt xa cả những con số tàn độc của một Tần Thủy Hoàng và có một không hai của phát-xít Hitler. Cứ thử mở lại lịch sử 4000 năm... dựng nước, đã phải đụng ngay con số cả trăm ngàn oan khiên rớt xuống trong cuộc đấu tố Cải Cách Ruộng Đất, rồi thì trên dưới 5000 những cái đầu già trẻ lớn bé, đàn bà đàn ông bị chôn sống thảm sát trong Tết Mậu Thân...

Ờ nhỉ, không lẽ những cái Đầu của chúng ta cứ tiếp tục mất đi, để cho sự gian ác chễm chệ ngự trị "Còn Đảng còn mình", khi tứ chi của hình hài chữ S đã lăn lóc tận phương Bắc thống lĩnh là bởi đâu? Như thế này rồi chúng ta ai cũng sẽ phải bước ra khỏi cuộc đời. Có lập đàn giải oan cho đời này thì đời sau con cháu mới thoát nổi oan khiên chăng?

Tháng 4 đến. Niềm hoài cổ nhớ nước cũng đến và càng sâu đậm hơn. Mây tím bay. Lạc dấu chim di trở về. Nỗi nhớ niềm thương hoài đời là những vết thương chưa thể lấp miệng. Có dịp khuấy động thì mưng mủ xót xa vậy thôi.

30/4/75 vẫn không thiếu những giọt lệ thầm lặng bên lề đường Sài Gòn. Dương Thu Hương đã mang nghiệp văn thực sự khi những giọt nước mắt vỡ oà ở vỉa hè Sài Gòn lúc ấy, khi vừa biết tiếc thương chén thanh xuân bỗng vơi cho những đánh tráo hy sinh hoang đường (hay Thiên Đường Mù). Một thứ lý tưởng lãng mạn không hề có thật.

Tôi khóc khi biết mình phải đoạn lìa thành phố hoa lệ Sài Gòn, nơi có con đường mang tên Tự Do và sách vở cũng ê hề tự do bị kết án "đồi trụy". Chúng ta khóc vì không biết đời sống sẽ trôi nổi long đong đến đâu.

Ôi những phương trời đi mãi về những bến bờ lưu lạc.

Đã có cả ngàn trang viết về ngày cuối tháng Tư bảy lăm. Nhắc hoài một tan rã, một từ biệt vẫn chưa yên nguôi. Trong suốt 37 năm lữ thứ, hay 37 năm chợt làm du thủ, du thực, du khách trên chính quê hương mình.

Thôi được, giờ đây chắc hẳn là có những người muốn biết giới cầm bút nghĩ gì về 30/4/1975. Những người trong giới cầm bút có sẽ đi biểu tình trước các sứ quán của CHXHCNVN? Có làm đêm không ngủ thắp nến nguyện cầu, hát nhạc đấu tranh, hay ăn vận toàn trắng để gởi thông điệp khăn tang hay chim trắng hòa bình?

Với tấm lòng của một nhà thơ thì cuối cùng có lẽ chúng ta cũng chỉ muốn như Cao Tần có dịp được lùa cả nước đi cải tạo yêu thương.

Nghĩ gì hay nhớ về là những nghĩ tưởng, hồi tưởng không tài nào bôi xóa. Nhất là một khi chúng ta chưa thể yên lòng xếp lại mớ lịch sử nhàu nát mỗi ngày một tội tình hơn. Chí ít đây là cảm nhận của riêng tôi. Nói vậy nhưng tôi vẫn chắc như bắp, là những đồng hương trong đợt di tản đầu tiên cùng tôi, thì trong số khoảng 100.000 người cũng sẽ không thiếu 100.000 vọng tưởng ngút ngàn cho ngày đời ly biệt 30/4/75.

37 năm xin bạn một lần gầy lại mùi hương của những tàn y cũ dĩ vãng. Dù thế nào, dù có ném chúng vào ngăn kéo ký ức thì cũng phải giữ mãi nguyên vẹn. Có phải?

Ơi, nghĩ mà tủi thân tủi phận nước mình. Sau 37 năm cho cái gọi là đất nước thống nhất, chúng ta lại tha hồ "đội sổ" về nhiều thứ, ngay cả quyền căn bản làm người cũng đã hụt hẫng trầm trọng, nói chi đến những chi tiêu phát triển kinh tế này nọ. Tôi chịu không thể mường tượng nổi bức dư đồ chữ S sẽ bị những "đầy tớ nhân dân" này vênh váo đổ thêm bao nhiêu mực tàu nữa. Ồ, phải nói là những chủ nhân ông quá giỏi điêu ngoa, đã đưa đất nước vào tình trạng lỏng tay lái không phanh nổi.

37 năm nhìn lại với tôi là một chặng đường tuột dốc thê thảm: tước đoạt của mọi tước đoạt, tham tàn trên cả tham tàn, lừa mỵ phản trắc không diễn tả nổi.

Những chiếc bánh vẽ to tướng mà đến cuối đời nhà thơ Chế Lan Viên mới tuồng như thấu hiểu, thì người ta vẫn thay phiên nhau tọng vô họng nhân dân. Coi như dân trí bị dìm thấp, để họ dễ nắm đầu cai quản, nhưng liệu họ có lấy được vải thưa che mắt thánh trong nội bộ về những con số xếp hạng bệ rạc so với láng giềng quốc tế? Sự kiện đau lòng của Văn Giang mới đây nhất hay hàng loạt xâm chiếm, cưỡng chế, lật lọng luật đất đai mà bản chất lừa bịp vẫn trơ tráo, lại còn giả mời mọc cái bánh vẽ định hướng công nghiệp hóa hầm bà lằng. Thú thật, tôi muốn bạn nghĩ ngợi thêm điều này, vì càng ngày càng thấy những viễn tượng quá đen tối cho quê hương mà sợ mà lo.

30/4, chúng ta cũng đã quẩn quanh những tháng tư cắt dán vụng về 37 mảng ước mơ. Vẫn chưa làm được một điều gì cho ra hồn ra vía. Những nhà văn nhà báo nhà dân chủ tự do vẫn lãnh đủ những bản án dàn dựng, phi lý. Điếu Cày có bị họ diễn trò bịp bợm chặt tay hay không hòng dò đo phản ứng răn đe, thì lồng ngực chúng ta vẫn chỉ biết nổ tung những bất kham, và Điếu Cày rồi cũng phải ôm ấp những dòng viết dở dang nơi chốn lao tù.

Cuối cùng vẫn là những tiếng hú của bầy ngựa hoang. Không còn nơi đâu một cánh thảo nguyên mà bắt đầu vó nhịp, mà trở về thật sao?

Nào, bây giờ xin mời bạn cứ hí vang trời đất.

Mênh mông một tháng tư. Mênh mông một tấm lòng.

● **NGUYỄN THỊ THANH BÌNH**

– trích phần mở bài cho cuộc phỏng vấn
các trí thức văn nghệ sĩ trong và ngoài nước
về ngày "Thống Nhất" 30/4 trên Tiền Vệ.

Một Nỗi Nhớ
Bình Thường

Đáng ra tôi cũng chẳng nên tâm sự với bạn điều gì. Tôi đã tập sống như thế, như một cái máy vô hồn vô cảm suốt hơn hai mươi lăm năm ở Mỹ rồi còn chi. Thời gian tưởng soi mòn được những đường dây của trí nhớ, của kỷ niệm nhưng kỳ thực chỉ có bây giờ, lúc trở về Việt Nam như một hồn ma tìm về mộ địa, tôi mới càng đau đớn nhận ra rằng chỉ có nơi đây (và không bao giờ là một nơi nào trên trái đất) tôi mới có thể đã sống hoặc đã chết mà thôi.

Vâng, không thể lầm lẫn gì được nữa khi suốt mấy đêm liền, không đêm nào tôi có thể chợp mắt được (may ra chỉ thiếp mê một chút). Và ban ngày tôi lại lang thang như người mộng du mong tìm lại cảm giác ngày xưa, như một phần đời thực sự hay một phần thân thể của mình đã sống và đã mất.

Cô em họ tôi bảo, khi nhìn sâu vào đôi mắt đỏ quạch và thất thần của tôi: "Tại múi giờ cách biệt thôi mà, xa cả nửa vòng trái đất chớ ít ỏi gì. Thể nào một hai ngày nữa cũng quen, rồi đâu sẽ vào đấy." Thật tình ai cũng có thể nói dễ như vậy cả. Mọi sự rồi cũng sẽ quen đi, như tôi cũng đã từng nói với lòng mình hơn hai mươi lăm năm (ở nhỉ, làm sao tôi có thể bỏ đi một thời gian quá lâu, quá dài như thế mà cũng không thể nào quen được sao?) Có thực mọi sự rồi sẽ đâu vào đấy chăng. Sao tôi vẫn sống phây phây và xem chừng cũng chẳng ra sao cả nơi đây. Ngày tháng với những thành tựu vật chất, với mảnh giấy lộn cử nhân, xe hơi, nhà cao cửa rộng (quanh năm được ủ bằng máy lạnh, tủ lạnh, tủ đông lạnh nên chả trách tâm cảm nhớ nhung cũng lạnh theo luôn?) và rồi còn được ăn sang mặc đẹp, nói năng lịch sự với mỗi lời là mỗi tiếng cám ơn, làm ơn, xin lỗi... và sau cùng là lũ con trông ngon lành như những cái bánh "Twinkie" với vỏ bánh vàng và nhuỵ kem trắng. Cứ thế và như thế, sao lòng phải quặn thắt khi nghe một bản nhạc buồn nẫu. Sao tôi đã đi qua quá nhiều nơi và cũng ở khá nhiều chỗ, mà kỳ lạ là không nơi nào làm tôi nguôi ngoai nổi. Không một nơi nào êm đềm, và dịu vợi như thế nữa, nên tôi nghĩ những điều (quá đẹp) lỡ mất thì đã mất nhưng cái còn vẫn chẳng thể chạy đi đâu được, vẫn còn đó nguyên vẹn. Như những hoài niệm chúng ta luôn cất giữ trong tim và quê hương bao giờ cũng nằm trong máu huyết của mình.

Ba tôi thở dài mỗi ngày: "Ba qua đây chỉ để mang mấy em theo đoàn tụ. Bây chừ tụi nó đã đủ lông đủ cánh. Ba phải về và ở lại luôn kẻo mai mốt lỡ chống gậy cũng không chắc đi nổi. Ba muốn được chết ở bên nhà mà thôi." Vậy là không thể dằng co mãi cái ý nguyện thiêng liêng ấy, nên mấy chị em tôi phải gạt hết mọi nỗi lo để cùng "về quê" một chuyến.

Bạn ạ, tôi đã lần lữa mãi khi bạn cứ muốn tôi phải quay lại thật chậm cuộn phim này: sự trở về của đứa con hoang sau hơn hai mươi lăm năm lưu lạc thì không thể nào không hỗn độn và làm nhức đầu bạn. Tôi báo trước, thể nào bạn cũng sẽ khó chịu, đứng ngồi không yên, vì sẽ có những đoạn phim đứt đoạn, vụng về.

Cái ống kính thu hình của tôi sao mà quá bé, trong khi cảnh đời trước mắt quả thiên hình vạn trạng, hay nói đúng hơn là hệt như một món xào hổ lốn với quá nhiều chất cay và vị đắng. Lần này quả tình tôi muốn đổ lỗi cái ông Xanh đạo diễn (chắc đã quá xỉn tản) ở trên cao kia đó bạn. Vậy bạn hỏi làm chi câu hỏi đã là một câu trả lời: thế nào, có phải tôi đang mang tâm thức của một Từ Thức về trần? Bạn ơi, cái mà tôi lo ngại và thương cho bạn (lũ chúng ta đầu thai lầm thế kỷ) chính là cuộc đối mặt, để nhận ra cái tâm trạng Từ Thức (phi lý) ngay chính trên đất nước thân yêu hằng ngày mình đang thở, đang sống này.

Này bạn, sao những điều vụn vặt, nhỏ nhoi khi xưa tôi nào để ý thì bây giờ bỗng trở thành to tát đến choáng ngợp lòng mình. Còn những con đường xưa "em" đi, những con phố xưa thân ái sao trong mắt tôi bây giờ cứ thu lại như những đường mòn, những con phố hẹp chưa từng thấy.

*

Vậy mà cứ ngỡ là mình sẽ khóc khi chân chạm đất cát quê nhà. Bao nhiêu năm đã xa và bao nhiêu lần quay quắt mong mỏi. Trên chuyến bay hàng không Việt Nam nhỏ bé và cũng may là khá ngắn được nối liền từ Thái Lan, tôi bị xốc tung lên xuống như người tập bơi trên biển bị sóng xô, sóng rượt. Khi chưa kịp hoàn hồn, tôi lại phải khệ nệ túi xách tay cồng kềnh, nên những bậc thang sắt bước xuống của chiếc máy bay (thổ tả) càng như chênh vênh hơn.

Chị tôi đỡ nhẹ ba tôi bảo ráng đi bộ một chút, sẽ có xe buýt chở vào ngay. Nhưng tôi cũng đã lặng lẽ ngồi phịch giữa sân bay T.S.N., nhắm nghiền hai mắt lại và khom mình lướt nhẹ trên muôn vàn hạt bụi lóng lánh mùi nhiệt đới như niệm thần chú. Phải rồi, tôi đã cúi xuống và hôn nghẹn ngào như một tín đồ trung trinh. Hình như tôi nghe rất rõ gió ở bên nhà cũng đồng tình quấn quít thành từng lũ, từng bọn mơn trớn trên mặt mình. Có niềm hớn hở xúc động nào đó đang hít hà rất mạnh. Tự nhiên tôi thấy mình bỗng rộng lượng khi lấy ngay cái nhăn nhó (vờ vịt) trên gương mặt cô hải quan bằng tờ năm đô.

Thủ tục "thăm hỏi" cuối dĩ nhiên được thông qua mau chóng.

Sài Gòn đón tôi bằng những đường phố bốc đầy bụi bặm. Nhà cửa cứ như những chiếc hộp lớn nhỏ chồng chất, hiếp đáp lên nhau. Sự đông đúc, chen chúc ô hạp chưa từng có làm tôi muốn hoa mắt. Xe cộ ngược xuôi, người người xuôi ngược trong một dòng sống vô trật tự. Qua kính xe, những con phố xưa đã rùng mình lột xác tự bao giờ.

Sài Gòn bây giờ hoa lệ hơn, mời mọc hơn và xem chừng bố trí đầy đủ những điều kiện xa hoa cho những cuộc chơi không ngưng nghỉ. Tìm lại "một chút" Đ.H.S.P. cũ, cũng không còn thấy những vết tích quen thuộc. Sự yên tĩnh, im lìm hầu như bất cứ ở đâu của nơi đây đều đã bị mất dấu. Những quán cóc mọc lên nhan nhãn như nấm sau cơn mưa.

Tôi nói với bạn: "Sài Gòn 1001 món ăn chơi chưa được thưởng thức món nào, chắc phải trở lại thôi." Thực ra tôi có thưởng thức món muỗi đốt và chút xíu nữa đòi uống thử nước ở bến sông Sài Gòn, nếu sau đó bạn thôi không cá độ mà vẫn hứa sẽ đãi tôi một hai chầu ở Nguyễn Tri Phương và Nguyễn Trãi.

Bạn đề nghị tôi nên đi thăm một vài khuôn mặt ngon lành (và tâm lành) ở toà báo hoặc ở quán cà phê có đám nghệ sĩ thích la cà, nhưng có những chuyến đi mình chỉ muốn dành riêng cho gia đình (đành hẹn). Vậy là ngay sáng sớm hôm sau, chúng tôi đã chễm chệ ngồi trong một chiếc xe du lịch khá tiện nghi để tìm về phố biển. Tôi nói đùa với bạn: "Tôi sẽ nhất định trở lại Sài Gòn, để hỏi cho được ông đô trưởng về những ban công có những đường dây điện thoại lùng nhùng ở dưới. Trông mất mỹ thuật quá đi."

Bạn cười: "Vớ vẩn, Sài Gòn vẫn còn nhiều cái nham nhở hơn thế nữa mà cóc có ai lo nữa kìa."

Tôi ca cải lương: "Nói thì nói vậy, chứ nơi đâu là quê hương của mình thì mình vẫn phải yêu nó như thường."

Tôi yêu phố biển Nha Trang là cái chắc. So với Sài Gòn, dĩ nhiên Nha Trang bỗng biến thành cô gái dậy thì vẫn còn những nét e lệ và hiền lành hơn. Sự náo nhiệt xô bồ và những tất bật vội vã ít thấy hơn trong thứ không khí xem chừng vẫn còn trong lành, ít ô nhiễm hơn. Nha Trang có biển đẹp và căn nhà cũ của tôi ở gần biển nên tôi có cảm tưởng lâu lâu gió chở giùm một ít bụi thành phố về ẩn mặt dưới làn cát ấm. Bụi, dù thế nào đi nữa khuôn mặt Nha Trang cũng không thoát được bụi. Những đám bụi hồng (hay vô số bụi của thời gian?) vẫn có lúc như những lọn tóc cuộn tròn, xoã tung và bốc lên theo những cánh bướm rác không biết từ ngõ ngách nào của hai mặt hè phố đã chừng như quá sát lại với nhau. Nha Trang của tôi bây giờ "bụi" hơn ngày xưa và những con đường có vẻ thu hẹp lại trong mỗi gang tấc. Chị dâu tôi bảo: "Tại em đi lâu quá và ở bển cái gì cũng sạch và rộng thênh thang." Tôi hơi ngỡ ngàng, không dưng như bị mang tiếng... ruồng rẫy quê hương và có thật là mình đang bị Nha Trang dương hai mắt dọ hỏi, lạ lẫm: "Đi lâu thì lâu nhưng cũng tuỳ người chứ chị. Chị tưởng thu xếp công ăn việc làm, đời sống con cái... cả một ngàn lẻ một chuyện để về thăm Việt Nam dễ dàng lắm sao?" Người chị đẹp não nùng làm goá phụ son trẻ, một mình bươn chải với ba đứa con dại mà lòng vẫn yên tĩnh như vùng biển lặn: "Chị biết đời sống ở bên cũng đâu phải là thiên đường và ở đây cũng đâu phải là địa ngục. Ở đâu cũng không thể nhàn hạ được. Có điều ở đây dù gì cũng có tình xóm giềng, tình giống nòi xứ sở em ạ."

Chị tôi không cần phải đi tới một miền đất lạ ở bên kia bờ Thái Bình Dương và quay về để so sánh như tôi mà đã cảm nhận được điều này. Bao nhiêu năm rồi tôi đã ở một đất nước lạ, một con đường lạ, một thành phố lạ và cả một tâm tình lạ khi bạn ở bên căn nhà này không hề biết căn nhà bên cạnh đang sống hay đã chết (cho đến khi trước sân cỏ có quá nhiều những tờ báo nhật trình không người nhặt và thùng thơ đã đầy căng những tờ giấy quảng cáo thì người ta và cũng không phải là bạn, mới khám phá ra người hàng xóm ấy đã không còn nữa. Đơn giản thế thôi.) Vâng, bao lâu rồi tôi đã sống với thói quen hờ hững, lạnh lùng như thế. Người ta chỉ có thể lịch sự với nhau mà không cần có tình cảm gì cả. Trái lại nơi tôi trở về là thứ không khí gần gũi ruột rà, đến nỗi bạn tha hồ mất lịch sự với nhau nhưng có hề chi, khi bạn luôn luôn tỏ ra quan tâm và sẵn sàng chia sẻ tình cảm cho nhau. Ngày mẹ tôi mất nhằm hôm ba mươi Tết, dĩ nhiên là ai cũng bận rộn chuẩn bị để tiễn ngày cuối năm đi. Vậy mà bà con từ đầu làng đến cuối xóm không ai không xăn tay áo để phụ khiêng hòm, may áo tang, rước thầy về, tẩm liệm, cúng quẩy cơm nước, hoa quả, phúng điếu, khóc vay thương mướn đủ cả!

Cái chân tình này chỉ có được ở một nơi gọi là quê hương. Cái hơi hướm đậm đà này không thể có ở một nơi nào khác ngoài quê hương. Tôi cố đùa với chị tôi vài câu mà lòng vẫn không sao hết buồn được: "Chị nói trúng phóc. Ở bên có người buồn buồn đang tự tử chết, hoặc bị thằng nào đang lọt vào nhà bóp cổ, bên cạnh nhà hàng xóm vẫn cứ thế nhậu nhẹt đàn đúm tưng bừng mà thôi." Chị tôi cười: "Đúng là phớt tỉnh Ăng-Lê mà em. Vậy không nơi đâu vui bằng ở bên mình. Em thấy không, nhiều khi chuyện mình chưa rõ, ngoài ngõ đã hay là vậy. Gần gũi quá chừng đi chớ bộ."

Tôi biết. Vì cũng đã bao lâu rồi, tôi đã có mặt trong những con phố rộng lớn mà quá đỗi xa lạ. Người với người lắm khi đụng đầu nhau rồi cũng giống như lũ kiến vàng, kiến đen đi ngược đầu nhau, lịch sự né sang một bên nhường chỗ cho mỗi hướng đi, rồi cắm đầu cắm cổ tìm về hang động của riêng mình. Đời sống nơi tôi ở đã phải mua nhiều chiếc mặt nạ (bán đại hạ giá nhan nhản khắp nơi), để không phải lạ lẫm nơi thành phố ai cũng đeo đầy những khách sáo giao tiếp, những chiếu lệ, những lịch sự văn minh hiện đại, những thăm hỏi (nếu có) đều qua loa và giả dối.

Bạn ơi, bao nhiêu lâu rồi tôi là một kẻ lạ, đột nhập vào một nơi chốn lạ, trở thành một người khách lạ để bắt gặp trong bầu khí quyển lạ, màu trời lạ, một tôi đeo nhiều cái mặt nạ lạ lùng chưa từng có và cũng đã trở nên lạ dần theo ngày tháng. Buổi tối, con phố nơi tôi ở bỗng bị cúp điện. Hình như ai cũng có vẻ rầu rĩ, và chỉ có tôi là vui ra mặt như vừa gặp lại một người quen. Tôi thấy mình sống lại hình ảnh của một con bé nghịch ngợm, thích chạy lăng xăng quanh chân ba, chân me để kiếm đèn cầy đốt lên và tranh thổi tắt mỗi khi ánh điện được nhá sáng trở lại.

Thuở đó chuyện cúp điện xảy ra như cơm bữa. Và như thế mỗi tối cả nhà lại có dịp vác mấy chiếc ghế đẩu ra trước nhà ngồi hóng mát. Ngày đó cũng nhờ những ngọn gió mang theo hương hơi dịu dàng của biển, mà tôi đã tha hồ lợi dụng thời cơ để được chơi trò nhảy dây với cô bạn láng giềng mà không biết chán. Những lúc ấy ba tôi ngồi bên cạnh mẹ, có khi bóc trái quít Thanh Cần, có khi bốc tỏa ra hương thơm dìu dịu của trái Thanh Trà. Hóa ra hơn hai mươi lăm năm sau, tôi được trở lại đây để nghe chừng mùi hương xưa không bao giờ phai lãng. Mùi thơm của những vỏ quít Thanh Cần và vỏ bưởi Thanh Trà vẫn còn nguyên vẹn, dù me tôi đã không còn nữa.

Tôi nói, khi nhìn lên trời và thấy lác đác một vài ngôi sao:

"Em ra biển một chút được không chị. Cũng đâu đến nỗi đen như đêm ba mươi." Bà chị dâu tôi trợn trừng mắt: "Em lạ mặt thế kia, đi giờ này không ổn đâu. Đợi đèn sáng lên đã, em ạ." Tôi trấn an: "Em rủ thằng em hộ tống. Nó ngầu lắm, chị đừng lo." Chị tôi cười dấm dó: "Mọi sự hãy nên coi chừng vẫn hơn. Ở đây cái gì người ta cũng có thể làm được, kể cả chuyện xơi tái em đấy." Tôi thở dài: "Em có đeo vòng vàng, tiền bạc đâu mà lo." Chị tôi nửa đùa nửa thật: "Nội cái "passport" lận trong người em cũng đáng giá năm ngàn tiền chuộc rồi." Tôi có vẻ ngây thơ... cụ: "Không lẽ dám lột áo quần em ra." Chị tôi cứ nhất định cảnh cáo: "Sao không. Dân xì ke ma tuý, giang hồ tứ chiến khắp nơi nếu vớ được toàn hàng xịn, dại gì không chơi." Tôi đứng dậy, nhún vai: "Nếu họ đã rách đến thế thì chịu thôi chị à. Mai em phải về Huế lo ba vụ mồ mả cải táng cho bà nội mình rồi. Không còn nhiều giờ nữa, em phải ra thăm biển một chút thôi kẻo tội."

Vậy là tôi lại leo lên xe, ôm chặt eo ếch thằng em để nhất quyết đi tìm lại cảm giác của những ngày mới lớn (tôi tả oán về một kỷ niệm vụng đại sơ ý đã để "ống bô" quẹt một đường nóng bỏng gần măng cá chân.) Thằng em đèo tôi qua khu bến xe, giờ này không khí về đêm tuy có lắng đọng hơn ban ngày, nhưng vẫn chưa chịu rút vào bóng tối. Vẫn là những khuôn mặt tất bật, vẫn là những thứ hàng hoá tạp nhạp chất chồng quá tải, vẫn là những buôn bán đổi chác mời mọc như không biết mệt, vẫn là những đời sống thiếu ngủ và chập chờn như thứ vạc ăn đêm...

Tôi bảo cậu em quay xe lại khu chợ Xóm Mới. Tôi vẫn nhớ và thèm lại những ly chè ngọt ngào tuổi thơ tôi ở xung quanh khu chợ. Xóm Mới về đêm đã đóng cửa im ỉm, không còn vẻ gì sầm uất của ban ngày và chỉ còn lại những "vua rác" đào bới nhặt nhạnh. Những con người đã biến thành ma... "sống" suốt đời đi ngủ chợ. Tôi nhận ra một điều: Việt Nam mình ở đâu có vỉa hè là ở đó tha hồ mọc lên những quán cóc, những quán cóc lề đường dã chiến. Lạ một điều chúng ta hay kiếm được những món ăn ngon ở những quán ngoài trời như thế này. Khoản vệ sinh sạch sẽ lâu lâu cái bao tử đòi xét lại một chút thôi.

Biển đêm Nha Trang vẫn đẹp thần sầu. Cát vẫn mịn óng dưới chân tôi và những con sóng không bao giờ già vẫn lượn lờ lên nhau suốt đêm. Gió biển đặc biệt thổi vào người chỉ nghe se se lạnh, nỗi se dịu của những mơn trớn, và mùi biển ở đây không chở theo mùi tanh đậm của cá mà chỉ đượm chút hương mằn mặn ngai ngái của muối, dã tràng và phi lao.

Buổi tối tôi đụng phải một cô bé, không, một thiếu nữ thì đúng hơn, với dáng dấp ẻo lả và xanh mướt như mấy rặng phi lao gặp gió đè bẹp xuống. Tôi và cậu em trai út đang nhắc lại vài kỷ niệm tắm sông, tắm biển thật vui, thì cô ta như con ma rà dưới biển sâu hiện hồn về: "Anh Hai... anh Hai, cho em chút lửa được không." Thằng Út hơi giật mình, quay đầu lại: "Ồ... khi không làm tôi mất hồn. Để coi, hình như tôi có hộp quẹt đây nè." Cô nhỏ (hãy gọi như thế đi, vì dưới mắt tôi cô ấy chỉ độ mười ba tuổi là nhiều) loay hoay không yên, như không thể chờ cậu em tôi lục lọi trong túi quần: "Em lạnh quá. Cho em chút diêm đi mà. Nãy giờ chạy lui chạy tới hai ba người rồi, mà chẳng ai cho chút lửa. Khổ thì thôi." Tôi mở tròn mắt nhìn, nhận ra ngay hai hàm răng cô nhỏ đang đánh bò cạp và đôi mắt như chực khóc: "Này em nhỏ... à cháu... sao vậy chớ. Bộ cháu bị bịnh, lạnh lắm, hay sao thế."

Cô nhỏ chụp nhanh hộp quẹt, đốt vội vã lên môi một điếu thuốc không mấy thẳng thớm: "Cho em hút một hơi lấy... sức đã. Cô và anh Hai biết không, em lúc này yếu xìu hà. Chắc chết mất." Cậu Út nhà tôi có vẻ cảm động, bèn đặt tay lên vai cô nhỏ: "Mặt em xanh lè như tàu lá hà. Con gái nhà ai mà mới lớn cỡ này, đã bày đặt hút thuốc bậy bạ và đêm hôm như vậy." Cô nhỏ đâm lúng túng bất ngờ: "Em có cha có mẹ gì đâu mà lo. Chắc em dưới đất dưới nẻ chui lên thôi. Cả hai tuần nay công ty dệt Nha Trang cho tụi em nghỉ việc, vì cái vụ thiếu nước do nước sông Cái bị nhiễm mặn ấy mà. Em không biết phải xoay sở làm sao, khổ hết nói." Tôi cũng lúng túng không kém. Giờ thì tôi biết cô nhỏ không phải là con ma rà, nhưng đúng là cánh rong rêu tội nghiệp, trôi dật dờ trong biển đêm văng lặng. Trong đầu tôi bỗng dồn dập những ý nghĩ: lẽ nào cô nhỏ phải lang thang đâu đó trong đêm để mò mẫm xin người này, người kia một ngụm diêm sinh. Một ít diêm, một chút lửa lập loè... làm sao đủ để sưởi ấm tấm thân gái dặm trường ấy. Đôi mắt ngập đầy bóng tối an phận, và chỉ có những lúc ẩn ức lắm, đôi mắt ấy mới loé lên một đốm sáng tinh ma. (Làm sao bóng tối và ánh sáng lại có thể ngự trị cùng một nơi hay chính sự đối chọi ấy mới vẽ lên được một ánh mắt đầy đau đớn.) "Cháu năm nay bao nhiêu tuổi rồi. Trông cháu còn nhỏ quá mà phải ở một mình sao?" Tôi nghĩ đến một số tuổi ngang hàng với con trai tôi, và thấy rõ hai cảnh đời khác biệt. "Em mười tám tuổi rồi cô. Làm đủ nghề từ bán hàng rong, ăn cắp vặt, móc túi, bán bia ôm và mới đây là nghề lương thiện nhất thì Nha Trang lại bị tình trạng thiếu nước trầm trọng. Họ cho nghỉ việc vì dùng nước mặn thì làm hỏng máy móc và thiếu chất lượng nhuộm." Cậu Út chen vào: "Mười tám tuổi thì cũng đâu đến nỗi nhỏ nhít gì mấy." Cô nhỏ gục mặt xuống: "Anh Hai nghĩ coi. Em đã hai đời chồng mà gặp toàn thứ trời đánh. Đã không lo làm ăn thì chớ, lại còn nghiện ngập say rượu rồi còn về đánh em te tua. Em phải đi điều kinh, nạo thai ấy mà, tới bốn lần. Tội lắm, không nuôi nổi."

Còn thiếu gì những điều kinh ngạc để thăm hỏi. Còn thiếu gì muôn vạn nỗi ê chề được nghe từ cô nhỏ. Còn thiếu gì những cơn gió không biết thổi từ đâu làm cô ta lạnh mà tôi sẽ không tài nào cản nổi giùm. Cô nhỏ và những thiếu nữ, những người đàn bà bất hạnh trong lòng phố biển. Dĩ nhiên cuối cùng chúng tôi dí vào tay cô một đống tiền (để mua thuốc ngừa thai?) và chỉ cầu mong giữa vòm đêm có một đường sáng như gươm của sao băng xẹt ngang. Liệu cô ấy có gởi được lời ước nguyện trước khi vệt sáng ấy nhoà đi thật nhanh.

Đêm biển vắng, gió thở than điều gì bên tai, nghe như thứ hợp âm của bản giao hưởng buồn bất tận. Tôi thấy lờ mờ cát Nha Trang vẫn trắng, nhưng những cặp tình nhân ngày xưa vẫn dìu nhau chạy theo nhịp sóng vỗ bờ đã không còn trở lại. Nha Trang lộng lẫy hơn với những khách sạn gần bờ biển, và thiếu hẳn dấu chân của những người yêu nhau trên cát.

Chưa bao giờ tôi cảm thấy mình bé bỏng và cô liêu như

thế khi quay về biển cũ.

*

Về Huế kỳ này không nằm trong lịch trình "vui chơi" của mấy chị em tôi. Công việc chính đưa ba tôi về căn nhà Từ Đường ở Nha Trang coi như đã hoàn thành. Việc "dàn chào" với công an phường ngay phút đầu tiên mới bước chân vào nhà cũng đã xong, với nụ cười cởi mở và một cây thuốc 3 số 5.

Về Huế với một trọng trách nên những pha ngoạn mục như thăm viếng danh lam thắng cảnh để được giả làm hoàng hậu hay cung phi mỹ nữ bên cạnh ngai vàng không quân vương... đành gác lại. Ngay cả dự tính du thuyền về đêm để thưởng thức dăm ba món ăn vua chúa và nhất là một đêm hoàng cung đúng nghĩa với những vũ điệu nghê thường của ngâm vịnh xướng hoạ, nhạc cung đình, ca trù, hò Huế... Món ăn thời phong kiến hễ nhìn thì chắc chắn đẹp đến no mắt và công phu, nhưng tôi biết là ăn vào chẳng thấm thía, thoả mãn đủ cái dạ dày. Có điều được ngồi giữa trời trăng mây nước với tiếng sáo thiên thai, đàn ca xướng hát, nhâm nhi "bồ đào mỹ tửu" và có bắt được dăm ba câu thơ rồi nhảy tỏm xuống sông... cũng vui chứ. Chắc đành hẹn mấy vụ thuyền Rồng này lại.

Huế bắt mạch tôi bằng cơn mưa ủ ê từ chiều đến tối, vây trong không gian một màn sương bạc đan từng sợi mỏng dính. Thật tình tôi còn lạ gì thứ mưa dầm dề ở Huế. Có điều không hiểu sao buổi chiều khuôn mặt Huế bỗng trở nên quá tang thương đột ngột trong tôi. Có phải tại cơn mưa làm rớt hàng triệu triệu giọt buồn dai dẳng nên Huế mới đìu hiu như thế chăng.

Hay tại tôi đã không về thăm Huế quá lâu, mà lại đi quá nhiều nơi nên Huế càng lúc càng bị thu nhỏ đến tội nghiệp. Tôi có cảm tưởng như cơn mưa đã đẩy những con đường tôi ngỡ là lớn (ngày xưa) thành những lối đi chật hẹp như chưa bao giờ. Tôi nói với chị tôi: "Huế răng mà buồn dữ rứa hè? Em mà ở đây luôn chắc chết..." Chị tôi cũng dài mặt ra: "Huế đúng là một nơi đi xa thì nhớ, mà ở thì..., theo cái kiểu bỏ thì thương, vương thì tội ấy mà." "Chị có thấy Huế giống như cô gái già không son phấn không?" "Mi so sánh rứa cũng được, nhưng phải công nhận Huế có những nét cổ kính thâm trầm riêng của nó. Như Phố Cổ Hội An có cái u tịch huyền thoại của nó. Không thể sánh với cái rỡ ràng của Sài Gòn." Tôi nói vu vơ: "Em cũng nghĩ như vậy. Chỉ hơi tiêng tiếc là tình yêu mình dành cho Huế không thể nhỏ đi, mà Huế thì chẳng bao giờ lớn hơn được cả." Chị tôi chỉ tay ra đường: "Này nhìn kìa, toàn là mấy bác đạp xích lô già khú đế và trơ xương mà cứ phải gồng người đạp trong chiếc áo tơi xơ xác." "Chiếc xe cọt kẹt lại đi ngược chiều mưa và gió tạt mà cũng chẳng có khách để chở nữa. Chắc chiều tối về lũ con cháu sẽ chịu đói thôi."

Chị tôi im lặng, nhìn Huế chỉ còn sụt sùi qua kính xe. Bác tài mở bớt cái gạt nước vì mưa đã bắt đầu nhẹ hột. Đi ngang vườn bông Nguyễn Hoàng, tôi nghe chừng có tiếng gọi kêu của một thời tuổi nhỏ.

Tự nhiên rồi lại nhớ có lần bị mấy cô bạn (tiệm Việt Hùng, cũng ở ngã giữa phố Phan Bội Châu mà bây giờ đã đổi thành Phan Đăng Lưu) khiêu khích thế nào không còn rõ, tôi và Trịnh Vĩnh Trinh (em của T.C.S) ôm nhau vật túi bụi ngay dưới chân chiếc ghế đá của công viên. Thuở ấy rõ ràng tôi chưa biết T.V.Tr. hát tuyệt hay, có điều tôi biết chắc như in là cô ấy giựt tóc tuyệt hay và tuổi thơ hồn nhiên, cười xí xoá hở mười cái răng... sún cũng tuyệt hay.

Với thời gian, tự hỏi người ta còn giữ lại được điều gì. Như khi về qua cầu Trường Tiền, chứng nhân của ngày hai bữa đến trường được ba tôi đưa đón "vespa", thì đầu óc tôi cũng chỉ hình dung được có thế thôi. Tôi cũng chẳng nhớ nổi có lần nào qua cầu mũ bay hay không. Hình như ký ức tự ý sàng lọc giùm chúng ta một số điều nào đó, và thường thì chúng ta chỉ có thể giữ lại được những gì gây ấn tượng mạnh. Thì thế, bây giờ và mãi mãi tôi vẫn chỉ nhớ sông Hương là một dãi nước xanh rất xanh và óng ả lạ thường. Vào những buổi chiều tà, bầu trời lại như rót rượu xuống làm đôi mắt dòng sông ráng đỏ. Những cụm mây màu tím thẫm hay màu chỉ có viền bạc cứ như bị đi lạc dưới đáy mắt của dòng sông, làm ánh lên một chút gì lung linh ma quái. Đôi mắt như giọt rượu pha ấy được chuyển màu biến hoá, gợn sóng theo những đường ánh sáng phản chiếu từ những làn cây ở gần bờ sông.

Sông Hương của tôi đẹp huyền ảo như thế, nên tôi không thể hay không muốn tin rằng dãi nước ấy bây giờ đã không còn xanh nữa như xưa. Người ta bảo, đồng loạt với phố biển, mức nhiễm mặn cũng đã xâm nhập đến thượng nguồn sông Hương. Một đời sống mà không có đủ nước ngọt để ăn uống chi dùng, thì quả là khổ sở. Điều vẫn còn an ủi là hình như "mùi hương" đặc biệt của dòng sông xứ Huế vẫn phảng phất trong những cơn gió thổi dạt đâu đây. Tôi đã bàng hoàng biết mấy khi ngửi thấy một mùi thơm lạ lắm, xưa lắm nhưng bao nhiêu năm rồi vẫn ở trong một làn gió như thế, từ đáy sông thoảng lên bất ngờ, một thứ hương hơi của kỷ niệm.

Tôi muốn rơi nước mắt khi về lại khu vườn thơ ấu của bà nội tôi ở An Cựu. Tôi thấy mình như một người đã bỏ làng quê nghèo nàn để ra đi và lúc này trở về không còn thấy "sông An Cựu nắng đục mưa trong." Không còn ao rau muống ở trước nhà bà nội.

Những con đường lạnh mênh mông và những phố nhà mọc vội đã làm lối xưa không còn nữa. Không bao giờ còn như xưa nữa. Kể cả lối vào nơi Cung An Định, nơi mẹ của vua là thái hậu ở cũng đã thay đổi hoàn toàn. Con đường ấy bây giờ chỉ còn là lối mòn trước mắt tôi. Tự hỏi ngoại cảnh đã đổi thay hay cái nhìn của một đứa bé xa quê lâu quá đã bị lệch lạc, méo mó đi dần theo những bể dâu của trí tưởng.

Buổi tối tôi thấy mình không thể ngủ lại qua đêm trong căn nhà tuổi nhỏ, nơi có vườn cây ăn trái xào xạc lá bên ngoài. Có một vẻ gì đó rờn rợn, một nét gì đó không hẳn là không quen thuộc nhưng chừng như đã quá xa cách. Tôi sợ những tiếng ễnh ương râm ran suốt đêm dưới những đầm lầy đâu đó xa xa gần gần, tiếng chó tru trăng, tiếng ru con buồn bã não ruột giọng hò Huế, tiếng mèo rượng đực vờn nhau trên những mái tôn, tiếng mưa rỉ rả đều đều thê lương, tiếng tụng kinh gõ mõ rơi lạc lõng trong một Xóm Đạo đìu hiu...

Về lại quê nội, sao tôi nhớ quá bàn tay gầy gò nhăn nheo của nội dấm dúi thương yêu vào tay cháu những thứ ăn trái chín cây. Mùa hè với tiếng nhạc đệm hoà tấu của lũ ve không bao giờ tắt lịm, với đáy giếng trong veo kéo hoài không biết mỏi, với chậu nước mưa sau vườn mát rười rượi suốt bốn mùa rõ rệt của Huế. Tôi nói với cậu em họ: "Bọn chị ghé thăm gia đình em một chút để bàn sơ về vụ cải táng ngôi mộ cho bà nội. Được ăn cơm với cá nục kho mít, là món tủ của chị hồi nhỏ, thích lắm. Bây giờ bác tài sẽ đưa bọn chị ra khách sạn ngủ cho tiện."

Cậu em thắc mắc: "Em đã dọn sẵn phòng. Bộ chị sợ cái gì chứ." Tôi cười: "Chị hay yếu bóng vía nhiều thứ, em không biết đâu." Cậu em chợt nhớ ra điều gì ghê gớm: "À, biết chị sợ chuyện gì rồi. Bác H. bị chôn sống hồi Mậu Thân, người nhà đi nhận xác về không dám chôn mà phải chôn tạm sau khu vườn nhà nội mình chớ gì." Tôi lè lưỡi: "Chuyện cũ qua rồi, nhắc lại thêm sợ. Nghe nói khi bác chết còn đưa hai tay lên trời vái."

Buổi tối được chạy lòng vòng dưới những hàng đoát đứng giao đầu bên nhau, khu trường Jeanne d'Arc cũ với những ngày ở nội trú hồn nhiên như chim sẻ, nhưng lại phá phách như sóc nhỏ nên cứ bị cấm túc dài dài . Ở đó có những bà sơ áo trắng nghiêm nghị nhưng hiền lành chẳng bao giờ phạt quì vỏ mít như những lời đồn... hù doạ. Ở đó có vài thoáng rung động quỷ dữ và linh thánh của người sơ trẻ khép kín lạnh lùng mà dại khờ say đắm, với đứa học trò cùng phái, bạn thân của tôi. Chẳng biết có phải ảnh hưởng đất đai thần kinh của sông Hương núi Ngự mà gái Huế thường ưu sầu lãng mạn hơn không.

Chúng tôi định thuê khách sạn H.G, nhưng loại bốn sao này coi bộ được Việt kiều chiếu cố dữ. Đành tá túc tạm ở nhà bạn của bà chị. Đêm đầu tiên loay hoay lại với chiếc mùng trắng xoá bốn góc, tôi không tài nào chợp mắt nổi. Những con thạch sùng tặc lưỡi đâu đó trên trần nhà và những con muỗi đói vẫn làm tôi gây gây. Biết thế chui vô đại khách sạn H.H hay T.T gì cũng được.

Những ngày còn lại ở Huế sau đó tưởng là sẽ có dịp ghé qua chợ Cồn ăn chè bắp, qua Gia Hội ăn tô bún bò Mụ Rớt hoặc thưởng thức cơm Âm Phủ (của ba bốn đời để lại) nhưng rốt cuộc cũng bạ đâu ăn đó. Kể cả những tô bánh canh cay cay của những người đàn bà tội nghiệp bán hàng rong, bên cạnh những chiếc đèn hột vịt tù mù. Chị tôi rủ rê vô thành nội thăm người tình cũ của ông anh và đường phượng bay nhưng cũng không đi được. Đi đâu trong thành phố, cũng chỉ gặp toàn những khuôn mặt ông trời bắt họ phải sống là sống thế thôi. Đau lắm, những gai nhọn đâm suốt trái tim người con xa xứ trở về. Thương nhất là những cô cậu nhỏ nhít như con út mình trong xấp vé số, chồng bản đồ... với miệng lưỡi dẻo như kẹo mè xửng Song Hỉ. Những tuổi thơ mồ côi cha mẹ mang bản tên của hội "Xa Mẹ" trên ngực áo, khiến tôi nghĩ đến những trái tim bao dung từ thiện. Tự nhủ sẽ mang lũ con sinh ra và lớn lên ở trời xa về tìm lại nguồn cội quê cha đất tổ, nhất là để chúng nó không quá mất gốc và thấy được một điều gì đáng suy nghĩ, đáng chia sẻ.

Hôm cuối cùng sắp rời Huế, tôi tình cờ đi ngang qua nhà hộ sinh của bà mụ Châu. Bà chị tôi chụp ngay cánh tay tôi: "Em sinh ra ở đây nè, biết không. Nhà hộ sinh này đặc biệt nhất là cái mùi không khí ấm nóng được xông lên từ gừng và rượu, cũng như cái lò ấp nhỏ bằng tre đựng than để hơ mấy bà đẻ." Giữa lúc tôi xúc động nghĩ rằng bà mụ Ch. đã không còn và gia đình dòng họ đã thay phiên nhau bao nhiêu người, người đàn bà mặt vàng như bôi nghệ nhìn tôi và chị tôi từ đầu đến chân: "Mấy chị ơi, giúp giùm em điều này làm ơn làm phước. Mấy chị biết ai muốn mua hoặc có phải mấy chị đi kiếm nuôi những đứa bé lúc còn trứng nước?" Tôi hơi tá hoả tam tinh: "Chị nói chi rứa? Chị định bán con à?" Quả thật cô ta gật đầu, nước mắt ràn rụa: "Ngó em bệ rạc lắm he răng. Nếu chị muốn mua, em bán rẻ. Thủ tục giấy tờ đã có các "cò" lo chạy rồi, không ai làm khó dễ sau này mô." Chưa bao giờ tôi muốn lay mạnh hai bờ vai yếu ớt (nhưng trái tim tưởng như sắt lạnh, vô cảm đến rụng rời ấy) "Răng chị phải bán con mình chớ?" Cô ta nói nghẹn ngào: "Em khổ lắm chị à. Ui chao ôi, ở dưới bùn chui lên, mình là thứ gái bán trôn nuôi miệng may mắn còn khả năng sinh đẻ. Em ở dưới Truồi, làm ăn lao động cực quá nên phải lên phố kiếm sống đó thê. Người ta dụ em làm nghề bán con cũng được hai mẻ rồi. Có cực khổ chi mô nà, chỉ mắn đẻ là được. Giá từ 8 đến 13 triệu một đứa bé mới sinh ra, tùy trai hay gái và thoả thuận với người mai mối, với tay "cò" này." Tự dưng tôi thấy tội nghiệp cô ta quá đỗi: "Cuối cùng họ cho chị mấy?" "Chị hỏi chi kỹ lưỡng rứa hè. Phải chia cho vụ lo giấy tờ này nọ, em chỉ còn được một triệu rưỡi. Có điều đã được giao trước một triệu để bồi dưỡng lúc mang thai. Em đoán họ bán cho ngoại quốc, hoặc mấy người khá giả muốn có con nuôi lúc còn đỏ hỏn. Nghe có người vô trại mồ côi xin con nuôi, nhưng bị tàn tật chi đó không đủ điều kiện, mấy bà sơ không chịu cho." Bà chị tôi nói chen vào: "Ngó chị hình như mới đẻ dậy tức thì phải không. Đứa bé mô rồi, bộ lần ni không có ai tính mua nữa răng?" Cô ta ôm mặt khóc hưng hức, rồi chửi thề một tràng dài: "Không ai đặt hàng, bà cố nội em cũng không dám mang bầu. Có điều bây chừ họ khám phá ra em mới thử nghiệm dương tính về bịnh AIDS, nên không bằng lòng nhận con nữa. Ngó thằng bé đẹp trai thấy thương. Không lẽ... không bán tháo được nó?"

Chẳng ai biết được điều gì sẽ xảy ra cho tương lai của đứa bé bất hạnh mới ra đời ấy. Một cặp vợ chồng giàu có hiếm muộn sẽ mua lầm, hoặc cuối cùng lại phải thảy nó vào viện mồ côi một cách vô thừa nhận.

Trời ơi, sao đời sống của xứ sở tôi quá nhiều tấn tuồng bi kịch. Chị em tôi làm sao cứu giúp nổi người đàn bà này, và thử hỏi còn bao nhiêu người đàn bà khác với số phận còn đen tối hẩm hiu hơn thế nữa, trong hang cùng ngõ hẻm của thành phố? Đưa cho cô ta một ít tiền, an ủi cô ta một đôi điều, nhưng liệu có lấp được chút nào khoảng trống khủng khiếp trong đời cô ta.

Sài Gòn, Nha Trang, Huế (và đành hẹn với đất Thăng Long như chưa một lần được ghé ra) trong tôi là những tiếng kêu ú ớ của những cơn mộng dữ. Hơn bao giờ hết, quê hương là một nỗi nhớ rất hiển nhiên, rất bình thường. Bình thường như... hơi thở của mỗi con người trong đời sống.

Nhưng điệu này chắc tôi phải ráng thở, dù biết rằng mình cũng không thể thở nổi...

Cuộc Hẹn Cuối

Trời chưa mở mắt, Quỳnh đã thức dậy. Hình như Quỳnh chỉ mới chợp mắt được một khoảnh khắc. Đêm vẫn chưa tàn và Quỳnh biết mình còn phải nằm chờ sáng khá lâu nữa. Quỳnh cố dỗ giấc ngủ, nhưng hình ảnh Băng cứ qua lại chọc phá quanh giường. Có cả tiếng cười của chàng làm rộn ràng canh thâu nữa. Đêm vì thế nhìn nơi đâu cũng thấy Băng. Băng tan trong khắp cùng thân thể của đêm.

Băng là bóng đêm, là ánh trăng đọng lại trong mắt Quỳnh. Quỳnh mỉm cười nghĩ, có lẽ bóng đêm và ánh trăng đã làm mắt Quỳnh mơ mộng hơn. Càng lúc Quỳnh càng náo nức với cuộc hẹn ngày mai. Đầu óc Quỳnh nhảy múa đủ điều về Băng, về cuộc hẹn mà Quỳnh đã chờ cả năm nay.

Cho đến khi gần sáng, Quỳnh bỗng giật mình choàng mắt vì tiếng chim nhỏ nhẻ, thân quen mỗi ngày bên ô cửa. Hình như tiếng chim ấy đã gọi bình minh chỗi dậy hót ca với nắng ấm. Chỉ có Quỳnh vẫn còn đờ đẫn, lười lĩnh với giấc ngủ vá víu đêm qua. Một hồi lâu cái đồng hồ báo thức mới thực sự làm Quỳnh tỉnh hẳn. Quỳnh nhận ra những sợi nắng đầu ngày cũng đang nhoẻn miệng chào mừng Quỳnh.

Nắng vừa ngọt ngào lời gì thế. Hình như không phải chỉ riêng nắng riêng mây mà còn có tiếng nói trong trẻo của chim nhỏ, của lá thì thầm, của con sâu, con bướm, của chùm hoa, bụi cỏ... Hình như tất cả cảnh vật muôn loài sáng nay đều góp lời chúc tụng Quỳnh đón nhận một ngày mới. Vâng một ngày mới, Quỳnh cũng vừa nghe tiếng mình nhủ thầm như thế.

Quỳnh rời khỏi giường, làm một vài động tác thể dục. Tự nhiên Quỳnh thấy vui, thấy gân cốt mình vẫn còn kêu lên những nhịp điệu ham sống. Quỳnh bước vào phòng tắm, miệng huýt sáo một bài hát vui. Nước vuốt ve đổ tràn trên người Quỳnh cảm giác dịu vợi. Quỳnh xoa nhẹ xà bông lên bờ ngực nóng nhấp nhô. Quỳnh bật cười mường tượng đến Băng khi vô tình bắt gặp niềm cảm xúc trên từng đầu vú. Hóa ra đã một năm Quỳnh sống không có đàn ông. Cảm giác của loài thú rừng tưởng đã ngủ quên trong Quỳnh không ngờ hôm nay, bỗng sôi sục lại. Quỳnh thấy thèm khát.

Từ khi cả hai thỏa thuận tạm thời xa nhau, Quỳnh có vẻ thản nhiên với những lời mời mọc, tỏ tình chung quanh. Nhìn ai Quỳnh cũng đâm ra nghi ngờ lòng dạ họ. Quỳnh không thể hiểu tại sao Băng lại bày đặt chuyện này để trắc nghiệm lòng nhau. Quỳnh đoán có lẽ Băng đã chán Quỳnh. Tình yêu nào nghĩ cho cùng một khi đã được khám phá đến tận cùng thì chẳng còn thú vị nữa cả. Nó tròn đầy như trăng rằm để rồi khuyết. Nó rồi cũng tuân theo những luật lệ của trời đất và không gì đáng ngạc nhiên nếu tình yêu phải mất dần những hiệu lực xanh tươi của thuở mới chớm nụ. Bảo rằng tình yêu bất biến chỉ là một lối nói làm dáng, trịch thượng. Quỳnh thấy rõ ràng Băng và chính mình đều mất dần những khoan khoái, những rung động tuyệt vời của ngày cũ. Dù vậy Quỳnh cũng không muốn hạ giá nó như một trò chơi. Nhưng mà hình như Băng bắt đầu muốn tìm một trò chơi mới. Quỳnh có cảm tưởng Băng muốn xóa bỏ một thứ trò chơi cũ mèm, nhàm chán, đơn điệu.

Chắc Băng chỉ tội nghiệp Quỳnh. Băng tội nghiệp những ân tình, những quen thuộc Quỳnh đã mang đến. Tại sao Băng chưa muốn dừng lại thực sự với Quỳnh? Băng đã trả lời, đã đưa ra một giải pháp khá lãng mạn: "Trong một năm xa nhau, mình cứ tự do thử lửa đi em. Chúng ta sẽ gặp lại ở quán hẹn đầu tiên, nơi cũng vào một buổi chiều em ngồi lặng lờ nhìn ra đường phố xa lạ và anh đã cao hứng bày tỏ lòng mình. Em nhớ chứ, chúng ta sẽ chọn điểm hẹn đó, cũng một giờ giấc đó. Sau một năm, nếu anh và em còn yêu nhau thì mình sẽ tìm đến. Lúc đó, chúng ta sẽ lấy nhau cũng chưa muộn em ạ."

Dĩ nhiên Quỳnh không mấy thích đề nghị của Băng, nhưng Quỳnh là người vốn sống bám vào ảo ảnh. Quỳnh cả tin rằng khoảng cách sẽ thắp lại ngọn lửa tình rừngrực trong Băng. Băng bảo Quỳnh cứ tự do thử lửa đi, nhưng Quỳnh không thể để tim mình rát bỏng lần nữa. Gai nhọn của loài hoa hồng như Quỳnh không dùng để đâm tim đối thủ, trái lại chỉ khiến ngực Quỳnh bị rỉ máu. Cái bi kịch của Quỳnh là ở chỗ đó, ở chỗ đã lỡ cúi đầu hàng phục dĩ vãng.

Quỳnh nhắm mắt. Những giọt nước âm ấm hôn tới tấp, tràn ngập từ đầu tới chân Quỳnh. Nước lóng lánh trên dòng tóc biếc, nước len lỏi dưới vùng tóc đen... Quỳnh cười vui trong ý nghĩ sẽ nói với Băng chiều nay, (nếu Băng đến): "Ồ, anh hỏi em đã lao đầu vào những cuộc thử lửa như thế nào à? Anh ngạc nhiên lắm không nếu em bảo ngày nào em cũng "ngoại tình" cả. Em để nước quấn lấy em, đổ tuôn lên người em mỗi ngày đó anh. Ơ, em chỉ dùng chữ ngoại tình cho vui thôi mà. Em biết chứ, mình chưa lấy nhau, chưa có gì ràng buộc. À, mà hay nhỉ. Bộ lúc đó anh mới đi ghen với nước sao? Anh đâu thể lúc nào cũng khư khư giữ em được. Phải để em nghịch với nước, đùa với nước mỗi ngày chứ. Không phải sao?"

Quỳnh nhìn những giọt cà phê chậm chạp nhỏ xuống, thú vị hình dung ly cà phê ở quán hẹn chiều nay. Quỳnh có thói quen bỏ đường khá nhiều làm Băng vẫn đùa đùa: "Em uống chè cà phê. Còn anh phải bỏ đường thật ít mới thấy hương vị của cà phê cơ."

Sáng nay Quỳnh bỗng muốn bắt chước Băng, (nhưng Băng đâu biết được) Quỳnh pha một ly cà phê thật đậm, bỏ nửa muỗng đường. Quỳnh đưa lên môi nhấp nhẹ, bỏ xuống hít hà. Thoạt đầu Quỳnh nhăn mặt vì đắng. Uống ngụm thứ hai, Quỳnh bắt đầu tưởng tượng đến môi Băng ở đầu ly. Chiếc ly Băng đã từng uống làm cà phê ít đường của Quỳnh trở nên ngọt lịm. Trên chiếc bàn nhỏ, cái muỗng, lọ đường thi nhau khua động những âm thanh gợi nhớ, nôn nao.

Quỳnh cũng nôn nao không kém. Quỳnh mở tủ lạnh lấy đầy một ly đá. Quên đợi cho ly cà phê nguội bớt, Quỳnh đổ hết đá vào. Đang nóng gặp lạnh, ly cà phê vỡ đôi, phân ra thành hai mảnh. Đang vui, Quỳnh chợt xịu mặt. Tánh Quỳnh vốn nhạy cảm và hay tin dị đoan.

Quỳnh giật mình nghĩ đến cuộc hẹn chiều nay. Cái ly phân hai, có phải đó là điềm gỡ báo hiệu nỗi phân ly?

*

Chỗ hẹn là nhà hàng Việt Nam, nằm sát trạm xe buýt. Ở đó Quỳnh có thể đến sớm để nhâm nhi chút nhạc, chút cà phê...

Buổi chiều Quỳnh trang điểm khá kỹ. Nỗi náo nức được gặp lại Băng tưới đầy ánh sáng trên mắt, trên môi, trên người Quỳnh, đã biến Quỳnh thành người đàn bà trẻ con hấp dẫn. Quỳnh có cảm tưởng khi Quỳnh đẩy cửa bước vào, mọi con mắt trong tiệm đều muốn lột trần Quỳnh ra.

Quỳnh tính ngồi lại chỗ cũ, nhưng một cặp vợ chồng Mỹ già nào đó đã chiếm mất. Quỳnh kiếm một chỗ ngồi có thể nhìn xéo qua trạm xe buýt bên kia đường. Tự nhiên Quỳnh thích nhìn những người Mỹ âu yếm hôn nhau tạm biệt, hoặc những cái vẫy tay thật lâu, thật tha thiết... Cũng có khi là những tay bắt mặt mừng, những ánh mắt xôn xao và nụ cười hớn hở khi nhận ra hành khách vừa bước xuống gần cuối là thân nhân của mình.

Kẻ đón người đưa làm tim Quỳnh cũng hồi hộp theo. Nghe đâu Băng mới bỏ thành phố dọn về ở với tên bạn cũ cách đây năm tiếng lái xe. Nếu Băng đến, lẽ nào Băng đi bằng xe buýt. Sẽ không có một chuyến xe buýt nào về bến, về trạm mang theo Băng của Quỳnh cả. Quỳnh tin thế vì Quỳnh đoán Băng sẽ lái chiếc xe tàng tàng rồi đậu sau tiệm. Ồ, mà điều quan trọng là Băng sẽ đến hoặc không. Những phương tiện, những lý do (ngoại trừ lý do Băng bị đụng xe ở dọc đường đến) đều không có gì đáng nói.

Băng không đến, đó cũng là một cách nói. Có thể nào vì khát khao một vẻ đẹp không có thực, một vẻ đẹp xa vời như sao trời long lanh trên cao, một vẻ đẹp nếu bước tới sờ mó, đụng chạm lần nữa sẽ tan tành chẳng còn chi. Vâng, cái đẹp nào thì cũng mong manh, cũng chỉ nên đứng xa nhìn tới hoặc đứng dưới ngước lên. Nếu Băng không trở lại chỉ để tôn thờ những sắc bóng, những ảnh hình của kỷ niệm, hoặc để còn thú vị ngửi thấy hương hơi tóc áo Quỳnh ngày cũ thì... điều này chỉ có trời mới biết. Còn Quỳnh, Quỳnh không thể hiểu điều gì khác hơn là tình yêu trong Băng đã chết, đã đóng... băng. Băng, Băng, Quỳnh gọi nhỏ tên người yêu. Bộ anh biến thành một tảng băng thật rồi sao? Anh chỉ đóng băng trước tình yêu của em, còn với ai khác thì anh vẫn... tan ra phải không? Mùa tình để băng tan đã qua rồi giữa chúng ta sao anh? Quỳnh thì thầm những lời câm với cái bàn, cái ghế, bức tranh... và không dưng mắt Quỳnh đỏ hoe.

Đứa con trai ngồi đối diện Quỳnh bất thần đứng dậy. Nét mặt không dấu được vẻ tức tối vừa quăng nhanh một vài đồng trên bàn, vừa bước lại chỗ Quỳnh:

- Tặng cô cái hoa hồng này nè. Cô bồ tui lại cho leo cây nữa rồi. Chán chưa chứ.

Không cần chờ phản ứng của Quỳnh, đứa con trai nhún vai bước vội ra cửa. Nhìn đóa hoa đỏ sẫm, Quỳnh buồn cười liên tưởng đến trái tim vừa bi gai đâm của hắn. Đóa hoa bỗng nằm chơ vơ thấy tội. Khi người tặng ban phát không đúng chỗ, người nhận sẽ nhìn thấy món quà vô nghĩa biết bao. Đóa hoa có vẻ giống mình đó chứ, Quỳnh vụt nghĩ.

Quỳnh xót xa nhớ tới Băng. Băng đã không đến nghĩa là Băng không còn muốn nhận đóa hoa ấy nữa. Đóa hoa vô chủ rồi sẽ héo, sẽ tàn phai chóng vánh, có phải? Lần đầu tiên Quỳnh chợt thấy giận Băng ít hơn là giận mình. Đáng lẽ Quỳnh phải linh cảm, phải nhận ra buổi chiều hôm nay rồi sẽ xuống như thế này. Buồn bã. Cô đơn. Băng đã khác đi rồi. Mọi điều trong một năm trời không gặp mặt đều đã khác. Tình yêu một khi đã chết cũng có nghĩa là khép kín, bưng bít hình bóng cũ trong mộ tối ký ức. Cho dù Quỳnh có muốn trở lại tìm Băng, Quỳnh cũng không còn một cửa ngõ nào để len vào. Băng đã gài then những cửa về của Quỳnh mất rồi.

Vị chủ quán kiêm bồi bàn vừa đến hỏi Quỳnh cần gì nữa không. Quỳnh đã uống một ly cà phê đá và đã gọi thêm một ly sinh tố. Tự nhiên Quỳnh nghe đói nhưng lắc đầu, không buồn ăn. Quỳnh đưa tay lên nhìn đồng hồ, hơi ngạc nhiên là mình đã kiên nhẫn ngồi lại đây quá lâu.

Băng vẫn chưa đến hay không bao giờ đến? Quỳnh tự hỏi

và không muốn ngồi yên nữa. Khi Quỳnh vừa định đứng dậy trả tiền thì người đàn ông trạc tuổi Băng cũng vừa bước vào. Dáng dấp ông ta có vẻ giống Băng làm Quỳnh hơi khựng lại, mắt mở lớn nhìn Quỳnh không chớp. Ông ta đi nhanh về phía Quỳnh, khi Quỳnh sửa soạn đeo ví lên vai:

- Cô... cô...

- Gì thưa ông? Quỳnh hơi ngỡ ngàng.

- Sao vừa thấy tôi là cô vụt bỏ đi vậy?

- Ông này... vô duyên. Tôi cũng vừa định đi thì ông vừa vào cơ mà.

- Không phải tôi nhìn... ghê và nhát ma cô sao?

- Bậy. Quỳnh phì cười.

- A há. Cô đang buồn mà tôi chọc cười được là hay lắm đấy. Cô thưởng kẻ hèn này ly cà phê đi chứ.

- Buồn hay vui là chuyện người ta, sao ông biết? Ông chỉ giỏi đoán mò.

- Thì cô ngồi xuống đi, mình nói chuyện cho vui. Cô uống gì thêm, tôi xin mời cô nhé.

- Ông làm tôi thắc mắc ghê. Ông nói đi, sao ông biết con nhỏ này buồn? Bộ mặt mày tôi tang thương lắm hả?

Người đàn ông cười khì:

- Không, không tang thương lắm đâu. Chỉ hơi não nùng tí thôi. Những người đàn bà đẹp, quyến rũ đàn ông chúng tôi thường phải có một vài nét não nùng chứ.

- Ông thích... não nùng thì kệ ông. Tôi không thích não nùng đâu nhé, dù có thể tôi đang mang nó trên mặt mình. Thêm nữa, lúc này tôi chẳng thích ai tán tỉnh.

- Cô giận một người và ghét lây tất cả mọi người thì oan ức lắm cơ. Người đàn ông trầm giọng và chìa gói thuốc trước mặt Quỳnh:

- Cô hút đỡ loại này của tôi nếu cô thích. Xin phép cô tôi thèm một điếu bây giờ.

- Thuốc của ông ai thèm hút. Tôi có "Capri" ở trong bóp rồi. Ơ... mà sao ông lại rủ rê một người đàn bà hút thuốc nhỉ?

- Tôi biết cô hút thuốc "nhuyễn" lắm, một ngày có khi gần hai gói. Yêu cô vì thế có người bảo phải biết hôn cả cái gạt tàn thuốc của cô nữa.

Quỳnh trố mắt nhìn người đàn ông đang bình thản thả nhẹ những vòng khói lãng đãng. Mắt ông ta mơ màng, ngước hẳn lên trần nhà. Quỳnh thoáng để ý cổ áo ông ta bẻ thẳng lên thật giống tài tử gián điệp, có điều Quỳnh hơi lạ là ông ta coi bộ hành nghề thầy bói cũng giỏi.

- Xem chừng ông biết nhiều về tôi đấy chứ. Ông còn biết thêm điều gì về nó nữa thì nói thêm cho nó ngạc nhiên chơi. Ô, buổi chiều ở đây coi bộ cũng vui quá. Vậy mà suýt nữa tôi bỏ đi mất tiêu rồi.

Giọng người đàn ông đột nhiên trở nên xúc động lạ thường:

- Xin lỗi cô, bao giờ tôi cũng là người đến hơi trễ cả.

- Ông bước vào đúng lúc tôi vừa muốn bước ra, như vậy là thời điểm cũng khít khao lắm đó chớ.

- Vậy tốt. Coi như tôi đến vừa đúng lúc để còn kịp thấy cô. Bây giờ tôi bắt đầu tin vào định mệnh rồi đấy. Người đàn ông lại cười, lần này môi cười ông ta tỏa đầy ánh sáng, làm mát dịu khuôn mặt có nhiều nét khắc khổ.

- Chỉ những người có tính buông thả, không thích cố gắng làm một điều gì cả mới chụp vội hai chữ định mệnh. Tôi không công nhận hai chữ định mệnh trong nghĩa này. Tôi muốn mình phải tự lo liệu lấy mọi chuyện. Tôi muốn đặt niềm tin vào chính mình hơn là ở định mệnh. Tôi đâu thể cứ làm trễ nãi và hỏng mọi chuyện rồi đổ lỗi cho định mệnh.

- Cô tự tin nhiều đó chứ. Tôi thì không. Tôi mệt mỏi hơn cô nhiều.

- Đời sống vẫn hoài như thế này, vẫn quanh năm hạn hán đến khô cả người, nản chết luôn. Ở mà tôi cũng cố gắng đó chứ, nhưng hình như không thể làm điều gì khác hơn cô ơi. Tôi đâm lười, tôi ngồi chờ một cơn mưa định mệnh chớ biết sao.

- Sao ông than thở nhiều thế? Nếu ông cứ đâm lười chắc là ông sẽ còn bị hạn hán dài dài và hết cuộc đời biết đâu cơn mưa vẫn không đến?

- Tôi mong mưa lắm, nhưng chắc là số mệnh đã định sẵn như thế nên tôi vẫn phải chết khát hoài thôi.

- Tôi lại khác cô nữa rồi. Tôi thà chết khát chứ không thể uống thứ mình không thích.

- Nghèo mà ham. Không phải ông đang ở sa mạc sao?

- Tôi không tin cô dễ dãi như vậy. Dù chỉ để giải khát tôi biết cô cũng không nghĩ thứ nào cũng được cả đâu. Người đàn ông cười hiền lành, hóm hỉnh.

- A, sao lúc nào ông cũng nói như đi guốc trong bụng người ta vậy? Có thể ông chỉ giỏi bắt mạch. Tôi không tin ông biết được tôi.

- Cô nói đúng rồi đó. Mình đã gặp nhau lần nào đâu mà tôi biết cô chứ.

- Nếu chưa gặp mà chỉ nghe một người nào đó nói thôi thì khó đúng lắm ông ạ. Điều ông biết về tôi rốt cuộc coi như là ông chẳng biết gì cả.

- Cô lại nói đúng nữa rồi. Tôi có bao giờ dám thú nhận là đã biết điều gì về cô đâu. Thật ra tôi cũng có nghe một người nhắc hoài đến cô. Cô có muốn biết người đó là ai không?

- Ông muốn nói cứ nói. Bất cứ ai bây giờ cũng chẳng quan trọng.

- Cô lại nói khác những nghĩ tưởng trong đầu cô rồi. Tôi nghĩ ít ra là vẫn có một người quan trọng với cô chứ.

- Nếu có một người, người đó phải là tôi, một tôi bên trong này nè. Ông biết không?

Người đàn ông nhăn mặt:

- Nói chuyện với cô mệt tim ghê. Thôi được, coi như cô không còn muốn nhắc đến Băng nữa. Cô tức vì hắn dám cho cô leo cây chiều nay à?

Ngực trái của Quỳnh hơi nhói, nhưng Quỳnh khỏa lấp bằng nét cười lạnh lùng:

- Tôi biết ngay mà. Linh cảm của đàn bà khó lòng sai trật đi lắm. Còn nữa. Không phải Băng cho tôi leo cây như ông nghĩ. Trực giác tôi cũng biết Băng đâu hẹn hò gì với tôi chiều nay.

- Xin lỗi cô, chắc tôi dùng chữ leo cây không đúng lắm. Có điều nếu cô biết, sao cô vẫn đến? Không phải vì lời hẹn sẽ đến nếu lòng còn muốn gặp sau một năm?

- Bộ Băng tâm sự nhiều lắm về chuyện hai đứa tôi cho ông nghe sao? Kể ra ông cũng lạ. Sao không nói ngay ông là bạn của Băng cho tôi đỡ mất công?

- Cô hối hận vì đã mất thời giờ với tôi hay với câu chuyện giữa Băng và cô?

- Tôi muốn nói ông làm tôi đoán lung tung trong đầu. Ông hỏi tại sao tôi đến làm tôi cũng tự hỏi lại mình. Hình như tôi cũng không rõ làm sao mình đã đến. Có lẽ tôi hơi lãng mạn, chỉ muốn thăm lại kỷ niệm một lần cuối. Từ đây với tôi chắc chắn sẽ không còn màn hẹn hò kiểu này nữa. Đây là cuộc hẹn... cuối.

- Cuộc hẹn cuối? Hay lắm. Vâng, hay lắm, đúng lắm. Gặp được cô rồi chắc tôi chẳng còn muốn hẹn hò với ai nữa. Cảm ơn cô nhé. Cô vừa gieo cho tôi ý tưởng ngộ nghĩnh này. Tôi cũng nghĩ đây là cuộc hẹn cuối của đời mình. Một cuộc hẹn tuyệt vời chính tôi cũng không bao giờ ngờ trước.

- Ông... ông nói gì kỳ cục vậy? Ý tôi chỉ muốn nói tôi không bao giờ có một cuộc hẹn tương tự với Băng hoặc bất cứ ai. Trong một năm không ai chịu tưới nước hay nhọc công vun xới, thử hỏi có vườn kỷ niệm nào không héo úa, hoang tàn hả ông?

- Cô có vẻ đặt tên kỷ niệm hơi sớm đó nhé. Tôi tưởng vườn kỷ niệm nào cũng toàn cây trường sinh và hoa bất tử không chứ.

- Người ta nói xạo đấy ông. Bây giờ tôi phải gọi là vườn quên lãng mới đúng.

- Cô văn hoa ghê nơi. Vậy chắc lúc nãy cô thừa hiểu ý của tôi. Cô không muốn hiểu cũng không sao. Ờ, tôi bảo cuộc hẹn cuối sao được nhỉ, khi chính ra chiều nay chúng ta mới khởi sự cuộc hẹn đầu.

- Ông... thôi chắc là tôi phải về bây giờ. Giọng Quỳnh bỗng run run.

- Cô sợ tôi rồi hả? Nếu tôi ăn nói lạc đề làm cô sợ thì tôi sẽ nói vô đề vậy. Thằng Băng, bạn của tôi và người yêu cũ của cô bây giờ lại sắp làm em rể tôi rồi đấy. Dạo sau này dĩ nhiên không bao giờ hắn còn nhắc đến cô nữa, nhưng những điều hắn kể cho tôi nghe trước đó về cô thì cứ như in trong đầu tôi.

- Tôi tưởng Băng là người kín đáo, ít thích tâm sự với bất cứ ai chứ.

- Lâu, lâu lắm hắn chỉ nói một lần về cuộc hẹn mà tôi lại không quên, nhất là cái hình hắn đem ra khoe về cô. Tôi chắc chắn hắn không bao giờ ngờ tôi có thể tìm đến gặp cô chiều nay. Tôi cũng đâu hy vọng gặp cô, nhưng không hiểu sao tôi không thể nào không đến. Và tôi cứ nóng ruột chờ, như thể cuộc hẹn này là của tôi, cho chính tôi chứ không phải hắn. Kể cũng lạ.

- Đáng ra tôi không nên ngồi đây quá lâu. Dĩ nhiên lúc đó ông sẽ chẳng gặp tôi đâu.

- Thế mới nói. Tôi không quen thành phố này nên tôi cứ chạy lòng vòng, cô ạ. Địa điểm hắn nói hôm nào cũng mơ mơ hồ hồ, tôi không đi lạc sao được chứ. Cũng may cô vẫn chờ hắn, không thì kiếp sau tôi mới được gặp cô.

Người đàn ông nhấp một ngụm cà phê, nhìn Quỳnh đăm đăm:

- Tôi thấy cô hay hơn con Oanh, em của tôi nhiều. Tôi nói thật.

- Thôi, ông đừng kể chuyện của Băng nữa có được không. Ông cũng đừng thèm so sánh tôi với một ai khác. Tôi không hay như ông nghĩ đâu. Nếu hay có lẽ tôi đã không mất Băng.

- Mỗi người nhìn thấy một người một cách khác nhau. Tôi nghĩ Băng đui mù nên không thể thấy ra viên ngọc trai dưới đáy thẳm của biển đời. Tôi biết con Oanh thiếu bề sâu hơn cô nhiều nên em tôi chỉ là thứ đá cuội dành riêng cho loại đàn ông như Băng.

- Ông...

- Tôi không cố ý tán tỉnh hoặc làm cô hết yêu Băng đâu nhé. Cô cần thời gian để quên... Tôi biết...

- Ông đừng nói nữa, nhất là đừng tưởng tượng những điều thật đẹp về tôi. Tôi tầm thường và không ai yêu tôi nổi. Nói thật là tôi vui lắm khi biết Băng đang hạnh phúc với em của ông. Tôi không cao thượng, nhưng tôi muốn gửi lời chúc mừng, ông nhắn hộ được không?

- Được chứ. Đề nghị tôi sẽ làm phụ rể cho Băng, còn cô

làm phụ dâu. Nhé.

- Ông sao hay nói đùa quá hà. Thôi ông uống cà phê kẻo nguội. Tôi phải đi. Ngồi đây lâu quá rồi. Nhạc cũng vừa hết kìa. Tự nhiên nghe im ắng hẳn.

- Không, người ta đang thay băng mới đó. Người đàn ông nhìn Quỳnh say đắm, môi cười khó hiểu.

Quỳnh bước nhanh như chạy trốn ra khỏi quán hẹn. Một bản nhạc mới vui nhộn vừa đuổi theo sau lưng. Ngoài trời, gió cũng đang lao xao, đuổi bắt nhau giữa thinh không. Bất giác Quỳnh ngước lên cao, bắt gặp hai vì sao lóng lánh, nhấp nháy thật đẹp...

Bản Tự Thú
Của Mây

01 —

Giờ thì tôi xin quả quyết tình yêu có thật ở trần gian. Dĩ nhiên bạn có thể nhăn mặt.

Tôi cũng từng nhăn mặt như vậy.

Tôi không tin. Tôi vờ như không tin. Nếu tim có đập loạn xà ngầu, tôi đổ hết cho bệnh cao máu là xong.

Tôi cứ tưởng mình sẽ không tin hoài điều này. Tôi công nhận: Sự hoài nghi làm giết chết những cám dỗ ảo diệu của tình yêu.

Tôi cố tình hạ giá những rung cảm tuyệt vời ấy. Tôi tự cho mình là kẻ tầm thường nên không thể mặc khải được tình yêu. May ra chỉ có những vị cao siêu mới thấy được khuôn mặt đích thực của tình yêu. Chữ cao siêu hoàn toàn không ám chỉ đến mấy ông thánh, bà tiên cốt ở trên chín tầng mây, cũng như những vị thánh sống đạo hạnh ở dưới mặt đất này. Tôi vốn chơi thân với quỷ dữ, với phàm trần nên không lạ gì về những cảm thụ yêu đương nhạy bén của họ. Tôi thấy những vị này luôn luôn sẵn sàng từ khước được phong thánh để gắn vương miện tình yêu vào đỉnh hồn mình. Họ bất chấp tội lỗi đã đành, mà lắm khi còn dám thiết tha giụt phăng trái tim mình ra để tặng nhau chơi. Nhìn những trái tim móp méo, máu me..., thú thật tôi vừa ớn vừa lo cho trái tim giật lên giật xuống của mình. Tôi sẽ vui hay buồn hơn nếu lỡ làm rớt quả tim... không mấy tốt ấy? Một người nào đó sẽ nhặt lên nâng niu, ấp ủ vào mảnh tim của mình như một phương cách ghép tim tân kỳ hay như trò chơi "puzzle"?

Nếu gặp người... điên, chắc ông ta sẽ xách cổ trái tim tôi

phiêu lãng theo những ngõ ngách quanh co của tâm hồn mình. Lúc đó tôi sẽ ra sao? Tôi nghe nói có những "hình phạt" khá dễ thương của những kẻ yêu nhau. Tôi cũng nghe nói lúc đó (lúc bắt gặp tình yêu) người ta sẽ không còn chỉ huy được trái tim mình. Người có khả năng làm nghẽn hay thông van tim thường không phải là khổ chủ. Lạ chưa, một trong những hình phạt (dễ thương?) của tình yêu là mỗi người bị tước đoạt mất một nửa trái tim. Vậy người nào đang yêu, chắc chắn phải tức khắc đi tìm một nửa quả tim của họ. Nếu không... họ sẽ bị trừng trị. Mà thật, tôi không cường điệu lắm đâu khi cho rằng tình yêu là sự kết hợp hỗ tương cho dòng máu đỏ luân lưu, trôi chảy về tim. Hình như tôi vừa kinh hoàng nhận ra điều này không lâu!

Bây giờ tôi có thể đánh cuộc với bạn rằng tình yêu không nằm ở cõi thiên đàng xa lăng lắc. Nó cũng không ở tầng đầu, tầng cuối địa ngục gì ráo. Bắt chước tôi, bạn cũng không cần tìm kiếm đâu xa.

Điều mong ước được nhận ra bấy lâu chừ tôi đã gặp.

Tuy nhiên xin bạn hãy khoan chia vui với tôi đã.

Thật ra tôi chỉ nên nói điều này riêng mình. Tôi tung hê tình yêu theo cách ý của tôi, việc này đối với bạn chẳng nên phiền hà đáng để mắt. Nếu khơi khơi được nhấc bổng đến thiên đàng, nhìn quanh nhìn quất không thấy người mình yêu, tôi có bỏ về trần thế hay mon men xuống địa ngục thì việc đó cũng chẳng hề quan trọng với bạn.

Ý tôi muốn nói cái người này gọi là tình yêu, chắc chỉ người nọ hiểu được. Tình yêu huyền nhiệm lắm, bạn không nhớ người ta vốn bảo thế sao?

Vì thế, điều tôi nhận ra hay bắt gặp là của chỉ riêng tôi. Ở điểm này thì bạn không thể bắt chước tôi để cảm nhận đúng và đủ đâu.

Tôi cảnh cáo bạn đấy.

02 —

Thật ra tôi cũng không có quyền bảo rằng thứ tên gọi say đắm của bạn chưa thể gọi là tình yêu được. Điều này tốt hơn nên để một nửa của bạn cộng với nửa người kia lo liệu với nhau. Một nửa? Tôi vừa cắt bạn ra một nửa và trông bạn thất thần thiếu máu thế kia, vậy chắc bạn sẽ không qua nổi mùa trăng này nếu không mau mau ráp nửa kia vào.

Vâng, nếu mất "nửa kia" mà bạn vẫn sống phây phây thì không thể gọi là tình yêu được. Tình yêu đồng nghĩa với sự sống đấy bạn ạ. Tôi không nhớ câu này nhà thơ, nhà văn tình yêu nào nói nhưng khó lòng sai trật. Không tin bạn thử đánh mất người yêu một lần thì sẽ thấy đầu, mình và tứ chi trở nên tật nguyền, sứt mẻ, què quặt ra sao. Nếu yêu thật sự, tôi chắc bạn sẽ khó lòng sống nổi.

Không thấy người bạn bị tách đôi, phân hai nghĩa là bạn đã thoát khỏi thứ độc dược thần kỳ của tình yêu. Thoát, vì bạn và người yêu chưa ở cùng một hơi thở.

03 —

Người yêu của tôi đúng là giỏi thuật thôi miên nên khi mắt chàng nhìn vào mắt tôi ra lệnh: "Yêu đi... yêu đi" là tôi vụt lim dim mơ màng "nếm thử thương đau."

Lãng có một lối tỏ tình chẳng giống ai cả. Đành rằng thế. Trên đời này có lối tỏ tình nào giống nhau đâu nhỉ. Tôi gọi đùa là lối tỏ tình sấm chớp hay lửa cháy. Lãng nói khi đột ngột áp môi mình vào môi tôi ngấu nghiến: "Thèm uống em một hớp quá đi. Anh khát em Thủy ạ." Đó là lần thứ hai tôi và Lãng gặp nhau.

Lần đầu trước khi chia tay, Lãng chỉ dám áp nhẹ vào lòng bàn tay tôi. Vậy mà tôi cũng đủ thấy những mạch máu trên tay Lãng chạy lăng xăng rồi đành thỏa hiệp... trong túi quần. Lãng gọi tên tôi bất ngờ khi tôi đã bỏ đi một khoảng ngắn. Đó là tiếng thì thầm dịu dàng trộn lẫn thứ hơi thở dồn nén cảm xúc. Không hiểu sao lần này tôi bỗng muốn chạy lại và tan nhanh trong hai mắt của Lãng.

Một hồi, Lãng lặng lặng nói tiếp: "Đời anh vốn hạn hán quanh năm suốt tháng, nhờ trời tên em là Thủy nên đời anh may ra được xanh tươi đôi chút. Ờ... mà nghĩ cho cùng anh có còn bao nhiêu thời gian để cho em đâu."

Tôi nhìn đôi mắt chực u uẩn của Lãng, cố trả lời băng

quơ: "Ơ hay, anh có phải là cỏ đâu mà ví người ta như cơn mưa."

Lãng cười nhếch môi: "Một thứ cỏ khô, một thứ cỏ cháy không ra gì. Trong khi đáng ra em xứng đáng gặp một cánh đồng cỏ non mới phải".

Tôi nhún vai, tỏ vẻ cóc cần như một kẻ đang thú vị trên cành cây cao và không màng đến chuyện chạm xuống mặt đất vội. Trong thế lơ lững đó, tôi vừa chơi vơi nghĩ đâu phải chỉ mình tôi mang sinh khí đến cho Lãng. Nếu tôi có tưới một chút trẻ trung tươi mát lên người Lãng, thì nội công việc nhận lãnh vui sống của Lãng cũng đủ làm cho đời sống tôi trở nên có ý nghĩa.

Đôi khi tôi có cảm tưởng Lãng vừa cảm nhận tình yêu của tôi một cách sung sướng có pha trộn buồn phiền.

Lãng buồn phiền điều gì hình như tôi không rõ lắm và tôi chỉ biết rõ đã làm hồn tôi nhói đau. Tôi đã hơn một lần nói với Lãng: "Rồi thì anh sẽ được xét xử công bằng. Lần này chính em sẽ đứng ra kiếm luật sư giỏi biện hộ cho anh. Tại sao người ta có thể nghĩ anh đã chủ mưu giết vợ trong khi chính anh cũng suýt bị tan xác trong chiếc xe đó?" Lãng trả lời lạnh lùng: "Lý do đơn giản là anh vẫn còn sống và vợ anh thì đã chết. Ngoài ra trước đó, khi bả còn sống, bọn anh cũng chẳng hạnh phúc gì. Bọn anh đã ly thân hai lần, họ biết cả." Tôi hơi tròn mắt nhìn Lãng: "Nhưng lúc đụng xe thì anh và vợ anh đang du lịch tình tứ lắm kia mà." Lãng tránh ngay ánh mắt dò hỏi của tôi, nhíu mày, ném cái nhìn khó chịu vào khoảng không: "Chính vì vậy họ càng nghĩ rằng anh đã dàn xếp một ngày đẹp trời mùi mẫn như thế. Ngay cả việc vụ anh lơ là không gài dây an toàn cũng đều nằm trong dự liệu độc ác của anh nữa cơ." Tôi gằn giọng: "Vô lý, tại sao anh cần phải giết vợ trong khi nếu thấy không hạnh phúc, anh chỉ việc ly dị bả là xong. Đằng này ít ra anh và vợ anh cũng đã cố gắng, đã giằng co nên chỉ mới ly thân..." Lãng cười chua chát: "Chuyện đời mà em. Biết đâu người ta nghĩ rằng anh ham tiền, anh muốn chộp của hãng bảo hiểm một mớ tiền. Cứ y như chuyện ông chồng giết vợ lúc bả đang mang giọt máu mình trong người. Có ai ngờ được là trong một buổi dẫn vợ đi học lớp "child-birth", ông chồng đã có thể cầm súng bắn chết vợ. (Và dĩ nhiên là đã không màng đến sinh mạng đứa con trong bụng). Đã vậy ông ta còn quay súng bắn vào người mình bị thương trầm trọng."

Lãng dừng lại như dằn xúc động rồi thở dài: "Mà thôi, anh cứ coi như trong cái xui có cái hên là anh đã gặp được em." Tôi nhìn người đàn ông trong bộ áo tù màu xanh biêng biếc da trời, như khiêu khích, như mời gọi nỗi thèm muốn được nhìn thấy màu trời đã hoàn toàn mất hút. Tất cả đã ở ngoài những chấn song đời giam hãm rồi còn gì. Thứ áo màu xanh mà Lãng đang mặc trên người đã che khuất khoảng trời xanh mơn mởn ngon lành ngoài kia, đã nhốt kín những ước mơ phiêu lãng tự do. Bây giờ Lãng chỉ còn thấy được màu xanh trong veo ấy trong những mường tượng có khi dấy lên từ giếng mắt tôi. Lãng bảo vậy. Và giọng Lãng đôi khi pha lẫn những xót xa dù chàng rất giỏi che dấu hoặc ít thích than thở: "Màu xanh của một ngày nắng đẹp đã không còn nữa. Nhưng cũng chẳng sao. Kể cả ông trời xanh trên cao cũng chẳng còn nghĩa lý gì với anh." Rồi Lãng cười hồn nhiên như trẻ thơ không hề vướng víu lụy trần: "Ông xanh ấy ỷ ở trên cao rồi cứ thích chơi tay trên. Nói thật ông ấy có muốn nhảy xuống đây dẫn anh cùng đi chơi trên cao kia, anh cũng chẳng thèm đi. Anh đâu muốn leo lên cao để ngồi trên đầu trên cổ thiên hạ, rồi bắt thiên hạ chịu cảnh hàm oan. Anh bị oan, em có biết không?"

Nghe Lãng nói, tôi bỗng thấy tội nghiệp Lãng vô cùng. Tôi an ủi Lãng: "Em hiểu, em hiểu anh là được rồi." Lãng thở dài: "Nhưng còn bản án, bản án ấy không thể dành cho em được. Em không nên yêu người sắp đeo vào người một thứ bản án nặng nề, vì chính em cũng sẽ bị bản án ấy trói buộc cả cuộc đời son trẻ của mình".

Tôi bảo với Lãng tình yêu của tôi nhất định thách thức mọi lời khuyên bảo. Tôi bất chấp mọi hình phạt vì tội "yêu đương không phải cách" và hơi thái quá của mình. Hình phạt đầu tiên là khoảng cách. Chúng tôi không được quyền gặp nhau như lòng muốn. Mỗi đứa đều phải tập tành dỗ dành nỗi nhớ quay quắt. Hình phạt kế tiếp và cuối cùng là tôi đã tự chôn sống đời mình vào những chấn song tù hãm của Lãng.

Gặp Lãng lần thứ nhất (sau một thời gian quen biết, trao đổi qua thư từ) tôi nhận ngay một điều là mình đã sẵn sàng. Tình yêu (điều mà tôi vốn đinh ninh là vắng mặt ở cuộc đời bệnh hoạn này) bỗng hò reo, nhảy cởn, lên đồng theo nhịp đập của trái tim. Tôi không muốn lao đao cũng phải lao đao. Chúng tôi gặp nhau và yêu nhau như một tiền thời lưu kiếp, như một "nợ nần" đã lâu và bây giờ... lai sinh. Thú thật tôi không dám nghĩ đến điều gì sẽ xảy đến ngày mai. Tôi không dám hy vọng và chỉ biết vùng vẫy khỏi những ngột ngạt của một tương lai bưng bít, thiếu ánh sáng... Lãng làm gì được cho tôi, cũng như tôi làm gì được cho Lãng để thoát khỏi thứ không gian tù đày. Chúng tôi chẳng có gì cả, ngoài tình yêu là những đồng cảm kết hợp cho nhau một sinh khí để được sống và sống được.

Tôi biết tôi không nên ngồi đây tưởng tượng đến sự tàn rụng của một bông hoa khi hoa tình của tôi và Lãng chỉ vừa hé nở.

04 —

Lần thứ năm gặp Lãng tôi không còn đóng vai một người tình bé nhỏ. Tôi đã nhờ luật sư lo để trở thành hôn thê của Lãng. Điều này không hề làm thay đổi bản án sẽ được hành xử trước vành móng ngựa nay mai.

Lãng sẽ bị bản án chung thân hay tử hình theo luật lệ của tiểu bang thì tôi cũng đã chuẩn bị để đứng bên cạnh Lãng. Việc tôi quyết định sẽ lấy Lãng không hẳn vì tôi tin rằng Lãng sẽ được tòa tha bổng, trắng án. Tôi lấy Lãng vì lý do tồn tại của tôi bây giờ là phải nhờ đến sinh khí của người yêu tôi ban phát. Tôi chỉ làm quyết định này sớm hơn để Lãng được phép gặp tôi (trong tư cách hôn thê) bốn tiếng mỗi tháng.

Vâng, mỗi tháng Lãng và tôi bên nhau được bốn tiếng. Chúng tôi được lãnh ân huệ dùng chiếc "trailer" để chuyện trò, ôm ấp. Không xa lắm là bóng dáng khệnh khạng của gã cảnh sát đi tới đi lui. Dĩ nhiên lúc nào chúng tôi cũng cảm thấy mình bị vây khổn. Quanh chúng tôi đâu đâu cũng mọc lên những con mắt kiểm soát. Những con mắt ấy len vào ở những môi hôn, làm chàng và nàng thay phiên nhau khựng lại ngơ ngác để kịp nhận ra người yêu mình đang nhắm nghiền mắt say đắm.

Gạt bỏ thứ máu lạnh lừng khừng chiếm trên dưới 80%, Lãng chỉ còn lại khoảng 20% máu nóng của những con người hiện sinh. Vậy mà không hiểu sao tôi vẫn thấy cách biểu tỏ (không đượm chút màu mè cải lương) một sức ngấm kỳ lạ. Môi Lãng vẫn có những bùng nhiệt hạ đỏ, sưởi đốt môi tôi mùa đông băng giá hoặc biết đâu Lãng cũng nghĩ ngược lại về môi tôi như thế. Nỗi thiêu đốt của chúng tôi quay theo quỹ đạo huyền bí của mặt trời tình yêu. Lãng bảo (đôi khi trong mỗi lời nói của Lãng được bào chế theo công thức ngọt mà chua): "Môi em ngon ngọt như cây kem nhưng chỉ tiếc rằng em đã gặp phải cái lưỡi tê điếng." Tôi biết Lãng vẫn phải dùng lối nói (hơi đối nghịch) như vậy để chống lại những dằn vặt đớn đau nào đó trong lòng. Vì thế với Lãng, tôi không hề có hoặc đã bị tước đoạt mất sức kháng cự để có thể vừa tìm môi nhau tan chảy hân hoan, dù chỉ khoảng 30 giây sau đó, mặt chàng trở thành hiu hắt như đắm chìm vào một cõi giới không hề có nàng. Lúc nàng chưa tỉnh hẳn vì lỡ bơm quá liều thuốc mê cho tim nhỏ của mình thì chàng đã vụt tẩu thoát ra khỏi địa cầu. Lãng vẫn thích "biến bay" như thế rất lâu, khi cơn mưa buổi chiều bất ngờ nhả xuống và tôi lặng lặng đặt nhẹ lên môi Lãng điếu thuốc vừa đốt.

Tôi nghĩ cần phải có một thứ máy điện tử hết sức tân kỳ nào đó mới đo lường nổi đầu óc Lãng.

05 —

Gặp tôi bất ngờ ở hành lang, vị luật sư của Lãng bỏ thông lệ chào hỏi, kéo ngay tôi qua một góc và vô đề:

- Cô vào gặp ông Lãng phải không? Tôi vừa mới gặp ông Lãng của cô xong. Hôm nay hắn ta bỗng câm như hến. Chỉ trả lời tôi bằng cái gật đầu hoặc lắc đầu không thôi.

Nhìn nét mặt lộ đầy bực dọc, trái tim khá nhạy bén của tôi vụt bồn chồn lên tiếng:

- Dạ vâng. Mà có chuyện gì vậy ông Johnson?

- Mệt rồi. Chỉ có một vài dòng ông Lãng viết trong tấm

"carte" gởi cho bà bảo trợ mà người ta cũng phanh phui rồi mổ xẻ tùm lum.

- Điều gì mới được chứ? Tôi hỏi cộc lốc.

Ông Lãng bảo với bà ấy, bà Christina ở Philadelphia, là chuyến về thăm bà ta kỳ này, ông ta nhất định bắt bà xã phải thắt dây an toàn đàng hoàng. Ông Lãng thú nhận trong thư là biết tánh vợ ông ta lúc nào cũng đãng trí vụ này mới chết chứ.

- Thì sao, thì... đã sao chứ? Tôi nói lắp bắp.

- Người ta nghĩ biết đâu ông ấy lợi dụng sự đãng trí của vợ ông ta đó, cô.

- Nếu quả ông ta có âm mưu như thế thật, ông ta dại gì bàn đến chuyện ấy trong thư chứ.

- Âm mưu như thế chỉ có trời mới biết. Có điều thái độ uể oải, mệt mỏi và thiếu hợp tác của ông ta làm tôi nản. Tôi không thể giúp ông Lãng được nhiều nếu ông ta không chịu mở miệng. May ra cô đi gặp ông ta thử coi.

- Chính tôi có lúc cũng phải tôn trọng sự im lặng của ông ấy. Người ta cho tôi gặp Lãng một tháng một lần bốn tiếng như ông biết, vậy mà tính ra có lúc Lãng ngồi im gần cả ba tiếng. Kể ra được gặp nhau là tốt rồi phải không ông?

- Họ tốt với bọn cô cũng có lý do cả đấy. Họ nghĩ rằng những tội phạm một khi đã xây dựng được một liên hệ tốt lành thì khi thoát khỏi trại tù, họ sẽ dễ dàng hòa đồng vào với xã hội. Họ sẽ cố sống một cuộc đời đàng hoàng, biết tu chỉnh hơn.

- Tôi hiểu. Nếu không, tội gì người ta phải đóng thuế vào khoảng chi tiêu này. Nhưng Lãng vô tội. Tôi tin rằng Lãng vô tội và ông phải ráng biện hộ cho Lãng vì ông cũng tin như thế nữa phải không?

- Chuyện tôi tin hay không đâu có gì quan trọng. Tôi hành nghề luật sư mà cô. Những vị đạo đức giả hay đạo đức thật ngoài kia, những nhà đạo đức nói chung chung, tóc xanh hay bạc tóc, chắc cũng biết là không cần thiết phải đặt vấn đề lương tâm, lương tri... đối với tôi. Tôi ngụy biện hay biện luận giỏi, tôi ăn tiền. Có thế thôi.

- Vâng... vâng, tôi biết. Một luật sư giỏi theo đúng chức năng nghề nghiệp đều tìm cách biện hộ cho cả những tên sát nhân, những phường trộm cướp. Ông vốn nổi tiếng nhờ vào những vụ độc đáo này.

Ông Johnson bỗng sực nhớ điều gì, đưa tay nhìn đồng hồ:

- Chắc cũng đến giờ họ cho cô vào gặp ông Lãng rồi đó. Nhớ nói là bận sau tôi vào, ông ấy làm ơn mở miệng giùm.

Tôi lí nhí gật đầu và lầm lũi bước đi. Lãng hiện ra với đôi mắt đờ đẫn. Lần đầu tôi nhận ra đôi mắt Lãng buồn quá. Buồn đến nỗi làm người nhìn phát khóc. Lãng nói thật khẽ trong điệu bộ vô hồn:

- Đáng ra em đừng vào thăm anh nữa. Em nên tới một khoảng không gian nào vui nhộn hơn mới phải. Gặp mặt anh... nản chết.

Anh, anh sao vậy? Tôi bàng hoàng hỏi, khi thoáng nhận ra sức sống trong người Lãng đã đến hồi rệu rã, xụi rụi. Ngay cả những nỗi xúc động thường có cũng đã chết tiệt đâu đó. Lãng ngồi bên cạnh tôi như chỉ còn một khung xương. Khung xương này như sẵn sàng gãy đổ bất cứ lúc nào vì thần trí dường như đã biến bay. Nói cách khác Lãng không hề kiểm soát được những điều Lãng nói. Tôi ước gì những lúc này Lãng cứ im lặng, và chỉ ngồi nắm tay tôi là đủ.

Tôi trách nhẹ Lãng:

- Sao tình yêu em dành cho anh không thể đỡ nổi những cảm giác đau đớn nào đó trong anh hả Lãng?

Lãng cười buồn:

- Thôi... em đừng yêu nữa, có được không. Quên hết đi. Anh có thể bị kết án tử hình đấy, luật của tiểu bang Virginia này mà em. Em tôi dại quá, bộ hết người sao yêu tên tử tội?

Tôi hét lên:

- Anh không hiểu gì về tình yêu cả. Anh chỉ giỏi nói bậy nói bạ.

Lãng đưa tay ôm lấy tim mình:

- Để rồi em coi. À... mà hôm nay anh yếu lắm nha. Hôm qua anh còn đỡ, vậy mà gặp bác sĩ còn bảo người anh như miếng thịt thối. Không, ông ta bảo bệnh trạng anh thuộc về nội thương cơ. Anh thì nhất định đòi cho được một mớ thuốc. Anh bảo tôi sắp sụm xuống như một thân cây mục rã, ông không thấy sao?

- Anh đang uống thuốc gì vậy? Để coi anh có bị dị ứng không, sao anh nói chuyện làm em chán quá hà.

- Thuốc bổ... thận, chịu chưa cô? Nói em nghe cho vui, hôm nay có ông bác sĩ về bệnh học được mời đến gặp anh đó em.

- Nói chuyện với ông ta có gì vui không anh? À, sao anh không chịu mở miệng nói với ông Johnson?

- Ai cũng vậy, anh bây giờ chỉ thích cười chứ có nói gì đâu em. Còn mở miệng với ông Johnson chán chết. Anh chả bảo với thằng cha bác sĩ là anh không mắc bệnh tâm thần đâu.Anh chỉ muốn ngao du, muốn lang thang như mây. Ai cũng muốn được bay đi, chứ ở đây tù hãm quá. Anh cũng vậy, chỉ muốn được giải thoát...

- Anh giải thoát sao được mà giải thoát. Anh cứ thích nói bậy. Em không muốn nghe nữa.

Lãng cười hiền lành, ra điều sẽ không nói như thế nữa. Rồi như để chứng tỏ hệ thần kinh của mình còn làm việc, Lãng ôm hôn tôi thật nồng nàn. Lâu lâu Lãng vỗ vỗ vai tôi, định nói một điều gì rồi chợt im. Cho đến khi người Lãng cơ hồ không đứng nổi, Lãng mới vụt ôm chặt lấy tôi trong vòng tay đã không còn đủ sức để ôm chặt. Môi Lãng vẫn nở nụ cười dịu vợi: "Có lẽ anh sắp chết tới nơi nhưng em hãy bình tĩnh. Những viên thuốc đã chui vào ruột non ruột già của anh rồi sẽ giúp em chấm dứt mọi ưu phiền. Anh cám ơn những tha thiết, hy sinh của em. Cho anh xin lỗi đôi mắt em vì anh đã không dám hỏi ý kiến nó. Anh muốn em nhìn thấy rõ một điều là tình yêu có thật đó chứ. Vì nó có thật nên anh không muốn em bị ràng buộc, khổ lụy đời mình vào với bản án chung thân hay tử hình của anh. Em hiểu không Thủy ơi..."

Tôi đã lắc đầu nguầy nguậy, vì làm sao Lãng có thể bắt tôi hiểu được. Hình như không ai hiểu rõ được tình yêu là gì cả, cho đến khi cái đẹp ấy biến mất đi. Như tôi lúc này với khoảng không rợn vắng và người tình rồi cũng bay đi như mây...

Lạc Bóng

Buổi chiều trôi qua khá lặng lẽ - Nỗi êm ả quạnh hiu của một người muốn trở nên vô tích sự, sẵn sàng hất tung mọi công việc dồn đuổi trước mặt - Hình như mùa hè vừa chở nắng thả từng sợi vàng trên vũng lá xanh và gió trườn lên bụi cây những luồng hơi thở nóng bỏng. Tôi ngồi lơ ngơ ở vườn sau. Tôi một mình và không hẳn bao giờ một mình cũng buồn bã cả đâu. Đã bao lần nhìn chiều xuống một mình và tôi đã yêu nỗi-một-mình ấy biết mấy. Một nỗi cô độc tuyệt vời để mình có thể hòa nhập trọn vẹn với trời đất.

Buổi chiều rồi lại buổi chiều, đã có vô số buổi chiều đến muộn bên tôi như thế, vậy mà chiều nay chỉ mình tôi là không còn trẻ nữa trong khi buổi chiều sao chẳng bao giờ có ngày sinh nhật. Bước vào nhà tình cờ bắt gặp chén cơm nguội và một đôi đũa. Đột nhiên tôi đụng ngay cảm giác một mình khá khó chịu. A, hình như ai cũng đã bỏ tôi mà đi. Cảm giác một mình lúc này là thứ cảm giác bị cuộc đời và mọi người ném quên lại. Nó hoàn toàn không giống những lúc tôi ngồi một mình và không cảm thấy nghĩ ngợi gì hết, hoặc ngồi một mình và thú vị với nỗi riêng lẻ của mình.

Bây giờ tôi biết rõ một điều: cô độc chắc chắn chẳng hề hấn gì, nhưng cô độc và cô đơn thì không thể yên ổn được, phải tìm cách lấp đầy cách này cách khác. Tôi xuống phố như lấp vào lỗ hổng ấy. Bạn tôi lên giọng: "Mày đi xuống phố để phá tiền hay phá đời?" Tôi cười cay đắng: "Cả hai. Phải điệu đàng một tí thì mới có thể phá đời được chứ."

Ngày mùa hạ dài như những nụ hôn tham lam không muốn dứt. Hình như ngày càng dài, đêm càng thu ngắn lại của tôi những cơn mơ đẹp. Đã hơn tám giờ tối mà môi cười của nắng vẫn rỡ ràng. Cuối tháng sáu nơi tôi ở bãi đậu xe vẫn bít bùng, không thiếu những người lười đi nghỉ mát xa nhưng vẫn toàn là những khuôn mặt lạ. Vâng, bao giờ cũng vẫn thế: những khuôn mặt lạ trong thành phố đã khá quen thời tiết.

Thật tình tôi đã ở trong thành phố này quá lâu, đến nỗi cảm giác của tên nhà quê đi lạc vào một thành phố cực lớn ở Mỹ như giai đoạn đầu mới đến đã không còn ám ảnh nữa. Dù vậy, không hiểu sao tôi vẫn là đứa lạc lõng, luôn luôn bị thất lạc trong cái thế giới ở đây. Đã quá lâu mà người khách lạ năm xưa vẫn chưa tìm thấy đường về một chốn nào cho bớt lạ lẫm. Có phải tôi mãi mãi là một kẻ lạ trong một thành phố sẽ mãi mãi như bị thất tung?

Khi tôi bước vào bậc thứ nhất của chiếc thang máy để đi xuống cửa hàng ở tầng trệt, thì hình như ông ta vừa bước gấp rút thành hai bậc để đi lên. Cả hai chúng tôi đi ngược lại với nhau, như lũ kiến vẫn thường đụng đầu nhau kiểu ấy. Có điều tôi vừa kịp thấy hai mắt người đàn ông tỏ vẻ trố mắt nhìn thì chúng tôi mỗi người đã một hướng. Tôi cũng chỉ kịp bắt gặp một dáng dấp thật cao, với hai con mắt khá buồn và khá đẹp. Vậy thôi, không một linh cảm hay một bận tâm nào cả. Cho tới khi tôi giật mình vì một tiếng gọi sau lưng:

"Cô... cô... xin lỗi... "

"Dạ... chào ông. Có chuyện gì không ạ?" Tôi hơi chới với nhận ra hình như ông ta vừa đuổi theo mình.

"Ồ, tôi chỉ tưởng cô là... Yến." Giọng ông ta trầm xuống, hơi lúng túng.

"Vâng, tôi là Yến nhưng tôi không hề biết ông." Tôi trả lời khá mạch lạc, dù không thể tin có sự trùng hợp hi hữu như vậy.

"Vậy hóa ra cô cũng tên Yến giống như cô bạn cũ của tôi hồi ở Việt Nam thật sao?" Đôi mắt bi ve của người đàn ông bỗng xoáy tròn vào người tôi.

"Kể ra ông phát âm chữ Yến rõ đấy chứ. Bộ ông thấy tôi giống cô ta lắm sao?" Tôi hơi tò mò.

"Mới loáng thoáng thì như thế thật. Cô ấy cũng mái tóc ngắn thẳng mượt, đôi mắt một mí hơi xếch có đuôi dài. Nhưng mà chắc cô trẻ hơn. Vì đã một phần tư thế kỷ rồi còn gì, tôi cũng đâu được gặp lại cô ấy." Người đàn ông tóc vàng thả giọng trầm đục như một lời thở than.

"Ông ở Việt Nam lâu không và lần cuối..." Tôi nhìn đăm đăm vào sóng mũi cao thẳng của ông ta, như một né tránh đôi mắt đã có những vết chân chim nhưng rất ướt át ấy.

"Hình như là không lâu lắm, nhưng đủ để yêu mến quê hương khốn khổ của cô cũng như quá đủ cho một mối tình diễm ảo sau lưng." Hai mắt người đàn ông long lanh.

"Và lần cuối... ông rời Việt Nam lúc nào?" Tôi hỏi và tự nhiên bỗng thấy có một điều gì đó khá gần gũi với ông ta.

"À quên nữa. Nói ra không biết cô có tin không, chứ thật tình tôi là một trong những người lính trẻ đã bốc dòng người di tản trên nóc nhà của tòa đại sứ năm 75." Người đàn ông tỏ vẻ thích thú khi nhớ lại.

"Nhưng mà cô Yến của ông thì sao? Có phải đó là mối tình diễm ảo mà ông nói?" Tôi chợt cau mày.

"Yến sinh ra trong một gia đình khốn khó, đông con mà lại quá nhiều rào cản. Tôi yêu cô ta cuồng nhiệt, nhưng tôi biết rõ một điều là cô ấy khó lòng từ bỏ gia đình." Ông ta thở dài nói tiếp.

"Sau này tôi không còn biết số phận của cô ta ra sao nữa, dù một đôi lần tôi có tìm cách dò hỏi."

"Những mối tình trong thời chinh chiến thường là vậy. Chúng ta đến với nhau và rồi thất lạc nhau trong khói lửa, trong đời sống không có ngày mai." Tôi chép miệng.

"Có lẽ tôi không sốt sắng đủ trong việc tìm kiếm Yến, vì tôi nghĩ biết đâu Yến đã lập gia đình rồi. Nếu không, cô ấy tìm tôi chắc chắn dễ dàng hơn nhiều."

"Và ông, chắc gì ông nhớ cô ta mãi, phải không?" Tôi hơi bông đùa.

"Về Mỹ, có lúc tôi đã muốn quên những đoạn đường tôi đã sống ở đất nước cô. Tôi như bị mang bệnh tâm thần một thời gian, phải đi bác sĩ trị liệu đó cô."

"Ông bị ám ảnh về những cái chết không nhắm mắt của bạn bè chứ gì"

"Nói ra không thể hết được đâu cô. Tôi may mắn thoát chết trong đường tơ kẽ tóc. Chỉ bị thương xoàng ở chân, nhưng bàn tay tôi thì bê bết máu." Ông ta nhìn xuống mũi giày khá bóng loáng của mình, cố che giấu những bất ổn nào đó và giọng nói trở nên khàn đục hẳn:

"Những nạn nhân mặt mày quá sức non choẹt này chỉ đáng em út hay cháu của mình là cái chắc. Đếch biết mấy cái đầu sỏ ở trên nghĩ gì về chiến tranh."

"Mà thôi nữa. Nhắc đến chuyện cũ cũng chẳng có gì vui. Hôm nay là sinh nhật của tôi đấy. Tôi phải đi mua một ít quà cho chính mình mới được." Tôi dợm người tỏ vẻ muốn chia tay, nhận ra bàn chân mình hơi mỏi vì đứng dàn cờ khá lâu.

"Ồ xin lỗi cô. Nãy giờ mải nói chuyện, tôi đã giữ cô đứng đây quên luôn shopping. Rất hân hạnh được trò chuyện với cô nghe cô Yến. A, tên tôi là John. Tôi đã tình cờ được biết tên cô, thì cô cũng phải biết tên tôi mới công bằng chứ." Vừa nói John vừa đưa tay cho tôi bắt, một cách lịch sự. John cũng không quên rút ra tấm carte và tặng người đối diện cái nhìn ấm áp, đầy thiện cảm.

"Chúc mừng sinh nhật. Sao lại đi mua quà cho mình là thế nào? Nếu cô cho phép tôi sẽ vào ngay tiệm Hallmark này mua tặng cô cái bong bóng thật đẹp. Dù gì cô cũng đã giúp tôi trút bỏ được cái bầu tâm sự, mà từ lâu không biết tỏ bày cùng ai." John có vẻ khẩn khoản làm tôi khó lòng chối từ:

"Cũng được. Tôi sẽ đóng trọn vai cô Yến giùm ông cho hết chiều tối nay. Ông vào đi, tôi tạt qua tiệm áo quần bên cạnh một chút sẽ gặp lại nhé." Tôi cười hiền từ như một bà tiên nhân ái.

"Cảm ơn cô. Nếu xong trước tôi sẽ ngồi ở cái ghế dài dài kia nghe. Cô cứ tự nhiên chọn thử cho vừa ý. Tôi cũng đã quen chờ vợ tôi như thế rồi, không sao đâu." John có vẻ thành thật và điều này làm tôi khá yên tâm, tự nhiên.

Khi tôi ra khỏi tiệm, John vừa ngồi đợi vừa ôm cái điện thoại cầm tay. John đưa tay vẫy, ra dấu cho tôi ngồi xuống cùng một chiếc ghế, miệng nhanh nhẩu như đang tìm cách cúp máy:

"Cưng đến ngay nhé. Lái xe chỉ mất năm bảy phút chứ

mấy. Có thể cô ấy cũng còn có mặt ở đây, có gì em sẽ chúc mừng sinh nhật cô bạn mới của chúng ta luôn. Bye nha cưng."

Quay sang tôi, John liến thoắng đánh tan ngay những đám mây dọ hỏi trong mắt người đối diện:

"Tôi vừa khoe bà xã tôi về cô đấy. Ủa, sao cô không mua gì hết vậy. Đàn bà đi phố mà về nhà bằng tay không thì cũng hay thật. Đây nè, quà sinh nhật mua vội để làm quen thôi nhé." John nheo mắt mỉm cười, có vẻ chờ xem phản ứng của tôi trước món quà trẻ con: Chiếc bong bóng có hình búp bê Barbie, một con gấu trắng nhỏ nhồi bông có khắc chữ: "My Friend" và một hộp kẹo chocolate.

"Tiệm đang chuẩn bị đóng cửa rồi. Lại thấy ông đang chờ nên tôi cụt hứng. Cảm ơn ông đả mua tặng quá nhiều quà... con nít. Ông làm tôi tưởng mình trẻ lại thật cơ." Tôi vô tình chạm vào tay John, nghe cảm giác rần rần, và chiếc bong bóng vụt bay lên khá cao.

John nhảy lên chụp lại và cười khúc khích một cách khoái chí:

"Chiếc bong bóng đẹp thế này mà cô làm bay mất uổng quá"

"Phải, ông nói đúùng. Nhưng nếu vào tay người không biết giữ thì nó vuột mất cũng phải. Tầm tay tôi hình như chỉ giữ được những chiếc bong bóng xì hơi bay không nổi, nằm la đà trên mặt đất mà thôi."

"Cô bi quan quá làm sao giúp tôi nổi. Tôi vừa có ý nghĩ nhờ cô một việc, có bù đắp hậu hĩ cơ." John có vẻ thật tình và nghiêm trọng.

"Tôi không ích kỷ lắm đâu ông ơi, nhưng tôi thì đừng hòng giúp nổi ai. Kể cả mình thật đấy."

"Cô đã biết đề nghị của tôi đâu mà từ chối liền thế. Vậy thì không thể bảo là không ích kỷ." John bắt đầu láu cá.

"Ồ, thương xá đóng cửa rồi kìa. Ông đã lấy hết buổi tối của tôi."

"Tôi sẽ đưa cô ra bãi đậu xe. Ở cửa chính ngay dưới tầng lầu này phải không."

"Vâng. Tôi đi một mình cũng được mà. Nhiều lúc tôi

cũng chả thích có ai bên cạnh làm gì. Một mình một ngựa thênh thang giữa cuộc đời gió lộng.” Không dưng tôi lại để John bắt gặp sự dở chứng của mình.

“Cô sao vậy. Tôi xin lỗi đã gán cái tội ích kỷ cho cô. Tôi biết cô là người tốt, giàu lòng bác ái nên mới phải mất nhiều thời giờ với tôi như vậy. Tôi biết ơn cô lắm, nhưng không biết phải trả ơn như thế nào đây.”

“Thật tình tôi cũng ít khi chuyện trò thân mật với một người đàn ông xa lạ như ông. Chỉ vì có duyên với một cái tên mà tôi bị vướng nợ đấy ông à.” Tôi nửa đùa nửa thật.

“Cám ơn cô một triệu lần, chịu chưa. Ồ, vợ tôi đến rồi kìa. Chúng ta cùng gặp bà ấy một chút nhé.” John nói giả vả.

“Cũng được. Ông đã có nhã ý mời, không lẽ tôi lại quá mất lịch sự. Vả lại lúc này tôi đang... ôi ta buồn ta đi lang thang cơ mà.”

Người đàn bà lái chiếc xe loại thể thao, hai chỗ ngồi, dáng vóc gợi cảm, hấp tấp bước ra khỏi xe. Chúng tôi cùng đụng đầu nhau tại một chỗ đậu xe gần đó của John.

“Erin, đây này... Yến... mà anh vừa mới nhắc với em trong điện thoại. Em bắt cóc cô ta lẹ lên đi, không thì cổ chuồn đấy.” John vừa kéo tay Erin, vừa nheo mắt nhìn tôi.

“Chào cô Yến. Hôm nay sinh nhật cô phải không? Mừng sinh nhật nha.” Erin cười gượng gạo, làm tôi đọc thấy nhiều nét mệt mỏi trên đôi mắt và khóe môi cô.

“Gọi nhau bằng tên hết đi: Erin, Yến, John cho thân mật tí coi nào.” John chen vào.

“Thì vâng Erin. Cám ơn Erin nhé. Dù sao cũng hết một ngày sinh nhật không ma nào đoái hoài đến.” Tôi nói hệt một lời than thở cho chính mình.

“Còn hơn hai tiếng nữa mới tới nửa đêm mà. Vậy bây giờ chúng ta vẫn còn dư sức để kiếm một quán nhạc nào đó uống rượu mừng Yến “già” thêm một tuổi chứ phải không?” Erin trả lời như nửa muốn mời mọc nửa muốn áp đảo.

“Thôi đợi đến khi nào người ta lên xe hoa hãy uống rượu. Mà điều đó thì còn lâu lắm. Hay là có tiệm Dunkin' Donuts kia kìa, chúng ta vào uống cà phê, ăn bánh “donuts” cũng được.”

Tôi đề nghị vì xem chừng họ muốn bám riết lấy tôi.

"Đồng ý ngay. Thật ra chúng ta chỉ cần kiếm một chỗ để ngồi nói chuyện phải không anh, John?" Đột nhiên Erin bỗng hướng về phía John như chờ đợi phản ứng hoặc một biểu hiệu đồng tình.

John gật đầu: "Dĩ nhiên Erin chưa được quen biết nhiều với Yến nên chắc chắn đây là một cơ hội tốt."

"Anh nói gì coi bí mật quá vậy." Tôi có vẻ linh cảm.

"Những chuyện tôi và Erin sắp nói với Yến đều là những chuyện đứng đắn 100%." John càng tỏ ra nghiêm trọng, tôi lại ngờ ngợ là John chỉ ham đùa dai.

Khi tôi vừa cắn miếng bánh dính đầy bột đường, Erin vừa nhấp một ngụm cà phê và vô đề ngay:

"Cho tôi hỏi chuyện này hơi riêng tư một tí nhé. Yến ạ, sao bồ có vẻ không được vui thì phải?"

Miếng bánh thứ hai đưa lên đã vụt tung tóe những lớp bụi mỏng như tuyết giá về bay trên môi tôi: "Ồ... sao bồ biết? Mà thử hỏi trong đời này có bao nhiêu phần trăm là luôn luôn vui được nhỉ?"

"Thật ra Erin và cả tôi cũng chỉ đoán mò. Thấy cô xuống phố một mình nè, sinh nhật cũng một mình nè, chúng tôi suy diễn thế thôi." John thổ lộ không giấu diếm.

"Vâng, tôi đang ly thân. Bốn đứa con ở với bố, lý do anh chị em chúng nó muốn được sống chung với nhau mà tôi thì chỉ có thể lo được cho hai đứa là tối đa."

"Trông cô không có vẻ gì là đông con cả." Erin vừa cười vừa nhìn chòng chọc vào người tôi.

"Không phải tôi vừa nói là chẳng có đứa nào bên cạnh cả sao." Tôi cười khỉnh, chua chát.

Đột nhiên Erin đập nhẹ vào tay tôi:

"Yến nghĩ là tôi có mang hạnh phúc đến cho John chăng?"

"Sao lại không? Và đó phải là một sự hỗ tương, không thể đến từ một phía. Tôi nghĩ cả John và Erin đều mang hạnh phúc cho nhau." Tôi đáp như một nhà cố vấn hôn nhân hay một "lốc cốc tử".

"Trông có vẻ như vậy. Nhưng mặt trái của chiếc mề đay thì... Và cả tôi nữa, tôi biết mình cũng bất lực để Erin loay hoay đi tìm kiếm hạnh phúc đâu đâu." John thoáng thở dài.

"Cuối cùng chúng ta mãi mãi là những kẻ hoài công." Đuôi mắt của Erin dài ra những sâu thẳm phiền muộn.

"Có một điều hy vọng Yến giúp được. Chúng tôi chắc chắn sẽ đền bù xứng đáng. Erin, em bắt đầu đi chứ." Giọng John có vẻ thúc bách, trầm trọng.

"Em đã bắt đầu rồi đó chứ nhưng phải từ tốn một chút kẻo Yến sợ... thì hỏng chuyện." Erin chậm rãi.

"Này bồ ơi, bồ có thấy John của tôi tội nghiệp lắm không. Ông ấy là một người trở về từ cuộc chiến. Đã quá quen với những dữ dội tàn phá, vô nghĩa trước những điều mất, còn. Thoạt đầu tôi cố gắng đem ông ta ra khỏi những cuộc rượu và những cơn say... John bằng lòng ghi danh vài "courses" về thần học... làm tôi mừng hết lớn. Lấy nhau như một đền bù ân nghĩa hay một bám víu dễ dãi. Rồi thì tôi trở thành con đàn bà lạnh cảm và John trở thành vị mục sư chỉnh chạc. Tôi phục John không phải vì một chút cảm giác xác thịt mà ruồng bỏ tôi."

"John là một mục sư thật sao? Vậy thì vì chút liêm sỉ với thánh thần, ông ấy và bà phải chịu đựng nhau cho đến hết đời." Tôi thật tình nhiều hơn là đùa nghịch.

"Điều ấy tôi thấy không công bằng cho John tí nào Yến ạ. Đã trót mang thân phận con người thì mục sư cũng chỉ là đàn ông." Erin mủi lòng.

"Erin định nói điều gì? Ông ấy là "đàn ông" chứ đâu phải là "đàn ong" loài vật. Ở với nhau mà càng ngày càng lạ lẫm nhau thì ích gì."

"Yến ơi Yến, chính ta với ta mà cũng còn phải lạ mặt nhau mỗi ngày nữa huống là. Hằng ngày ra đường chúng ta lại tiếp tục đụng đầu với vô số những kẻ lạ. Mỗi con người là mỗi cánh rừng âm u, càng tỏ ra mạo hiểm bước vào thám thính càng dễ bị lạc sâu mà thôi."

"Erin, em nói đơn giản hơn tí nào. Yến đâu muốn vào đây để nhức đầu vì em." John nhắc khéo.

"Không sao. Tôi vẫn bị nhức đầu hoài vì những sức ép ưu

tư ấy. Tôi cũng đang dò dẫm, và nhiều khi cũng không biết rõ là tôi đang đi đâu, ở đâu, ra sao nữa.”

“Tôi có thể lợi dụng trạng thái lãng đãng ấy của Yến để rủ rê Yến cùng bay. Chúng tôi thiếu đôi cánh thanh xuân của Yến, và đời sống chẳng lẽ cứ tẻ buồn lạnh lẽo như thế này cho tới chết sao?” Erin vẫn cố tình nói vòng vo.

“Erin và John muốn gì ở tôi? Tôi vẫn chưa hiểu ý của mấy người.” Tôi khá sững sờ, đi từ ngạc nhiên này đến ngạc nhiên khác.

“Này nhé, kể ra căn nhà của chúng tôi quá đẹp và lại quá rộng, nhất là đối với cặp vợ chồng không con và không lửa cháy. Yến là người sẽ thắp lửa, làm cho căn nhà ấm áp và đáng sống hơn. Tiền bạc không thành vấn đề đối với chúng tôi.” Erin nói một hơi dài, tỏ vẻ khẩn nài.

Tôi chợt hiểu vai trò của mình:

“Tiếc là ông bà không... “mua” được tôi, dù tôi đang rất cần tiền. Tôi là người đàn bà bị liệt âm. Tôi không mết đàn bà, cũng chẳng mê đàn ông. Và cả đời chắc tôi cũng không biết đâu là bóng, đâu là hình của chính mình.”

“Tưởng cô đi lạc, chúng tôi kéo cô đến ở trọ một vài đêm cho biết mùi vậy mà.” John đùa dai, lại xoáy vào người tôi cái liếc mắt đắm đuối, thu hút.

Mùi đêm của phố hạ vẫn còn thiếu cái bật lửa của vầng sao trên cao.

Tỷ Như
Chim Đừng Bay

Người đàn ông không phải là Phương đã mời nàng ly rượu, sau một buổi văn hát. Nhạc đã tắt, trả lại sân khấu thứ ánh đèn sáng trắng. Uyển vẫn ngồi lại đó, bên cạnh gã đeo kính cận hằng đêm ở một góc bàn nhìn lên si mê. Người đàn bà trẻ con cười cười nâng cạn ly mời mọc, cúi xuống thật ân cần trên tờ giấy thuốc trắng bạc gã vừa khoe nàng. Có lẽ là một bài thơ tình thống thiết vừa được nặn ra trong bóng tối. Gã đúng là "tên phù thủy chữ nghĩa" lợi hại, nên hình như nàng vừa chớp mắt mấy cái. Một lát nàng ngẩng lên, nói nói gì đó với gã rồi chống tay lên cằm đọc tiếp. Một cách say sưa, như nàng vốn không hề để ý đến ai, lúc hát. Nàng và tiếng hát nhập thần nhau. Nàng và tiếng hát như trôi đi, cùng trôi đi trong nhạc. Khi Uyển hát, nàng bảo nàng không hề để ý đến ai, dù là tiếng huýt gió la ó của đám đông.

Phương không hoàn toàn tin như vậy nhưng chàng dư biết vợ mình thường hay bị thôi miên bởi tiếng nhạc. Như cánh hoa bị cuốn tắp vào một bến bờ nào đó, chơi vơi. Còn chàng lúc này lại thấy như mình đang nhập xác vào một bóng dáng khác. Chàng vừa hóa trang thành kẻ lạ để tối tối lẻn vào đây rình rập Uyển. Uyển sẽ khó chịu lắm, nếu biết chàng vẫn lửng thửng chơi trò kiếm tìm một mình. Uyển bây giờ là kẻ đi tìm ảo ảnh. Đã bao lâu rồi nhỉ, Uyển không còn ngó ngàng gì đến chàng và con gái mình. Có hỏi đến, Uyển còn nhăn mặt: "Người ta đi làm chứ có đi chơi đâu mà hỏi tới hỏi lui. Không lẽ cứ nhốt người ta trong cái lồng chật hẹp này mãi?". Phương trả lời lùng bùng: "Ừ thì em là Uyển, tên của một loài chim. Dĩ nhiên khoảng trời xanh rộng ngoài kia phải cuốn hút em chứ. Anh làm sao giam giữ chim mãi trong son lồng đời mình". Uyển cười nhạt, môi cười vô tâm trên nỗi cô đơn hãi hùng của Phương. Chưa bao giờ chàng thấy ghét bờ cổ trắng cao, kiêu ngạo như cổ cò của Uyển, khi nàng vừa cười vừa tẩm nước hoa vào cổ.

Bây giờ cũng cái nhìn ấy, Phương lắng lặng ngó mái tóc chảy dài huyền thoại của Uyển và buồn. Như đôi vai nàng, sau lưng. Sao lại là hắn, đêm nào cũng cái khuôn mặt đểu giả của "tên thi sĩ cuối mùa" này. Hắn đến đó nghe nàng hát, ngồi lại như một tín đồ ngoan ngoãn cho đến khi nàng hát xong. Ngồi với hắn, chàng nhận ra vẻ lả lơi và thân thiết của nàng. Đầu của hắn và vợ chàng vẫn thường cúi sát vào nhau, thì thầm. Hàng ngàn tên gọi cho nỗi nhìn thấy nàng đêm nay: "con vợ lăng loàn, con vợ đĩ ngựa, con vợ đoản hậu... " Phải đặt tên cho cái nhìn thấy Uyển đêm nay ra sao, Phương xót xa nghĩ. Cuối cùng Phương đờ đẫn nhớ lại tên gọi năm xưa chàng vẫn dành đặt cho nàng: "cô tình nhân bất trắc, cô bé thích đu bay trong tình yêu..." Ờ phải rồi, nàng phải biết mình đâu còn là con gái để tự do thì thầm với hơi thở của một người đàn ông đang cúi sát gần mình như thế. Chàng ích kỷ nghĩ, Uyển phải tỏ thái độ dang ra chứ. Nàng phải thở lấy nhịp thở của chính mình, phải dành riêng hơi thở, cảm nhận xao xuyến ấy cho Phương. Cho người đàn ông là chồng nàng, cho riêng chàng...

Phương nghẹn thở tưởng tượng đã có những buổi tối, nhiều buổi tối Uyển và gã đàn ông lao đao trong vòng tay ôm quấn quít.

Uyển nhắm mắt lại, gã đàn ông cũng nhắm mắt lại, cảm tạ nhau khi môi hôn môi. Đôi môi xinh thắm và tội lỗi ấy không ngờ đã hơn một lần làm chàng điên đảo. Uyển của những ngày thơ mộng bỏ trường bỏ lớp ngồi hẹn hò chàng trong một góc nhỏ ở nhà Thủy Tạ. Bên bờ Hồ Xuân Hương, nàng ngồi đó với hai tay cóng lạnh để cho tình hai đứa ấm áp. Nàng với đôi mắt đen buồn những đường viền mơ mộng, với chiếc cổ cò như được khắc nặn bằng thạch cao, đã làm cho chàng mỗi lần nhớ lại vẫn còn xôn xao buổi hạnh ngộ ấy. Nàng và mặt hồ sâu rộng trầm lặng, nghịch ngợm đùa đùa: "Anh biết không, Uyển có cô bạn nghệ sĩ kinh khủng. Uống bia, uống rượu, hút thuốc như con trai. Cứ mỗi lần vào đây, đôi khi uống say quá cứ thích quăng bớt chai xuống hồ. Nó bảo để mấy đứa con gái, con trai "thủy thần" đã nằm yên dưới đó uống. Mấy cô mấy cậu tự tử dưới đáy hồ này và linh thiêng như con của thủy thần. Đến khi người ta tính tiền, chỉ theo số chai trên bàn mà thôi. Vậy là nó lời to. Hay là mình mời con của thủy thần uống cà phê, anh nhé." Phương nhớ chàng đã trả lời nàng: "Phải, chắc họ cũng thích những giọt cà phê nồng nàn của tụi mình lắm. Có gì mai mốt mất em, anh nhảy xuống hồ làm con nuôi thủy thần, mỗi ngày em làm ơn tử tế đổ xuống hồ mời anh uống nha. Hay ít ra cứ mỗi lần em ghé đây. Nhưng mà em phải đi một mình thôi nhá. Em mà đi với một người nào khác, anh sẽ mượn phép thủy thần kéo em xuống hồ luôn." Uyển đã cười thật tươi và lè lưỡi: "Eo ơi. Vậy là em không bao giờ dám bỏ anh rồi. Còn nếu anh phụ em thì..."

Uyển đã bỏ lửng câu nói vì như trong một linh cảm xa xăm, Uyển biết chỉ có đàn bà mới nhiều bạc ác, mau quên và dễ quyến dụ hơn. Nhất là đàn bà qua Mỹ càng như chim sổ lồng. Họ bay thật nhanh, thật cao vào khoảng trời xanh rộng. Dĩ nhiên thoạt đầu họ ngỡ ngàng, rụt rè như chim nhỏ vừa được nhìn thấy màu trời xanh tươi mát.

Nhưng lòng đàn bà là đôi cánh mỏng. Chim sinh ra để bay, đàn bà cũng sinh ra để tung cánh và để mất hút. Ngày nào còn ngại ngùng khoảng trời lạ, họ còn ngồi lại trong son lồng giam giữ họ. Ngày nào đã làm quen với khoảng trời mới, chim sẽ bay như mọc ngàn cánh. Phương biết rõ chính chàng cũng không có quyền buộc nàng điều gì hết. Uyển là chim, chim thì phải bay đi, có gì là lạ. Nàng là loài chim đẹp, biết hót những lời tình tự. Chim sống trong lồng những ngày tháng cũ với thức ăn thừa mứa của chủ nhân mê lụy chăm non. Dạo đó chim có vẻ bằng lòng với son lồng thân yêu quanh năm không mưa, không nắng. Chàng mớm loài chim quý mỗi ngày, vỗ về chim thôi đừng bay đi. Đôi cánh mộng mơ của chim được xếp lại một góc. Trong trời đất thiếu gì loài chim an phận không bao giờ bay đâu xa, không bao giờ mộng đến khoảng trời mênh mộng. Chim ăn rồi chỉ biết hiền hòa hát.

Phương đã tập cho Uyển hát. Tiếng hót của Uyển càng ngày càng để lại trong lòng người nghe những bồi hồi và nhiều lúc pha trộn với tiếng đàn, giọng hát như vẳng lên từ huyệt lạnh của Phương làm nước mắt cả hai chảy dài. Người nghe cũng bàng hoàng, khó chịu nao nao đến khôn tả, đến rỉ máu trong tim.

Nhiều lúc Phương ước gì Uyển là loài chim suốt đời chỉ biết hót với Phương. Nhạc Phương viết ra hình như chỉ dành riêng cho tiếng hót xoáy vút bi thương của nàng. Tiếng hót thiên phú có một không hai của Uyển đã hơn một lần cùng Phương tấu thành bản tình ca uyên ương đẹp nhất trần gian.

Có một biệt tài của chim Uyển, Phương vốn không mấy thích là chim-biết-nói-tiếng-người rất nhuyễn. Có gì khó hiểu đâu, vì ai đã gặp Uyển một lần, nghe Uyển nói dăm ba câu, dù là những điều vô nghĩa cũng như được trích từ những nhân vật dễ thương nhất của tiểu thuyết, và nhất định họ sẽ rất khó quên nàng.

Một ngày nọ, Phương bỗng đau khổ nhận ra có một tay đăng tử lén lút đa tình và rất mồm mép. Gã thi sĩ đêm đêm vào đó nhìn nàng tìm cảm hứng không ai khác hơn là Du. Một trong những người bạn văn xanh xao của Phương. Vâng, chính hắn và nàng đã phản bội Phương. Yêu hắn, nàng phải đánh đổi một giá quá đắt. Nàng đã bòn xén thứ hạnh phúc bình dị của cha con nàng để nhét vào trái tim hắn. Từ đó, trái tim hắn bật ra thêm những vần thơ ảo diệu dành tặng riêng cho nàng. Trong thơ, hắn rủ rê nàng cùng theo hắn đến một hành tinh lạ. Trong thơ, hắn nhận mình là tội phạm sẵn sàng bị dao tình sắc ngọt của nàng hành quyết. Trong thơ, hắn mời nàng bước tới cánh cửa thâm u của lòng hắn đang rộng mở. Trong thơ, hắn thống thiết nguyền rủa trần gian không có một chỗ cho hắn và nàng yêu nhau...

Hắn làm thế nào không biết mà khi Phương chợt khám phá ra, thì chính tiếng hát như sao rơi vỡ vụn của Uyển đã cứa những âm thanh sắc nhọn vào tim chàng. Phương đứng đó nhớ lại lần đầu tiên chàng gặp Uyển. Phố núi với cơn mưa bất ngờ đang run rẩy trong cái lạnh chờ đón Giáng Sinh Đà Lạt. Phương đã gặp Uyển, quen Uyển khi nàng đứng co ro dưới mái hiên lớn của một tiệm chạp phô. Chưa bao giờ trong đời Phương bắt gặp một hình ảnh xinh đẹp như vậy, lúc chàng gật đầu chào và nàng đã đáp lễ bằng môi cười có từng hạt trắng như cơn mưa trước mặt.

Mưa như mưa từng hạt nhỏ, rồi nở đều nở bung như những hạt bắp. Tất cả những đường mưa nhịp nhàng gảy những tấu khúc lóng lánh, chuyển hóa trên môi nàng sáng rỡ chiêm bao. Những hạt nước lan tỏa giữa không gian như những xâu chuỗi, bong bóng li ti lăn tăn. Làm tim chàng ướt và mưa càng lúc càng như nghịch ngợm, lẳng lơ. Cơn mưa trắng và trong căn phòng vôi trắng, chàng đã được nàng mời đến nghe nhạc thánh ca, chuyện trò và nhâm nhi những giọt rượu dâu bên cái lò sưởi thật lớn. Không dằn được xúc cảm, Phương đã tỏ tình ngay với Uyển, khi bị đôi mắt buồn đẹp của nàng trong một góc tối nhìn chàng như thôi miên. Dĩ nhiên sau đó Phương đã táo bạo, im lặng đến bên nàng và nâng nhẹ khuôn mặt ấy lên. Phương đã cúi xuống thật sùng bái như một tên nô lệ trước dung nhan kiều diễm của nàng công chúa, và điều kỳ lạ là nàng cũng nhắm mắt lại. Uyển và Phương đã hôn nhau nụ hôn đầu đời, dưới thứ ánh sáng huyễn hoặc của ngọn lửa bập bùng từ lò sưởi. Phương nhớ Phương đã cám ơn nàng, ca tụng nàng, như mọi người lúc ấy đang cảm tạ những hồng ân của Chúa Hài Đồng ở trần thế. Ôi! Nàng thật dễ thương và cũng thật dễ sợ. Nàng của ngày tháng cũ và nàng bây giờ sau hơn mười lăm năm.

Phương đã tự nhủ chàng sẽ không tạt ngang qua đó để nhìn Uyển nữa. Nàng làm gì mặc kệ nàng. Nhưng rồi chàng vẫn như không tin ở cái nhìn của mình và vẫn tìm cách đi lạc tới vũ trường. Tới và nhìn nàng phản bội, cười cợt say đắm với người đàn ông khác rồi trở về nhà bứt rứt đau khổ, không hiểu mình muốn gì. Từ khước nàng khi nàng còn vác mặt trở về, vì nàng đã không còn là nàng. Hay vẫn tiếp tục giả mù để nàng đóng nốt vở kịch bi hài của đời sống (?!)

Lần nào Phương cũng tới đó nhìn Uyển và chạy ra xe thật nhanh như chạy trốn một hình ảnh khủng khiếp trong cơn mộng dữ. Nhưng mà Phương biết mình sẽ không thể chạy trốn được lòng mình. Và cả Uyển cũng vậy. Sớm muộn gì vở kịch nàng đã dành riêng cho chàng cũng phải tự ý hạ màn. Nàng sẽ không còn muốn làm diễn viên thủ mãi một vai trò nhàm chán. Và chàng không còn đủ can đảm để làm vị khán giả si tình, bi lụy. Nhưng còn đứa con gái, sợi dây ràng buộc của hai đứa lẽ nào lại theo đó mà đứt luôn sao (?) Sợi dây thiêng liêng đã níu kéo nàng ở lại đời chàng để chịu đựng thứ hạnh phúc buồn thiu này chăng (?) Chàng cũng không còn đủ kiên nhẫn để vớt vát chút tình cảm rơi rớt, vay mượn đó. Nhưng khi nhìn đứa con gái vừa lớn ngồi trước dương cầm, với tiếng hát cũng lênh đênh, u uẩn như mẹ nó, lòng chàng bỗng dâng lên một nỗi buồn bã lạ thường. Nếu không có nàng, và đứa con gái thân yêu ấy cũng biến mất luôn, có lẽ chàng sẽ không còn giẫy giụa được với cơn bệnh mỗi ngày mỗi hoành hành. Chàng đã thực sự chết đứng từ đêm qua đêm kia hoặc từ lúc nãy. Nhưng khi cánh cửa của ngôi nhà vừa mở ra, đứa con gái đã là thiếu nữ mà vẫn như trẻ con tung tăng những bước chân sáo chạy ra ôm chầm lấy chàng, chàng mới dần dà hồi tỉnh lại. Nụ cười trên môi con đúng là liều thuốc thần tiên đã giúp chàng chống đỡ với thương tích từ một con chó săn bản lãnh là bạn chàng. Hắn đã hung hãn vồ lấy hạnh phúc cuối cùng của chàng và xé rách tàn nhẫn.

Cho đến bây giờ, nhìn đêm vắng và đen ngòm ngoài kia, Phương như nhìn thấy rõ cả một đời người cô đơn và hoang vu. Chỉ còn dăm ba bữa nữa là Giáng Sinh. Đứa con gái vừa ngừng hát một bản thánh ca buồn quen thuộc, vừa ngước qua phía chàng hỏi: "Ba biết Giáng Sinh này con muốn Santa Claud tặng điều gì không?" Chàng cười gượng khi nhớ đến những ngày đời Giáng Sinh nào êm ấm, yên vui: "Con lúc nào cũng cứ y như là con nít vậy đó. Con lớn rồi, chắc đang đòi ông già Nô-En gói một hoàng tử rồi bỏ trong cái thùng thật bự chứ gì. Vậy thì làm sao chui qua được ống khói nhỉ?" Đứa con gái phụng phịu trẻ con: "Con hổng chịu đâu. Ba cứ chọc con hoài hà. Con muốn được ở nhà với ba, với me cơ. Con muốn được sự bình yên, bình yên trong tâm hồn..." Phương nhíu mày và không ngờ mỗi tiếng nói của con mình là mỗi ngọn roi quất vun vút vào tim chàng bầm dập: "Ừ, con nói đúng. Nhân danh Thiên Chúa trên các tầng trời. Bình an dưới thế cho người thiện tâm." Chàng vừa trả lời, vừa như tự dặn mình rồi cười hăng hắc, khô khan.

Một lúc, cả Phương và con chàng cùng quay lại nhìn sửng. Uyển vừa mở cửa bước nhanh vào. Không gật đầu chào, không nói không rằng, Uyển đi thẳng một mạch vào phòng. Phương linh cảm có một điều gì bất thường khi nhìn thấy khuôn mặt bơ phờ và lạnh lẽo của nàng. Chàng và đứa con gái càng hoang mang, sợ hãi hơn khi nhận ra tiếng khóc rung lên từng hồi vọng ra từ phòng nàng. Đứa con gái chạy vào ôm chặt mẹ, còn Phương nhói buốt: "Như thế là thế nào? Em nói đi, điều gì đã xảy ra cho em, cho chúng mình, anh không hiểu". Nàng vẫn quay mặt vào tường: "Bây giờ anh muốn la lối, quát mắng, đấm bàn đá ghế gì cũng được. Anh và con cứ mặc sức xâu xé em đi". Phương đã lờ mờ đoán biết trước phản ứng của nàng: "Em muốn như thế thật sao? Thật tôi cũng không hiểu được đàn bà. Em muốn tôi làm gì em bây giờ? Em biết là không bao giờ tôi có thể làm gì nổi em, trước em. Gặp em, lỡ yêu em, tôi hoàn toàn là kẻ bất lực trước mọi ước muốn điên rồ của em." Tiếng đứa con gái mếu máo, nghẹn ngào: "ba, me", như một thứ ngòi nổ chậm đã bị Uyển châm lửa càng nổ bùng trong lòng chàng bừng bừng dữ dội hơn. Như thế rồi còn gì nữa và Uyển cũng đã thú nhận. Cứ tưởng là Phương sẽ không còn chịu nổi nữa, nhưng mơ hồ hình như chàng vẫn còn mong mỏi một chút bố thí, thương hại nào đó của Uyển. Uyển thì lại khác, một khi nàng đã nói ra là nàng đã thản nhiên chấp nhận một sự lựa chọn mới. Có lẽ nàng cũng không thể sống với thứ mặc cảm tội lỗi nặng nề này: "Người ta... người ta đã ngông cuồng yêu em và em... em cũng đã yếu đuối. Đến nước này mọi sự đã dĩ lỡ, em không muốn giấu diếm anh nữa. Anh và con hãy tha thứ cho em, dù sao mình cũng phải đau khổ một lần. Em không còn xứng đáng với tình yêu của anh và con. Em chỉ hy vọng thời gian sẽ hàn gắn những đổ vỡ này..." Phương muốn hét lên để thỏa lòng căm hờn: "Em ơi, làm sao tôi có thể sống được một mình mà không có em. Thà rằng mùa Giáng Sinh năm nào tôi đừng gặp em, đừng nói yêu em..." Chàng nghĩ độc thoại trong đầu và hai tay chàng buông thỏng trong dáng điệu thất vọng tột cùng, trước đôi mắt long lanh của Uyển: "Thôi cô im đi. Cô nói vậy chưa đủ đau lòng tôi sao? Thôi thì cô cứ bỏ rơi tôi đi. Thằng này cũng đã bệnh hoạn, sắp chết đến nơi rồi. Cô không muốn làm góa phụ cũng phải. Tôi vô dụng, tàn tật, nghèo xác nghèo xơ, cô bỏ đi chỗ khác chơi là đúng rồi. Còn đếch gì nữa..." Uyển bỗng la lên cắt đứt câu nói của Phương: "Trời ơi, van xin anh. Anh đày đọa người ta như thế đủ rồi. Mười mấy năm nay anh không thấy em đã sống như loài nhện bị chính lưới tơ của gia đình giăng kín. Em chịu đựng vì con. Em đã thôi không còn yêu anh từ bao nhiêu năm nay. Cái xác kỷ niệm mỗi ngày mỗi vùi chôn, vì anh đã không bao giờ còn muốn hồi sinh nó. Có em trong tay, anh bất cần săn sóc tình yêu của hai đứa. Anh mặc cảm từ bệnh hoạn, địa vị, danh tiếng, v.v... Anh dồn mọi sự thất bại đó lên đầu em. Em đi để anh nhìn thấy giá trị của hạnh phúc: Nếu anh phải đau khổ vì sự mất mát này, thì đó cũng là cái giá anh phải trả để nhận biết hạnh phúc. Hạnh phúc không phải tự nó lù lù đến ban tặng cho mình mà người ta phải vun xới, phải biết trân quí những giây phút gần gũi bên nhau, anh ạ. Anh không nhận ra điều đó khi có em ở gần nên hạnh phúc đã biến bay, đã khuất lấp..." Nước mắt của Phương bỗng giàn giụa như không thể nuốt ngược lại vô lòng. Chàng vẫn tưởng đàn ông lì đòn hơn, đàn ông thường không biết khóc khi mất vợ, nhưng đàn bà quả ghê gớm thật. Uyển cũng ghê gớm thật. Họ và Uyển có thể mở nút nước mắt của đàn ông và chàng như chơi. Một cách thẳng thừng và tàn nhẫn, họ bỏ mặc người đàn ông cô độc giữa cõi sa mạc héo hắt của lòng mình và đi ào ào về phía tưng bừng của đời sống. Đàn bà nào rồi cũng một bè, một lứa như nhau. Cũng ngụy trang, cũng đeo mặt nạ, cũng đổ tội để đòi hỏi những điều họ biết suốt đời không một người đàn ông nào có khả năng mang đến. Để rồi họ tàn phá và lại bắt đầu, lại tìm kiếm một thứ nhu cầu mới...

Lạ chưa, chính Uyển đã quàng xiên với tên đàng điếm đó và bây giờ chính Phương lại phải hoài nghi mọi sự biết đâu là do lỗi chàng (?!)

Biết đâu chính đời sống nơi đây đã làm vợ chồng rất dễ bị xoay lưng vào nhau. Biết đâu chàng đã không hay đàn bà chỉ là giống bồ câu rất dễ phủ dụ và sẵn sàng quên ngay người vừa mớm mồi. Biết đâu mọi sự, kể cả tình yêu, đều phải thay đổi theo luật tuần hoàn tự nhiên. Biết đâu người đáng chết phải là mình chứ không phải là tình địch, là Du. Biết đâu...

Những ngày sau đó. Phương thường xuyên chán chường bỏ sở về sớm. Uyển một mình bận rộn lo kiếm luật sư làm mọi thủ tục ly dị. Theo luật tiểu bang nơi họ ở, Phương và Uyển sẽ phải ly thân nhau một năm vì kẹt vấn đề con cái. Uyển có vẻ rất thản nhiên, chai lì trước mọi quyết định xa cách này. Phương giấu những phẫn uất trong lòng. Với Uyển, nàng hoàn toàn tránh mặt Phương. Mỗi lần thấy Phương mở cửa vào nhà, Uyển bỏ dở đồ đạc bước nhanh ra ngoài, nhấn ga phóng mình đi. Nghe đâu Uyển sẽ dọn thẳng tới căn phòng của Du. Chỉ có Phương là phải trở về với gian nhà trống lốc tình nhân. Đồ dùng trong nhà Uyển tình nguyện bỏ lại hết cho chàng. Điều đó đối với chàng hoàn toàn không quan trọng, kể cả cái giường đã ghi dấu cả trăm ngàn những môi hôn. Điều đáng nói là Uyển đã tội nghiệp chàng nên bố thí cho chàng giọt máu thân yêu của hai đứa. Và đó là bảo vật và cả cuộc đời chàng đang phải gắng gượng sống. Có lẽ trong thâm tâm, Uyển cảm thấy mình không còn xứng đáng để ôm choàng thứ tình mẫu tử ấy. Đứa con gái đã nhìn thấy mẹ nó cũng tầm thường như những con mụ đàn bà bỏ chồng, bỏ con ở xã hội này. Hoặc đơn thuần con nàng bây giờ chỉ là gánh nặng mà nàng thôi không còn muốn vướng bận.

Phương cố nuốt cho xong ly mì gói, và với tay tìm chai rượu Phương biết chính đứa con gái của chàng đã có lần giấu sau kệ sách. Chàng ngồi đó đổ rượu vào cổ họng và cảm thấy rượu cũng cay như những cốc rượu tình Uyển bắt chàng phải ực một hơi liên tu bất tận. Chàng nhìn những hình ảnh trên TV trước mặt bắt đầu nhảy múa. Hình như người ta đang quảng cáo những món quà mừng Giáng Sinh, làm chàng càng nghe cay mắt hơn. Rượu ở trong ruột, trong gan bây giờ trào qua tới tim, tới mắt rồi sao.(?)

Chàng muốn mình dửng dưng như Uyển mà không được. Người đàn bà đúng là quỉ ma kỳ dị đã ám ảnh chàng nặng nề. Phương thấy thèm một chút nhạc có âm hơi của nàng. Người đàn bà là vợ chàng hôm qua, hôm kia đang hát đó. Trong máy, tiếng hát vẫn như muốn trượt ra ngoài để bay tới làm phiền trí óc chàng. Nàng hát hay lắm chứ, nhưng tại óc chàng cứ ù ù những lùng bùng quái đản.Chàng đau nhói tưởng tượng từ đây tiếng đàn và tiếng hát đệm phụ của chàng sẽ mãi mãi lẻ loi. Lẻ loi nhớ nhung tiếc nuối tiếng hát lênh đênh của nàng.

Đứa con gái của chàng vừa bước vào và kinh ngạc nhìn bố nó. Một thoáng lắc đầu, nó lẳng lặng đi tắt nhạc. Hình như nó đang làu nhàu an ủi chàng, từ đây nó sẽ thay mẹ để hát chung với bố.

Lần đầu trong đời, Phương tự hứa sẽ không bao giờ còn mở nghe tiếng hót của chim Uyển. Tiếng của con chàng như trách móc nài nỉ: "Bố hứa là không để tiếng hát của mẹ nhận chìm nữa thì nhớ nhé. Con thấy hôm qua dì Yến của mẹ gọi bố những mấy lần, sao bố không gọi lại cho dì ấy. Hồi nãy dì lại gọi hỏi thăm bố ra sao. Tội nghiệp ngần ấy tuổi sao vẫn chưa chịu lấy chồng hả bố?" Phương tảng lờ, cố không nhìn vào mắt của con mình: "Chắc là dì ấy lỡ yêu ai mà không lấy được. Tình yêu thì cứ chạy lòng vòng thế thôi. Bố mệt rồi, đếch chạy nổi nữa."

Uyển đã làm chàng mệt. Uyển đã mọc thêm cánh. Uyển đã bay! Chim nào rồi cũng sẽ bay đi. Như chim tình yêu... Nhưng lẽ nào Phương đang say. Và mọi sự biết đâu chỉ là một cơn say. Tỉnh ra tất cả vẫn còn đó...

Khung Cửa Xuân

Bảy năm rồi mẹ tôi sống như chiếc lá nửa xanh nửa héo. Nửa xanh tượng trưng thứ sinh lực trẻ trung dùng để chạy gạo nuôi tôi. Nửa héo là khả năng tạo niềm vui xem chừng quá khó cho riêng mẹ. Điều phi lý làm thành nỗi hy sinh cao cả, là bởi mẹ tôi còn quá trẻ và xinh đẹp. Đàn ông có râu hoặc không râu, những tên con trai, dậy thì sớm hoặc trễ chạy theo mẹ thiếu gì. Thiếu, chứ không đủ để lấp vào nỗi đơn độc khổng lồ của mẹ chăng?

Tôi nghĩ mẹ đã tự nguyện giam mình chỉ vì tôi, tại tôi thôi. Mẹ muốn dành tình yêu độc tôn cho thằng con không còn bố. Rất nhiều lần mẹ tỏ ra "khoan hồng", dễ dãi với sự bỏ đi của bố. Mẹ chỉ đượm vẻ bùi ngùi khi nhắc đến những đám tranh buồn bã, câm nín do bố vẽ để lại quanh nhà. Rồi thôi. Mẹ chẳng trách bố nửa lời. Trái lại, mẹ muốn tôi tin hẳn vào chuyện mất tích của bố chẳng qua vì lý do bất hạnh nào đó. Mẹ bảo bố không bao giờ muốn bỏ mẹ, nhất là đứa con bảo vật duy nhất này.

Thật ra chưa có ai tìm ra xác bố. Mẹ cho rằng linh cảm của mình đúng và linh cảm ấy làm khổ mẹ những đêm mộng báo. Cùng nỗi kiếm tìm vô vọng, mẹ thà dập tắt những hy vọng mong manh trong tôi hơn là ảo tưởng xót xa bố vẫn còn đâu đó nhưng đã bỏ rơi chúng tôi. Còn mơ tưởng tức mặc nhiên công nhận sự vô tâm không đoái hoài của bố. Mẹ nhất định không tin hay chỉ vì muốn phủ nhận số phận bị hắt hủi đắng cay, tôi chẳng rõ lắm. Có điều lâu dần và lâu dần, tôi cũng nghĩ bố đã quay lưng với cuộc đời. Đúng hơn, tôi không tài nào tưởng tượng nổi mặt trái của phía đời sống yên vui nào của bố.

Trời lạnh. Mẹ tôi vẫn thức dậy lúc tờ mờ để kịp chuyến xe buýt sớm nhất. Sương mù nơi tôi ở giăng kín bốn phía. Tôi là đứa con chỉ biết cuộn mình trong chăn ấm. Thỉnh thoảng thót người mường tượng đôi chân gầy cóng của mẹ thất thểu. Tôi thầm xót thương thân gái dặm trường và tấm thân cò lặn lội nuôi con.

Bố rời mẹ lúc tôi lên mười và bây giờ cậu bé sắp vào đại học. Chừng ấy ngày tháng tôi biết mẹ tôi vẫn thầm lén vào phòng tôi giữa đêm, hoặc lúc gần sáng để đắp lại tấm chăn hoặc kê cho con chiếc gối lệch. Mẹ chối bỏ ngây thơ đi lấy chồng rất sớm và tôi ngờ lắm chuyện mẹ có nhận một chút hạnh phúc từ bố. Mẹ bảo bố là một người chồng, một người cha tốt nhưng những buổi chiều tối còn lại một mình (lúc bố đi nhậu hay uống cà phê với bạn bè) tôi vẫn bắt gặp mẹ với những giọt nước mắt không biết từ đâu kéo về. Khi thì mẹ đổ lỗi cho những hạt bụi bay lơ đễnh trong không gian. Khi khác, mẹ lại bảo tiếng chim trong vườn hót kêu buồn bã quá. Hoặc lắm khi mẹ tôi vội đi tắt nhạc vì "những mảnh âm thanh" ấy cứa nát tim mẹ. Thường, mọi cử chỉ lúng túng của mẹ hình như quá muộn. Trái tim mẹ cơ hồ đã bị tan rơi và nước mắt mẹ cũng đã vỡ ra rồi còn gì! Thương mẹ, tôi đâu muốn mẹ khổ vì một đôi môi, một bờ vai nào đó chưa hề có mặt ở trần gian. Hoặc đã có mặt và đã tan trôi như mây ở cuối trời xa. Một đôi môi, một bờ vai của một người tình sương khói nào đó, vì mẹ chả bảo bố chỉ là một-người-chồng. Bố không đóng nổi vai người tình nên dần dần mẹ cũng tắt tiệt những ngôn ngữ mặn nồng. Mẹ và bố mỗi người như một ốc đảo. Còn tôi thỉnh thoảng lắng nghe được "động tịnh" nào đó lại phiên dịch hai chữ hạnh phúc ngây ngô. Dù suy đoán cách này cách khác, những giọt nước mắt của mẹ vào những buổi chiều im lặng vẫn làm tôi ngờ ngợ, thắc mắc. Thuở nhỏ tôi đã tỏ ra khôn sớm, đã biết cố gắng ngoan và đặc biệt lúc nào cũng nhận phần lỗi ở mình. Việc bố bỏ đi thoạt đầu tôi cứ tưởng mình đã làm bố buồn giận. Bố chả hay trách tôi không chăm học đó sao? Bố bảo: "Coi chừng lớn lên chỉ có nước đi hốt rác thì khổ." Mẹ không đồng ý, tỏ vẻ muốn tôi để dành sức lực vào đại học. Bao giờ cũng vậy, ý kiến của hai người không thể san xẻ cho nhau.

Tôi có cảm tưởng bố thích sống lấy đời bố, mẹ thích thu hình vào thế giới riêng của mẹ. Hình như bố mẹ tôi chỉ có những gắn bó ân nghĩa. Dù sao định mệnh cũng quá khắt khe khi phân ly chúng tôi.

Khi mặt kính phía cửa sổ bắt đầu lóng lánh những sợi mặt trời yểu điệu, tôi mới choàng dậy sửa soạn đến trường. Đó cũng là thời khắc mẹ vẫn ân cần gọi về nhắc tôi không được bỏ ăn sáng. Mẹ dịu dàng: "Đó là buổi ăn quan trọng nhất của một ngày đó con." Mẹ lo cho tôi từng ly từng tí, thậm chí cả những miếng trái cây cắt sẵn trong tủ lạnh.

Mẹ đã sống trọn vẹn cho tôi nhưng tôi vẫn bị hụt hẫng và thèm khát tình phụ tử. Ngày ấy bố con tôi vốn rất gần gũi nhau. Bố hay chọc quê mẹ: "Nếu em sinh con gái thì nó đã theo mẹ vào bếp rồi. Con trai chỉ thích chạy theo bố để đi chơi". Tôi vẫn cùng bố thuê tàu đi câu cá biển hoặc hai bố con kiếm một bờ sông tĩnh lặng nào đó (mẹ luôn đòi ở nhà với cuốn sách hoặc những mớ chữ viết của mẹ đại loại kiểu: sống trong đời chết, chết trong đời sống...) Ở cạnh con sông hiền hòa, bố đã nhiều lần nhẫn nhịn để đứa con trai nhỏ nghịch ngợm những ống thuốc vẽ. Còn bố mơ màng dõi mắt theo lũ mây trời giăng ngang ngửa trên những đỉnh núi xa xăm. Lâu lâu, bố lại thả hồn chăm chú trước giá vẽ, để mặc những giọt nắng vàng nhảy tung tăng trên tóc, trên vai, trên áo. Có bận hai bố con mải miết với chiếc cầu vồng bảy màu tuyệt đẹp ở cuối trời đến quên mùi hơi đất ngai ngái và cơn mưa ào nhanh tới. Tối hôm đó thằng bé tha hồ ấm đầu và dĩ nhiên mẹ đã không mấy vui dù bức họa cầu vồng bố đã phác họa hết sức thần tình. Trời ơi, giá tôi được cùng bố uống hoài những giọt mưa rất mọng, rất tròn của hôm ấy mãi. Tôi sẵn lòng bị ấm đầu cũng như tôi thèm ăn những lằn roi quắn đít của ngày xưa còn bé. Dạo đó, những đứa bạn có bố mẹ ly dị, ly thân vẫn nhìn những xâu cá hai bố con tôi câu được với ánh mắt đầy mơ ước. Một đứa dương đôi mắt bi ve trong veo, nhưng không giấu nổi vẻ buồn tiếc: "Hồi còn ở gần, bố tao dẫn đi câu, con nào con nấy bự gấp mấy lần xâu cá của mày".

Từ ngày bố ra đi biền biệt, tôi đâm loay hoay so sánh với

nỗi bất hạnh của lũ bạn này. Tôi nghĩ tụi nó dù gì cũng còn cơ hội được gặp bố dăm ba tuần một lần. Những lần gặp gỡ ấy là những phút giây của hạnh phúc, quá ngắn ngủi nên bao giờ cũng quá tràn đầy. Tụi nó tha hồ vòi vĩnh và bố chúng chỉ biết chìu chuộng để bồi lấp vào thứ mặc cảm tội lỗi thiếu vắng nào đó. Vâng, dù gì tôi cũng không bao giờ được ngửa tay đón nhận chút hạnh phúc mong manh, tạm bợ ấy. Bố tôi suốt đời không còn trở về để tôi được cảm nhận thứ tình thiêng liêng này một lần nào nữa.

Bây giờ tôi cũng đã lớn, để không thể vô tư dụi đầu vào ngực áo mẹ tìm sự dỗ dành vì những tủi thân không đâu nữa. Tôi tự cảm thấy mình là thứ trai tráng trong nhà. Tôi đã không làm được gì cho mẹ, vậy tốt hơn không nên gợi đau thêm niềm xót xa rưng rức ấy. Họa hoằn lắm, tôi mới dám nói vu vơ ý nghĩ này với mẹ. Chuyện tôi đòi đi bỏ báo cũng đủ mẹ buồn mất một ngày. Mẹ bảo: "Ngày nào mẹ còn thở, mẹ còn bảo bọc cho con được. Con không tin vào đôi cánh che chở của gà mẹ sao?" Dĩ nhiên dưới mắt mẹ, bao giờ mẹ cũng muốn tôi là chú gà con hồn nhiên với trần gian.

Thật ra tôi đâu còn hồn nhiên nữa. Không được sưởi ấm thường xuyên dưới nách mẹ, tôi đã tự ý tìm một cô bạn để tâm sự, gọi tên cho đỡ buồn. Chỉ tội mẹ tôi ngày đêm cứ tất bật và chẳng màng đến một nguyện ước trẻ trung nào cho đời sống đỡ khô quằn.

Nhiều lúc tôi thấy mình cô đơn thật sự, nỗi cô đơn của thằng con trai mới lớn. Tôi cần bất cứ một cánh chim tình yêu nào chở giùm tôi vu vơ đâu đó trong chốc lát những lúc mẹ vắng nhà. Tôi vẫn ước ao một thoáng cười duyên, một ánh mắt lả lơi, để chiều về còn thú vị chờ điện thoại réo mừng.

Thỉnh thoảng tôi bắt gặp đôi mắt dò hỏi của mẹ, nhưng tuyệt nhiên mẹ chẳng lên tiếng nên tôi được dịp tảng lờ phía khác. Nhìn mắt mẹ tôi thấy vẫn còn quá đẹp dù có hơi quầng thâm. Môi mẹ tôi dẫu không còn hồng hào nhưng vẫn mọng đầy. Tôi tự hỏi sao mẹ không thể tạo cho mình một chút thắm tươi, như lớp son phấn mẹ vẫn dùng trang điểm. Những lần chực hỏi nhưng chưa hỏi và bao giờ mẹ cũng đoán trước những ý tưởng trong đầu tôi. Mẹ thở dài: "Số kiếp của mẹ đã như thế rồi con ạ. Mẹ sinh ra để trải qua đời mình một cách đơn chiếc. Ồ mà không, mẹ còn đang có con bên cạnh. Điều mẹ lo sợ nhất là khi con trai mẹ cũng sớm rời mẹ". Tôi cười nũng nịu: "Rồi con cũng phải đi học xa chứ. Ở hoài trong lồng son của mẹ, biết ngày nào mới khôn đấy hả mẹ?" Mẹ chớp mắt. Mới nghĩ đến nỗi xa cách, người mẹ đã chao đi, bất ổn.

Thật ra không phải mỗi mình mẹ tôi yêu thương con đến ích kỷ, không muốn tôi sớm "ra rít" với một cô gái nào. Trong thầm lặng, chính tôi cũng đã không hề muốn mẹ lên tiếng lắng lơ với bất kỳ một tiếng gọi qua đường nào. Tôi ngụy biện rằng tất cả những người tìm đến với nỗi dang dở của mẹ lúc này chỉ cốt lợi dụng, mua vui thoáng qua. Họ là thứ "rắn rết nguy hiểm" dễ làm thân tâm mẹ nhiễm trùng. Đôi lúc bắt gặp sự xung đột mâu thuẫn của con trai, mẹ chỉ cười nhẹ, xót xa: "Con khỏi phải lo. Có đuối sức mẹ cũng không kiếm đại một mảnh phao nào đâu."

Khổ ghê, đời này tạo dựng ông Adam, ông trời còn chế ra thêm chi vi trùng bệnh AIDS. Về phần tôi, cô bạn láng giềng vẫn lén lút đến nhà "vỗ về" những lúc mẹ tôi đi vắng. Đôi khi nhìn Caitlin vừa ngồi hớ hênh vừa mút nhỏ nhẻ cây kem "Eskimo", tôi cứ nghĩ oan là con nhỏ cố tình trêu chọc thằng nhỏ dậy thì. Thật ra chỉ có trời mới thấy được lòng dạ của con gái đàn bà. Mẹ tôi dặn phải ráng giữ chặt trái tim mình, kẻo sớm có người giựt phăng đi lại nguy to. Mẹ bảo yêu sớm thì khổ sớm. Mẹ muốn ám chỉ đến kinh nghiệm bản thân. Tuổi trẻ của mẹ đã bị nhận chìm xuống dòng sông hun hút nào của định mệnh. Đời mẹ tôi bây giờ chẳng còn một ngày vui. Khi người ta sống mà không thiết tha tâm tưởng đến tình yêu, thì đời sống chẳng còn gì khát khao nữa. Mẹ tôi lại cho rằng mình đã giải thoát. Không còn mong ngóng điều gì say đắm tức là không còn một vay trả chán chường nào nữa cả. Mẹ bảo vậy, và đôi khi tôi vờ vịt bắt chước mẹ để cố giữ trái tim lạnh như cây kim. Caitlin thì vừa ăn kem vừa muốn môi tôi phải tan ra trên lưỡi cô ta ngọt lịm. Thôi được, tôi sẽ cố giữ trái tim mình lạnh, nhưng người mình thì cứ ấm nóng theo thân thể đầy nhiệt của cô bạn nhỏ.

Caitlin có ông bố gốc Nhật. Tôi không mấy ưa ông này. Không phải vì dáng dấp ông ta gợi nhớ trong tôi hình ảnh kỳ cục của những tên đô vật hở hang và đầy mỡ béo ngậy. Tôi vốn không thích những tên da vàng lấy nhằm bà đầm Mỹ trắng, rồi lại đâm ra hận đời tiếc của và ham hố khi gặp những người đàn bà Á Đông. Nhất là người ấy không ai khác hơn: mẹ tôi.

Việc ông bố của Caitlin thả dê mẹ tôi nhưng lại làm tôi dị ứng và trúng độc với những tên Mít thích... trả thù dân tộc và bị "trúng mánh". Bây giờ gặp con gái của ông ta khá dễ thương tôi phải cố sử dụng toàn bộ sự lạnh cảm của trái tim mẹ tôi để khỏi... vấp ngã. Tôi chưa hề nói yêu Caitlin mà con nhỏ đã chụp lấy tôi hôn ríu lưỡi. Tưởng tượng khi tôi mở lời trần tình, chắc con bé sẽ phá phách các bộ phận nội tạng của tôi không còn gì.

Tôi còn ghét thêm một điều nữa. Không biết dùng tài cán "điệp viên" cách nào, ông ấy còn dám nhảy xổm vào những bí mật phòng the của mẹ tôi. Một điều tôi không bao giờ tin được, khi Caitlin vừa rung bộ đùi thon vừa nói như khiêu khích tôi:

- Mẹ anh cũng là người chứ bộ. Bố em bảo bà ấy còn mơn mởn đào tơ như thế, không lẽ có thể sống thiếu đàn ông? Có điều sao làm hầu thiếp cho cái ông đứng tuổi mua lại căn nhà cũ của mẹ anh. Ông ấy có hai đứa con gái mới vào đại học ở cuối xóm mình ai chẳng biết.

Tôi vốn cười rất độ lượng với những... tin vịt. Kể ra ông bố của Caitlin cũng đáng thương vì giống kẻ mù và điếc. Tôi đáp tỉnh bơ khiến Caitlin mở to mắt ngạc nhiên:

- Ừ thì mẹ anh có phải là thánh đâu. Mẹ anh có muốn làm chính thiếp, hầu thiếp cho ai đều được cả. Bố em cũng đã chết rồi còn gì.

Cái ông sang lại căn nhà kỷ niệm của chúng tôi là một người bà con xa phía mẹ. Mẹ bảo: "Ở thì ông ta cũng có vợ con đó chứ, nhưng tất cả là chuyện ngày xưa cơ." Tôi định hỏi tiếp: "Còn chuyện bây giờ ra sao hả mẹ?", nhưng nhìn bộ điệu hoang mang nửa muốn giấu nửa muốn lộ của mẹ, tôi đành yên lặng.

Một lúc lâu, hình như mẹ nghĩ rằng tôi đã biết chuyện nên lắc mạnh vai tôi:

- Ai, ai đã nói với con chuyện gì? Trời đất ơi, có phải con đã biết được chuyện gì mà giấu mẹ không?

Tôi kêu lên:

- Có chuyện gì quan trọng đâu mẹ. Nếu mẹ thực sự gặp được một đối tượng nào đó thì con mừng thôi.

- Không, không phải như vậy đâu con ơi.

Mẹ trầm ngâm kể. Đã bao nhiêu năm nay, mẹ vẫn thường trở lại nơi chốn đó. Mẹ xuống giọng, đó không phải là căn nhà cũ mà chúng ta đã sống sao? Có những buổi chiều xuống thấp thật buồn, ở sở làm về mẹ đã đi thẳng đến đó. Mẹ ngồi yên ở... vườn sau lâu lắm, khi trời trên mái cao dường như đứng im không thở để nhìn mẹ đưa tay quệt nước mắt. Mẹ xúc động không phải vì trời đất bỗng ngưng gió, không gian bỗng yên sững. Tự nhiên mẹ lắng nghe được cả tiếng mưa xưa đã rớt trên những chiếc ghế trốc gỗ. Mẹ thấy cả lũ nắng vàng đã làm đau mắt mẹ trên chiếc bàn đã bày ê hề những đĩa thịt nướng ngày đó. Buổi chiều hôm nay chắc chắn không còn là buổi chiều hôm trước nữa! Những cây trái người cai vườn đã vun xới, đã bỏ đi vào chính lúc này lại nở đầy phơi phới. Những bụi hoa đã mọc và đã tàn nhưng kỷ niệm về những hạt giống ấy thì không thể bị chôn vùi. Mẹ bảo mẹ buồn lắm khi đưa tay vuốt nhẹ lên từng chiếc lá biếc. Tôi hiểu không ai không muốn trở lại thăm viếng vườn xưa, nhưng tôi tin chắc mẹ còn thêm lý do nào khác nữa.

Cuối cùng thì mẹ cũng dẫn tôi đến đó. Căn nhà tôi đã ở và đã sang nhượng lại cho người bà con của mẹ. Mẹ định lần lửa chờ tôi đủ tuổi trưởng thành hẳng hay. Mẹ chưa muốn vén vội tấm màn bi kịch này, nhưng giờ mọi chuyện đã tự ý mở ra dần dần.

Kể ra tôi cũng có chút rộn ràng khi gặp lại căn phòng có cánh cửa sổ sơn xanh ấy. Cánh cửa có một vài cành hồng rủ nhau mời gọi chim chóc về hót. Tôi nhớ có một tiếng chim vẫn thỏ thẻ đánh thức tôi dậy rất đúng giờ mỗi sáng. Tôi vẫn nói đùa nó là chiếc đồng hồ báo thức tuyệt vời nhất. Bố mẹ tôi dành căn phòng ấy cho tôi vì tôi rất thích cánh cửa sổ hình chữ nhật, hơn nữa tôi có thể dễ dàng thả mặt ra ngoài nhìn lũ bạn hàng xóm tụ tập chờ xe buýt đến trường.

Bây giờ cũng từ khung cửa ấy, bên trong là người đàn ông gầy ốm bệnh hoạn đang hồi hộp đứng chờ. Mấy bận ông ta bỏ ý định kéo tấm màn nhung xanh lên, dù ao ước được nhìn thấy thứ nắng xuân hắt vào. Chỉ lâu lâu ông ta lại vén khẽ tấm màn ấy không biết để làm gì. Sau cùng vì một cảm giác thôi thúc nào đó, khi tôi đến thì tấm màn xanh đã được vén lên hẳn. Nắng xuân đã tràn lan trên khắp chiếc ghế bành và một người đàn ông hết sức nhỏ thó ngồi lọt thỏm vào bên trong. Một người đàn ông khác mở cửa và chỉ vào phòng ấy nói như gắt:

- Ông ấy mắc chứng gì mà cứ vén lên vén xuống tấm màn ở khung cửa đó hoài. Chắc chờ cũng lâu.

Khó lòng đoán được người đàn ông trong chiếc ghế là ai. Trông ông ta như người từ hành tinh nào rớt xuống. Má hóp, mắt lõm, xương mỏng, thiếu máu, tất cả chỉ còn là một bộ xương lắc lư. Thật ra ông ta lắc lư cũng rất yếu ớt. Toàn thân rệu rã như một thân cây mềm mũn chực ngã. Ông ta cố dang hai tay ôm lấy tôi. Nếu mẹ tôi không kịp lên tiếng, có lẽ tôi đã né tránh.

Mẹ mệt mỏi tuyên bố:

- Bây giờ mẹ nói cho con biết: bố con đó. Bố con chưa chết nhưng bệnh nặng lắm. Bố mắc bệnh AIDS nên không muốn phiền mẹ con ta.

- Trời ơi, bố. Tôi kêu lên, nghẹn ngào.

Tôi kinh hoàng thật sự khi nhận ra người đàn ông sắp chết này là bố tôi. Giọng mẹ tôi vẫn êm đềm:

- Bố đã có ông Cậu Thôi hồi nãy, người bà con của mẹ chăm sóc rồi, con yên tâm.

Vâng, thì tôi yên tâm ít là tôi đã không còn thắc mắc gì về bố nữa. Tôi cũng chẳng thắc mắc gì về sự biến hóa không cùng của cuộc đời. Tôi chỉ lạ lùng về sức chiến đấu cao cả và mảnh liệt của trái tim người mẹ.

Tôi biết, chỉ có mẹ mới có thể mang đến cho con mình một khung cửa xuân, dù ở bất kỳ dưới bầu trời nào đi nữa. Chỉ có mẹ mới lấy được những sợi tơ trời của đường tim để kết cho con một mảnh xuân óng ả.

Mảnh xuân ấy không ai có thể cắt xén được vì đã trở thành bất tận, vĩnh cửu.

Người Đi Tìm
Đoạn Kết

Thoạt đầu tôi cứ tưởng chỉ là một thoáng lao đao nhẹ. Từ cái nhìn bị cuốn hút bởi đôi mắt đen muồi xinh đẹp. Từ câu nói đùa đôi khi pha trộn nửa Việt Nam nửa Mỹ. Từ những cái vuốt tóc duyên dáng làm óng mượt thêm nhánh tóc búp bê. Từ những gặp gỡ nhẹ nhàng vẫn chỉ có những trao đổi âm thầm trong tư tưởng. Cho đến khi nhận được lá thư Xuân từ quê nhà vạn dặm, tôi mới nhận rõ được lòng mình. Xuân của ngày xưa bây giờ đã trở thành một cái bóng. Nhưng mà Hạnh Thuần, đứa con gái tôi gặp hằng ngày cứ tưởng chỉ là một hình ảnh thoáng qua lúc này lại trở thành có thực. Rõ ràng trong đời và trong lòng tôi. Như một dấu ấn khác vừa được khắc lên một tấm bia đá mới. Tấm bia đá cũ của quá khứ hình như đã bị xóa nhòa, lu mờ đâu đó bên cạnh một Hạnh Thuần rực rỡ, kiêu sa.

Hạnh Thuần đẹp, dĩ nhiên. Tôi tin chắc không cần soi gương mỗi ngày nàng cũng dư biết mình đẹp. Cái gương nằm sẵn trong những đôi mắt rực sáng say đắm của những gã thư sinh cùng trường. Họ đang lập đi lập lại trò chơi đuổi bắt với nàng. Nàng càng chạy, họ càng đuổi theo dữ dội. Và một đôi khi, tôi cũng đang tự hỏi không biết mình có đang chạy đuổi theo nàng. Hay tôi chỉ đứng yên và gọi kêu nàng vào đời sống mình một cách tự nguyện. Tình ái phải là một tự nguyện. Thằng con trai nào chả ươm nhiều tình ái và cũng lắm tự ái. Không có những tự nguyện đến từ phía nàng, tình ái dễ bị tự ái làm đổ vỡ.

Tôi vừa thở hắt ra. Cuộc chơi nào cũng có kẻ thắng người thua. Tôi muốn lũ con trai theo nàng một lúc nào đó phải ngao ngán từ bỏ cuộc chơi. Không cách gì để thắng thì nên rút lui nghỉ dưỡng sức.

Có một lần tôi đem ý nghĩ này nói với nàng. Nàng mở tròn hai mắt nhãn lồng nhìn tôi. Có lẽ nàng hơi ngạc nhiên vì tưởng rằng tôi ghen với những bọn con trai chạy theo tán tỉnh nàng. Sau đó, tôi mới hiểu nói chuyện với nàng phải biết là mình đang chuyện trò với một đứa con gái mới lớn. Nàng ở Mỹ đã lâu. Còn tôi mới từ quê hương lận đận tới. Có những điều tôi nói biết đâu nàng không nghe, không hiểu gì cả ngoài chính những cảm xúc riêng tư của nàng. Nhưng mà tôi lại cảm thấy thật vui khi được nói chuyện với nàng. Nhất là đôi khi được nói như đang nói với chính mình và chỉ có một mình âm thầm hiểu điều mình muốn nói.

Hạnh Thuần thì lại khác. Khả năng tiếng Việt của nàng yếu gần giống như khả năng Anh văn của tôi. Nhưng hình như nàng không nhận ra khoảng cách này giữa tôi với nàng, vì hình như nàng chỉ ghi nhận câu chuyện bằng trái tim nhiều hơn bằng đầu óc, bằng suy luận. Nàng cảm nhận bằng ánh mắt, cử điệu những khi có vẻ ngờ ngợ khó hiểu. Vì thế, chúng tôi thường thích nói với nhau bằng thứ ngôn ngữ câm những điều rắc rối.

Lúc đầu khi tôi quàng hai tay qua ôm nàng, Hạnh Thuần có vẻ luống cuống. Vẻ thẹn thùng ấy lôi cuốn và đốt cháy tôi tàn rụi. Tôi tan ra trong hai tay nàng lạnh ngắt. Dĩ nhiên nàng không phải là một tảng băng. Nàng có sức mạnh thiêu hủy tôi. Nàng để mọi điều thổi tới dịu dàng, nóng bỏng. Tôi tìm đến nàng làm nơi trú ẩn đầy bao dung cho những nỗi cô đơn héo hắt. Trong dáng điệu ngây thơ thánh thiện của nàng, tôi nhận ra lý do vì sao tôi cần sự trẻ trung của nàng. Tôi chưa già đã thấy người mình khô héo. Một tâm hồn không tình yêu không bao giờ tươi tắn. Nàng dội sinh khí vào bờ tim tôi. Nàng nhóm lửa làm sáng lên những bùi ngùi bóng tối trong tôi.

Nhưng tôi không tìm đến nàng để khuây lãng như nàng nghĩ. "Anh Trọng đi chơi với Thuần mà cứ hay thừ người ra thôi. Chắc lại đang nghĩ đến cô nào ở Việt Nam rồi phải không?"

Tôi cười buồn với Thuần:

- Làm gì có chuyện đó. Đi chơi với Hạnh Thuần là anh

vui chết luôn, còn nghĩ đến ai được nữa. Hạnh Thuần nói bậy bạ, tội lắm.

Hạnh Thuần rút tay lại để trước ngực, vờ giận dỗi:

- Anh khai ra đi. Trước khi quen Hạnh Thuần, anh có quen cô nào giống Thuần không?

- Tại sao Thuần nói vậy?

- Tại vì... anh dám đi chơi với Thuần mà tưởng tượng đến cô đó lắm à nha.

Lâu lâu, tôi thích chọc nàng con gái dễ thương của tôi phụng phịu:

- Bộ nếu Thuần không giống cô ta thì anh không thể tưởng tượng ra cô ta được à?

Hình như Hạnh Thuần sắp khóc. Tôi thấy mắt Thuần đoanh tròng. Hơi thở nàng có vẻ bị dồn nén, đứt quãng từng dòng cảm xúc ấm nóng:

- Thấy chưa, Thuần biết mà. Nghe nói cô đó hoa khôi một thời ở Nha Trang, Thuần làm sao sánh bằng. Nhưng mà nói trước, Thuần không thích giống cô ấy đâu.

Tôi cười, lại cười hở mười cái răng cho Thuần tức chơi. Con gái lúc hờn dỗi trông đáng yêu làm sao:

- Cô ta là hoa khôi, còn Thuần đâu phải là hoa khôi mà giống cô ta phải không?

Định đùa tiếp nhưng tôi lại sợ không dưng cả sân trường bị trời mưa ướt sũng thì nguy. Nàng mà khóc thì nước mắt nàng dám ướt cả trần gian chứ không phải chuyện chơi. Lại đùa nữa rồi!

- Nói giỡn mà. Thuần là cái gì đi nữa thì Thuần cũng là Thuần, cô ấy là cô ấy chứ. Làm sao so sánh được. Con gái chỉ giỏi ghen bậy.

Tôi đưa bàn tay mình ra, tỏ vẻ muốn làm hòa. Thuần vẫn còn giận nên nàng vẫn chưa chịu đưa bàn tay nàng cho tôi nắm. Trời ơi, con gái giận dai gớm, nhất là con gái nhà giàu như nàng chắc càng giận dai hơn vì thuở nhỏ hẳn là được cưng chiều nhất rồi.

- Ai bảo anh gặp cô ấy trước. Thuần là kẻ đến sau, biết đâu lâu lâu anh vẫn còn nhớ đến cô ấy.

- Cô ta đi lấy chồng rồi. Thuần cứ nhắc đến cô ấy hoài cô ấy nhảy mũi tội nghiệp. Chuyện cũ đã qua rồi, bây giờ với Thuần là bắt đầu chuyện mới.

Thuần lập lại "chuyện cũ qua rồi...", giọng nàng thoảng nhẹ như hơi sương. Trời New Orleans mùa đông năm nay thật lạnh. Mỗi sáng mỗi chiều thả bộ đến trường, tôi vẫn có cảm tưởng cái lạnh lan từ đầu cành cây hai bên đường lặng lẽ tràn xuống vai tôi, tim tôi. Thành phố này nếu không có Thuần chắc còn buồn tênh biết mấy. Phải rồi, bây giờ mình bắt đầu chuyện mới chứ Thuần. Tình yêu dù diễm phúc tuyệt vời cách mấy cũng bị thời gian làm rỉ sét. Xuân đã khác, đã "chết". Và chính Thuần mới là người thắp lại trong lòng tôi ngọn lửa của tình nồng.

Đã tự hứa với chính mình và Hạnh Thuần như thế, rằng chuyện cũ qua rồi. Như những đám mây tím vờn qua ngoài cửa lớp khi buổi chiều gần xuống. Ngày của mùa đông thường ngắn. Sân trường những ngày cuối khóa với những khuôn mặt lo âu quầng thâm. Học và chỉ biết gầm đầu học. Hãy quên đi mọi liên hệ thân thương giữa tôi và Thuần bây giờ. Một vài ngày thôi để dồn hết vào sách vở, tôi vẫn dỗ dành mình như thế những đêm dài thức trắng học thi "final".

Nhưng không phải Thuần. Thuần không quấy phá tôi lúc này. Và chính tôi, tôi cũng không cố ý tìm kiếm nỗi xao động cho tâm hồn.

Xuân đó. Xuân hiện ra với những lời tình tự ngày xưa bỗng theo gió lao xao trở về. Đã năm năm không thấy mặt nhau. Năm năm tàn lụi những kỷ niệm. Năm năm khuất vắng chân dung tình ái. Chỉ còn là những ngậm ngùi tưởng tiếc. Có lẽ Xuân đã đốt hình bóng tôi thành tro, thành bụi để thả bay dọc theo những bọt sóng ở phố biển. Vậy mà bây giờ Xuân đột ngột hiện về. Gần gũi và quen thuộc trong từng nét bút bay bướm.

Mới mở tờ thư ra, tôi đã nghe tiếng Xuân gọi thầm ngây ngất: "Trọng yêu!" Trong nháy mắt, tôi bỗng có cảm tưởng được nghe lại giọng nói thương yêu của nàng. Hình như Xuân đã lấy chồng và hình như Xuân cũng đã không hạnh phúc.

Xuân cần một chỗ dựa lấp đầy những hụt hẫng vật chất, những khoảng trống đơn độc. Nghe đâu lấy chồng bao nhiêu ngày, bao nhiêu tháng là bao đêm dị mộng. Đời sống vợ chồng nhàm chán có lẽ đã làm trái tim khát khao tình ái của nàng nhớ đến tôi.

Nàng không lấy tôi, biết đâu điều đó lại hay vì như nàng nói, tình yêu sẽ còn mãi trong lòng nàng:

"Trọng yêu!

Sao Trọng lại làm phiền ba Trọng mua tthuốc tây gởi cho Xuân? Nhận được quà, Xuân vừa mừng vừa buồn chảy nước mắt. Trọng muốn trả ơn cho những năm tháng mình đã có nhau trong tay ôm?

Trọng làm khổ Xuân vừa thôi chứ. Trọng có biết nơi đây Xuân thèm thuồng, đói khát những hàng chữ thân yêu của Trọng như thế nào không? Quà cáp cho Xuân mà làm gì hở Trọng khi chính thư Trọng mới chính là niềm hạnh phúc cuối cùng mà Xuân mong đợi.

Trọng tưởng rằng Xuân đi lấy chồng là Xuân có thể quên được Trọng ư? Bao nhiêu lần Xuân đã nói với Trọng rồi, ngay cả sức mạnh phi thường của thời gian cũng không thể giết chết nổi tình yêu của Xuân dành cho Trọng. Tình yêu vẫn còn đó, dàn trải và ấp ủ mãi trong tim. Trọng có tha lỗi cho Xuân không, vì Xuân đã tự ý để tình yêu hai đứa ngủ quên trong mộ tối của ký ức.

Mẹ bảo Xuân phải lo làm lại đời mình những lúc còn trẻ đẹp, ngộ nhỡ mai mốt Trọng bỏ rơi Xuân, làm sao còn có ai thèm vớt vát lại đời Xuân. Đời của Xuân ư, cũng đã tàn tạ hư hao lắm rồi từ ngày Trọng bỏ đi. Từ ngày hạnh phúc duy nhất của đời Xuân đã không còn nữa Xuân phải cố gắng vùng vẫy qua những biến cố đau khổ, cúi đầu nghe lời mẹ nhận lời cầu hôn của Trí. Oán ghét, khinh miệt em đi nhưng xin đừng quên em, đừng thôi yêu em nghe Trọng. Trọng có nghe Xuân gọi, Xuân van xin không? Sao bao lâu rồi hình như anh vẫn không nghe thấy? Tiếng gọi, tiếng kêu của em bây giờ đã hết ảo diệu trong anh rồi sao Trọng?

Trọng ơi, nơi đây buồn lắm Trọng à. Ngày không còn là

ngày khi không còn có Trọng gần gũi vỗ về. Trí yêu Xuân nhiều lắm nhưng Xuân thì còn biết yêu đương gì nữa. Chỉ còn là nỗi tuyệt vọng, buồn phiền bao phủ xung quanh. Xuân đã từng nghĩ đến đời sống an bình này để quên Trọng đi. Phải có thật đông con, phải thật bận bịu với ngày tháng mới để tình yêu xưa được lắng dịu đi. Nhưng hình như không ngày nào Xuân không nghĩ đến Trọng. Một ngày Trọng đi vắng trong đầu Xuân chắc Xuân là một Xuân khác rồi. Xuân này chết đi rồi họa may. Mà thật, Trọng cứ làm nhói tim Xuân hoài à. Cách đây không lâu, Xuân tưởng là mình chết đi được rồi chứ. Đời Xuân đã hơn một suýt có con với Trọng rồi cũng gạt nước mắt làm kẻ sát nhân. Đến lúc lấy Trí, khi Xuân muốn chuộc lại lỗi lầm tàn ác kia (Xuân không hề có ý trách Trọng đâu, Xuân hiểu Trọng mà!) thì con cái cứ chết dần, chết mòn trong người Xuân. Xuân hư thai, ra máu liên miên. Xuân xỉu lên xỉu xuống mấy lần những bận chảy từng bọn máu đỏ bầm. Xuân chết đi sống lại không biết bao nhiêu lần mà Trọng nào có hay biết. Những lần ấy Xuân tưởng sẽ không còn có hy vọng được nhìn thấy Trọng lần nào nữa trong đời (dù Trọng ở xa lăng lắc, nhưng nếu Xuân còn sống, mình vẫn còn có cơ may phải không Trọng?) Có một lần nào đó, trong cơn hấp hối hình như Xuân đã gọi tên Trọng trong cơn mê thiếp. Mẹ Xuân nghe được buồn lắm và khuyên Xuân hãy nghĩ đến mình nhiều hơn. Xuân phải gắng sống để biết đâu còn được gặp lại Trọng chứ. Nhưng gặp lại để làm gì nếu biết Trọng bây giờ đã thay đổi, đã quên... Ở nhà mẹ đang chạy ngược chạy xuôi lo đóng tiền cho Trung Tâm Dịch Vụ xuất nhập cảnh (số tiền bán được thùng thuốc Tây của ba Trọng gởi tặng đã giúp Xuân mua được chiếc phao hy vọng này) Xuân cũng nhớ ơn ba Trọng lắm...”*

Vừa đọc thư Xuân đến đây thì nghe tiếng ba tôi gọi. Tội nghiệp ba những ngày cuối đời bóng xế lẻ loi vì mạ tôi đã không còn nữa, trong đời. Ba một mình khi thì chuyện trò với thư từ sách vở, khi thì cô đơn bí mật sau một góc vườn nhỏ tịch liêu. Một đôi khi, ba như bị đày ải ra khỏi những xôn xao tươi vui của đời sống. Ba khép kín mình trong thế giới tối tăm nào đó của riêng ba. Ở đó biết đâu ba đang dựng xây một cõi thiên đàng mù sương để kéo gọi dĩ vãng. Dĩ nhiên là tôi vui khi thấy bất cứ vùng trời nào chiếu tỏa những thứ ánh sáng dịu vợi vào trái tim thoi thóp, cằn cỗi của ba. Dù thứ ánh sáng của ảo tưởng.

Thoáng thấy tôi, ba hỏi:

- Thư của con Xuân viết gì mà dày vậy? Gần thi cử đến nơi rồi, con đọc làm chi cho nhức đầu.

Tôi lí nhí:

- Dạ... Xuân nó cám ơn thùng thuốc tây ba gởi cho.

Ba nói như đi guốc trong bụng tôi:

- Tội nghiệp con nhỏ, hồng nhan bạc phận. Con gái người ta, tụi bay coi vậy mà tệ. Làm dở dở ương ương đời nó. Cũng may nó đẹp nên có nhiều thằng muốn lượm. Loan bỏ thằng anh con cũng vậy. Đứa nào lấy chồng rồi để cho nó yên đi. Thư từ qua lại làm gì nữa không biết.

- Con có tính trả lời đâu ba. Cũng may nó gởi tụi "Far East" mình trả dùm "express mail" $8 ở bên này, không thì gởi cái thư này xong nó cũng mạt.

Ba nhìn đăm đăm đôi mắt phiền não của tôi:

- Nó biết con đang đi học, tiền bạc đâu có. Thôi thì lâu lâu dư giả để ba gởi cho nó chút quà gọi là. Con gái ở bên nhà cô nào nghĩ cũng tội. Đâu mà ngon lành như ở đây. Con gái qua Mỹ cô nào cũng có giá. Thôi đang làm gì trong phòng thì đi làm tiếp đi.

Tôi thầm cảm ơn ba đã thông cảm cho thứ tình yêu lận đận này. Tôi vừa đi vừa quay lại đùa đùa:

- Ối giời, ba nói vậy. Cứ để mấy cổ treo giá ngọc cho vui.

"Con gái ở bên nhà cô nào nghĩ cũng tội", ba tôi tôi vừa chép miệng. Xuân đang ở lại bên nhà dĩ nhiên chắc cũng tội. Quê nhà đã giam hãm nàng trong thứ đời sống an phận và chịu đựng. Ở đây tôi giam hãm mình sau những cánh cửa đóng kín. Sau những cánh cửa, tôi có thế giới của riêng tôi. Gạt bỏ hết những bận bịu phức tạp của đời sống. Chỉ cần đóng cửa lại, nằm xuống ôm thư tình của Xuân trong tay là tôi quên hết. Thi cử ngày mai mặc kệ. Những lo âu phiền toái cơm áo cũng bỏ qua luôn. Kể cả cái cau mặt của Thuần nếu có.

Tôi đọc tiếp thư Xuân và tự hỏi mình có đang tự phỉnh gạt mình để yêu Thuần không? Đôi mắt Thuần và đôi mắt Xuân đều long lanh nhìn tôi:

"Trọng yêu dấu,

À, em không nhớ hai câu thơ sau đây của ai nhưng biết chắc Trọng đã có lần đọc cho em nghe:

Tiếng kêu nào vỡ đôi tờ mộng

Đôi mắt nào vĩnh viễn phân ly

Sao dạo đó còn ở gần Xuân, Trọng vẫn hay nhảm nhí nghĩ đến những điều phân ly để những ám ảnh ấy chợt trở thành những lời nguyền độc ác (?)

Trọng lại muốn ra đi trước khi trăng khuyết, còn Xuân thì quá si tình nên đợi đến trăng tàn. Kẻ về sau cùng khi nào cũng buồn hơn cả vì chứng kiến mọi hoang tàn, phải không Trọng?

Trọng đã đi thực rồi sao? Thảo nào Xuân với hoài cánh tay vẫn không bao giờ còn bắt gặp được bàn tay Trọng. Bàn tay Trọng bây giờ đang nắm chặt tay ai? Môi Trọng giờ đang hôn ai? Đàn ông ai chả yêu chớp nhoáng và nồng nhiệt nhưng cũng dễ phôi pha, Trọng nhỉ?

Trọng ơi, buổi tối ở đây dạo này ít khi cúp điện nhưng vẫn quá trống rỗng, chán nản và mệt mỏi sao đâu. Tỷ như có Trọng bên Xuân như ngày xưa, buổi tối lại biến dạng. Dù cả thành phố có bị cúp điện, Xuân cũng thấy sáng rỡ lên như kết đầy sao. Xuân lại mơ mộng nữa rồi. Nhưng nếu không được mơ mộng nữa, có lẽ Xuân sẽ không sống nổi.

Trọng thấy không, vận tốc của lời nói một mình đi rất chậm. Xuân xin lỗi phải phiền Trọng gởi thư này hỏa tốc. Và Xuân tự hỏi, không biết đến thế kỷ nào mới vang vọng lại những lời nói, những câu trả lời của Trọng?

Bên nớ hãy vui mạnh luôn nghe Trọng (dù Xuân của Trọng bên ni đang ốm và đang buồn).

Thương mến,

Xuân."

Trời ơi, Xuân đúng là hại tôi rồi.

Làm sao tôi có thể giải thoát được mình ra khỏi lá thư của Xuân. Chả trách Thuần vẫn nghĩ tôi đang mượn tạm hình bóng nàng để nương dựa cho nỗi thiếu vắng kia. Hình như Thuần gọi điện thoại và tôi vừa nghe ba tôi bảo chờ tôi một chút. Thuần có để yên tôi đâu chứ.

Anh Trọng đang gạo bài thi "final" hở?

Tôi giấu đầu lời đuôi:

- À... không, anh đang viết truyện để kịp báo Xuân cho trường. Bạn bè cứ hối bài dữ quá. Học thi thì tối nay thức khuya một đêm nữa chắc cũng phải xong thôi.

Hạnh Thuần reo lên làm vang dội cả đường dây điện thoại:

- Viết truyện cho Thuần hả? Anh hứa sẽ viết tặng riêng cho Thuần mà, phải không?

Chết rồi, tôi phải ăn nói làm sao với Hạnh Thuần đây nếu đã lỡ lồng bức thư rặc mùi tình ái của Xuân vào. Hạnh Thuần cứ ngỡ tôi chỉ viết riêng cho mỗi mình nàng. Hạnh Thuần đã cố tin tình yêu xưa của tôi và Xuân đã lắng chìm, thôi còn cảm xúc để viết.

Nhưng tôi thật tình không hề muốn phân trần bất cứ điều gì mình viết với nàng. Càng tìm cách chống chế để Hạnh Thuần vui, tôi càng bị đôi mắt sầu não trách móc của Xuân ở xa ám ảnh, đeo đuổi.

Tôi trả lời với Hạnh Thuần như đang nhủ thầm chính mình:

- Câu chuyện anh đang viết vẫn còn thiếu cái đoạn kết nữa, Hạnh Thuần à.

Hạnh Thuần ngây thơ:

- Khi nào viết xong đoạn kết, anh nhớ cho Hạnh Thuần đọc với nha.

Tôi nghe tiếng mình kêu lên ngỡ ngàng:

- Chắc chả bao giờ anh viết xong nổi một đoạn kết anh bằng lòng đâu, Thuần. Đoạn kết truyện của anh viết vì vậy thường buồn hoặc thả lửng.

Hạnh Thuần thở dài thật nhẹ:

- Hạnh Thuần không thích một đoạn kết buồn đâu. Anh Trọng nhớ kết cho vui vui. Thôi, ví dụ cho họ yêu nhau thì phải lấy nhau cơ... không được cho một người bỏ đi.

Tôi bật cười:

- Nhưng anh viết truyện thật mà. Truyện thật thì thật tình đã có cái kết ngay bây giờ đâu. Thôi thì để anh thả lửng vậy. Độc giả muốn nghĩ sao tùy tâm tình của họ.

Hạnh Thuần vụt nói lớn:

- Anh viết truyện thật của tụi mình à? Có nhắc đến cô bồ cũ của anh không đó? Có chêm vô chứ gì.

Tôi vừa trả lời Hạnh Thuần vừa nhìn lơ đãng ra khoảng nắng xôn xao ngoài ô cửa:

- Đã bảo dù là một truyện thật hoàn toàn, Hạnh Thuần thấy tác giả cũng phải khổ công viết thêm cái kết. Cái kết chưa xảy ra nên anh không thể định kết như một truyện thật... hoàn toàn. Ở thì anh cũng có nhắc đến Hạnh Thuần, đến ba anh, đến một vài hình ảnh anh đã gặp... Nhưng Hạnh Thuần hãy khoan hạch hỏi anh đã nhá.

Hình như Hạnh Thuần đang nguẩy đầu tỏ vẻ giận dỗi, gắt nhẹ:

- Tại sao vậy?

Tôi nghe giọng nói mình khác đi:

- Tại vì... anh sẽ để dành cho Hạnh Thuần là người viết đoạn kết câu truyện này. Chịu chưa, cô bé khó tánh?

Chàng Ngẫu Nhiên

Họ gặp lại sau mười bảy năm phân ly. Cả hai chợt tìm ra đáp số cho thứ tình yêu "vô lượng hải hà". Nhất là khi chàng vẫn còn độc thân như thuở còn tăm xà bông Cô Ba. Và nàng xem chừng "yên phận tù đày" với người chồng máy móc, sáng xách cặp da đi, chiều xách cặp da về. Tối ngồi vào bàn, dí mũi vào một tờ nhật báo Mỹ hoặc dán mắt lên Tivi. Và đêm (đều đặn là đêm cuối tuần) khi phần cơ thể dưới của người đàn ông vụt trở chứng, tức thì người nàng cũng được lật ngửa ra (nàng vốn có thói quen nằm xấp ngủ). Dĩ nhiên ở trong tư thế ấy, nàng dễ dàng đón nhận mọi nồng nàn của chồng nàng. Cho đến lúc miệng người đàn ông ú ớ hoặc kêu lên xúc động, thì nàng biết ngay đêm cũng bắt đầu khó chịu với tiếng nhạc đệm khò khè.

Phải công nhận nàng bị chứng mất ngủ kinh niên, vì chồng nàng vẫn sang sảng "gọi đò sang sông" dài dài như thế. Nàng không biết nên buồn hay vui khi phát hiện rằng, thân xác đàn bà giống như có tẩm một liều thuốc mê cực mạnh, khiến đàn ông bị thiếp mê ngay sau mỗi lần nuốt phải. Không trách nàng nghe nói, đấng trượng phu nào cũng đều lăn đùng ra "sau cuộc chiến" và không ai có thể tử thủ để vuốt ve, cảm tạ người yêu thêm vài phút. Dù sao cũng vì cuộc ái ân rất ngắn nên đêm còn quá dài, làm nàng nhớ lại... (À thì nàng cũng vừa nhớ là đêm nay mình đã yêu chồng một cách tận tình vô cùng).

Lúc chiều (trước khi lái xe về) nàng đã suýt đứng tim vì bất ngờ thấy lại một chàng thân yêu, quen thuộc đi ra từ phía phòng vệ sinh đàn ông. Chàng đâm sầm về phía nàng một cách tỉnh bơ và vội vã như không hề hay biết điều gì cả. Nàng thì hết sức kinh hoàng về sự tinh mắt của mình, có điều ngay sau đó mắt nàng như mờ hẳn và bóng dáng chàng bỗng trở nên lao đao, chấp chới. Cái gọi là định mệnh đưa đẩy, chắc hẳn như vậy đó. Nếu nàng và chàng không mắc tiểu cùng một lúc (nói nào ngay phải cách khoảng vài giây, chàng đi trước nàng theo sau coi bộ cũng hợp lý thôi) thì biết đâu mỗi người lại chẳng đi về mỗi phía khác nhau. Xong chuyện, nàng sẽ đi về một nẻo đường khác, còn chàng có thể sẽ từ phía nhà vệ sinh đi dọc lại mé bờ biển, nơi có những vệt cát còn sót lại dấu chân nàng mà chàng nào hay. Nàng đoán vậy vì chàng vốn khoái những chùm bọt sóng quấn nhẹ chân mình. Không biết chàng có còn nhờ biển gào thét tên nàng hay viết nguệch ngoạc câu thơ buồn trên cát rồi mượn sóng giấu dưới biển sâu hoặc mang về cho rong rêu đọc (nàng vẫn đùa với chàng như thế và chàng có vẻ không mấy thích vì hình như chàng chỉ muốn làm thơ cho nàng ngẫm nghĩ).

Đáng ra, nàng chỉ vừa nghĩ ra điều này thôi, nếu chàng không đi thẳng một cách mạnh mẽ vào người nàng như thế (ý nàng muốn nói là thiếu đường té nhào hoặc khiến nàng gãy mũi) thì nàng đã định tâm lại (sau vài giây bàng hoàng) để ù té chạy về một hướng khác. Mọi sự đã muộn và chàng có vẻ như chết đứng kiểu Từ Hải. Nghĩ cho cùng chỉ có cách này chàng mới thoát khỏi sự nghiền nát của những mảnh vỡ kỷ niệm. Trong khi chàng đứng á khẩu thì nàng lại phá lên cười một cách khoái trá, điên dại.

"Anh Vũ, sao anh lại ở đây?"

Chàng có vẻ kiệt sức và dần dà hồi tỉnh lại:

"Thi... đây sao?"

Nàng không mấy ngạc nhiên khi thấy chàng trả lời nàng cũng bằng một câu hỏi. Không phải cả hai đang có hàng ngàn câu hỏi về nhau?

Chàng vô đề ngay câu hỏi thứ hai khi nàng lộ vẻ bối rối (có lẽ một phần vì đường tiểu tiện bắt đầu hành).

"Có phải anh đang mơ không đây?"

Nàng bối rối thực sự dù nàng đã quên mục đích nàng vừa chạy nhanh vào phòng vệ sinh để làm gì (dĩ nhiên không phải để gặp chàng rồi).

"Quả đất coi vậy mà tròn ghê anh há?" Nàng lại tiếp tục

đặt câu hỏi, dù sao cũng chưa có câu nào làm họ nghẹn họng đến nỗi phải cố ý trả lời bằng một câu hỏi khác.

Tất cả cho đến lúc này vẫn còn là những xuất phát tự nhiên. Chưa ai "kịch" với ai câu nào cả, tuy nhiên dáng điệu thì có vẻ như rút ra từ một vở tuồng cải lương nào đó.

Không, nàng không nghĩ mình mang dáng điệu của đào thương, còn chàng mang bộ tịch của kép độc. Sự xuất hiện bất ngờ của họ vào đúng múi giờ tiền định đã làm nên tính chất bi hài của nó.

Chàng nói một cách thành thực nhưng làm nàng buồn cười:

"Bộ em không muốn vào đi tiểu nữa sao?"

Nàng gật đầu bỏ đi khi nhận ra chàng muốn che giấu một sự xúc động vỡ bờ nào đó. Cũng có thể chàng vừa nhận ra, chiếc quần xà lỏn trên người mình cộng với đôi dép râu rẻ tiền quả không thích hợp chút nào cho cuộc trùng phùng chàng vốn mong đợi, thêu dệt hết sức lãng mạn và dĩ nhiên phải được chuẩn bị chu đáo cả tinh thần lẫn thể chất.

Về mặt thể chất, đáng ra mái tóc đã bắt đầu hói của chàng phải được chỉnh đốn lại đàng hoàng. Ít nữa chàng cũng thủ sẵn chai xịt tóc đắt tiền để hóa trang khoản tóc hói ấy. Khi xa nàng, tóc chàng vẫn còn xanh, còn đen và còn dày. Nàng chưa hề chứng kiến được cảnh tượng hài hước là tóc chàng bị gió biển thổi lộ một hóc trắng lấp lánh. Tóc chàng vừa loáng thoáng bạc vì nhớ thương nàng đã đành (lẽ nào như thế, nhưng nàng không muốn đổ tội cho thời gian), nhưng liệu nàng có chấp nhận nổi sự ngộ nghĩnh của một mái tóc hói? Thật ra cả hai cùng lúng túng thấy rõ, và nàng có lý do để được chui vào phòng vệ sinh ngắm tới ngắm lui dung nhan mình. Nàng kêu to khi đụng phải tấm gương phản chiếu khuôn mặt đã nhuốm nét tàn phai. Thi ơi, mặt mi xanh quá. Đôi mắt nữa, chao ôi là quầng thâm, nàng nhủ thầm. Nàng nhìn bộ mặt phờ phạc của mình một hồi lâu, mà quên mất là chàng chưa lần nào có vẻ coi trọng bề ngoài hơn chiều sâu tâm hồn. "Có thể đó là ngày xưa thôi. Còn bây giờ biết đâu chàng đã đổi khác", nàng bực mình bấm nước. Nàng rửa tay và đánh thêm chút son bóng. Tự nhiên nàng thoáng nghĩ, môi nàng không nên tỏ ra quá hấp dẫn để quyến dụ chàng nữa. Bờ môi đã tắt nét cười, và đã thôi nở những nụ hôn lửa cháy!

Khi nàng trở ra, chàng không còn loay hoay với chiếc khăn tắm trên vai. Trong nụ cười mới điểm đã cuộn theo hơi thở mặn nồng của gió biển:

"Mười bảy năm em vẫn không có vẻ gì thay đổi cả."

"Thật sao? Bộ anh không biết thay đổi lớn nhất là em đã có chồng, có con?" Giọng nàng lạc đi trong gió mát.

"Ý anh muốn nói em nhìn vẫn trẻ trung..." Chàng vờ như không nghe nói, cố tình lảng đi.

"Thì em bao giờ mà chả gầy. Anh cũng vậy. Bơ sữa Mỹ không làm anh mập lên tí nào." Nàng săm soi vào người chàng.

Chàng quét hai mắt lạnh căm lên ngón tay đeo nhẫn của nàng:

"Ờ thì anh vẫn vậy. Vẫn một mình, một gánh... thênh thang. Em tới đây với ai? Một mình hay mấy mình?"

Nàng nhớ đến cô bạn vừa ly dị chồng đang ngồi xa xa dưới tàng cây. Bên cạnh là "con trai anh, con gái em" la hét om sòm giành nhau cái muỗng nhựa xúc cát. Nàng bỏ về sớm cũng vì nhức đầu giùm họ. "Con anh, con em", ừ nhỉ, làm sao bỏ hết những hệ lụy...

Nàng đưa tay chỉ chỗ có bóng mát và mùi thịt nướng, vờ nhăn nhó:

"Ý chết. Chồng con em đang đợi đằng đó kìa. Em phải đi..."

Chàng méo miệng, cười đau:

"Cũng không sao. Em phải đi thì cứ đi đi. Ngày mốt tôi cũng về lại Úc rồi. Người ta thuê cho tôi khách sạn ở gần bờ biển này cả hai tuần mà không gặp em. Đến phút cuối sắp đi, em lại lù lù đến như một mỹ nhân ngư."

Chàng kể lể tiếp, giọng ngậm ngùi thấy rõ:

"Đáng ra... định mệnh không nên để mình gặp lại nhau. Đáng ra... em đừng ghé đây. Mà thôi nữa, cứ đáng ra thế này, đáng ra thế nọ để làm quái gì."

Nàng gục mặt, không dám nhìn sâu vào mắt chàng:

"Như thế hẳn là đẹp hơn phải không anh? Như thế anh không phải xưng tôi với em."

Hóa ra bây giờ chàng mắc bệnh phụng phịu, hờn mát định mệnh. Chỉ mỗi nàng biết rõ rằng có hờn mát cách mấy, định mệnh "vưỡn" thích nghịch ngợm bày hết trò chơi này đến trò chơi khác. Trong gió biển, nàng mơ hồ nghe tiếng cười khúc khích của định mệnh, giọng điệu trêu chọc lạ thường. Thật tình nàng tự thấy mình không còn đủ sức để tranh cãi với con nhà ấy nữa. Định mệnh đã đánh bại tình yêu lớn nhất trong đời họ rồi còn gì! Phát cáu như chàng cũng vậy thôi. Không lẽ chàng dám xúi dại nàng chụp giựt có mỗi miếng bánh hạnh phúc của chồng con rồi lén chia bớt cho chàng ít mảnh vụn? Từ đôi môi chàng sa mạc, nàng đọc thấy nỗi khát khao chờ nguồn suối mát. Từ đôi mắt nàng hạn hán, chàng âm thầm nuối tiếc cơn mưa cũ. Nhưng mà... chỉ "đọc thấy" và nuối tiếc mà thôi. Nàng đã thuộc về người khác và là một người khác.

Lúc xưa có lần nghe bài "Không Tên Cuối Cùng" của V.T.A đến đoạn: "Này em hỡi, con đường em đi đó, con đường em theo đó sẽ đưa em sang đâu? Mưa bên chồng có làm em khóc có làm em nhớ những khi mình mặn nồng? Này em hỡi, con đường em đi đó, con đường em theo đó, đúng hay sao em?" Nàng nhớ là nàng đã nhăn mũi nhăn mày mà rằng: "Bộ ông nhạc sĩ này định xúi cô bồ cũ ngoại tình sao ta?" Chàng đã cười, đã nhức nhối giùm thứ tình yêu, không trọn ấy bằng một câu nói tương phản, (giờ thì nàng hiểu chính sự tương phản này gói trọn niềm phẫn hận bi thương). "Đáng ra em phải nói là cô ta đang ngoại tình với người chồng mới đúng. Không phải sao, vì chính ông ta mới cuỗm mất cô ấy khỏi tay Vũ Thành An." Chàng vẫn có những kiêu hãnh kỳ cục nên đôi khi ngông cuồng một cách đáng yêu. Dù sao, bây giờ nàng bắt đầu sợ nhiều hơn là... yêu. Nàng không thể hồn nhiên ngông cuồng như chàng "có biết đâu niềm vui đã nằm trong thiên tai", nàng bỗng nghe mình già nua hơn chàng sau mười bảy năm! Nàng biết tính toán, biết canh chừng bản tính ngông cuồng của mình hơn. Nàng đổ lỗi cho nỗi phù du của mọi vẻ đẹp trên cuộc đời này. Chàng đổ lỗi cho định mệnh. Vì thế chàng và nàng có vẻ chấp nhận ngay sự tàn nhẫn vô tâm của một hoàng hôn đẹp. Buổi chiều mới đó mà đã tan nhanh khiến một người cúi đầu bỏ đi và một người đứng nhìn theo chới với. Chàng nói với theo khi biết rằng sẽ không còn được hẹn lại một ngày cùng nàng:

"Nếu em còn giữ những tờ thư cũ thì hãy xé và thả hết ra biển hộ anh."

Nàng chỉ biết lắc đầu và quên không hỏi để làm gì thì chàng đã nghẹn ngào:

"Nghĩ cho cùng chỉ có biển là mãi mãi giữ giùm anh tất cả."

Chàng càng cay đắng, nàng càng cảm thấy chàng... dở ẹt. Thật ra, theo nàng nghĩ, vì nàng là người luôn muốn giữ giùm chàng tất cả nên nàng mới bỏ đi. Một điều gì đó, chắc không còn là mộng nữa nếu chàng... ôm giữ nàng một cách thực quá. Phải thú nhận rằng chỉ khi tất cả đã mất thì tình yêu mới được cứu sống lại và trường tồn, vĩnh cửu. Tình yêu, ở thì nhảm nhí một

hồi nàng mới tự hỏi có hay không một tình yêu đích thực? Có hay không một người yêu đúng nghĩa ở cõi đời này?

Đột nhiên mắt nàng ướt. Những giọt long lanh như sao trời rơi vỡ cùng đêm những bồng bềnh gợi nhớ của tình cờ, của bất ngờ (hay của hiểm họa?) xảy ra lúc chiều. Rồi nàng úp mặt xuống gối, thầm ước chàng đừng gói sinh mệnh của nàng vào túi hành trang về Úc.

*

Nàng trở dậy trong đêm vì không thể ngủ được. Một chút ánh trăng mờ loãng ngoài ô cửa trông buồn quá. Nàng tì người, ngắm lơ đễnh bằng một con mắt nhắm, một con mắt mở. Lý do, vầng trăng đẹp của nàng đã xa khuất tận đâu đâu khiến nàng thoạt đầu cố tìm mà không gặp. Chỉ còn lại những phản chiếu rất nhạt rất lu. Nàng tưởng tượng như thể màu nước mắt lung linh của ông trời dưới màn đêm. Không, nước mắt của chàng thì đúng hơn. Chàng khóc thật ư? "Khi người yêu tôi khóc", vầng trăng đẹp của nàng cũng phải vỡ tan thành trăng lu. Vầng trăng còn biết cảm thì làm sao con người nàng có thể vô ưu được? Đừng trách... nếu đêm nay nàng có cùng kỷ niệm chui xuống gầm giường hay trốn vào học tủ (những chỗ nàng thường giấu chồng thư chàng) để đối thoại vu vơ hay lắng nghe ngày cũ vỗ về. Ồ, tại sao nàng không định xé hết đi và đem thả ra biển cho rồi? Chàng đã chẳng yêu cầu nàng như vậy sao? Hóa ra nàng lãng mạn hơn chàng. Nàng lãng mạn và yếu ớt đến nỗi lúc nào cũng muốn "gượng níu" một chút vẻ đẹp mong manh ấy. Vẻ đẹp của những cành hoa trắng trong bình ký ức.

Nàng bỏ góc cửa sổ và vẻ đẹp của con trăng úa. Nước mắt nàng vỡ tan thêm một lần nữa khi nàng cố dỗ dành giấc ngủ trắng. Nàng cố xua đuổi chàng đi, chàng càng bướng bỉnh bước tới. Chàng trở về nửa khóc, nửa cười trên cánh tay che ngang trán của nàng. Nàng bỏ tay xuống nhưng không thể hất chàng ra khỏi đầu mình.

Khoảng nửa đêm, khi nàng vừa chợp mắt thì lại bị lôi đi bởi tiếng báo động của cái máy dò khói. Nàng hơi ngạc nhiên khi thấy chồng nàng vẫn nở phổi phò phè một cách tự mãn. Điệu này chắc anh ta cũng không cần biết ông thần hỏa sắp đến tặng cho mình cái vé hỏa tốc xuống thăm địa ngục hay lên thiên đàng. Nàng lay vội giấc mơ tiên của chồng mình và ú ớ không thành câu, thành cú:

"Cháy. Dậy. Cháy."

Chồng nàng vừa tỉnh ra đã gào lên:

"Lũ con. Phải vào bế tụi nó mau."

Nàng hết sức run rẩy trong lúc chồng nàng tận dụng tối đa sức lực để vừa bế, vừa cặp ba đứa con. Anh ta bình tĩnh đập vỡ mặt kiếng của cửa sổ gần phòng nàng, ra lệnh nàng bước qua rồi chuyền từng đứa con một. Người cuối cùng và người cũng đã đi đến cuối cùng để có được nàng và lũ con dĩ nhiên là anh ta, là chồng nàng.

Khi đoàn người áo vàng xông xáo làm phận sự cứu nguy đám cháy, nàng ủ rũ gục vào hai tay mình. Nàng mắc tật nuối tiếc. Chồng nàng trái lại lúc nào cũng hồn nhiên chấp nhận mọi hoàn cảnh. Anh ta thở phào nhẹ nhõm làm nàng bực mình vô cớ:

"May mà cái máy dò khói còn làm việc, không thì dám tụi

mình cũng bị chết ngộp, chết cháy trong ấy."

Nàng nhăn nhó:

"Anh ngủ say như chết, có biết gì đâu."

Chồng nàng ngó đăm đăm vào đám lửa xanh, lửa vàng đang thi nhau hò hét trò chơi hủy diệt:

"Mất hết, cháy hết cũng không sao, miễn là mình còn sống phải không em?"

Dĩ nhiên nàng không bao giờ tỏ ra độ lượng, khoan hồng với sự tàn bạo của những ngọn lửa, cho dù lửa có đẹp rực rỡ, đẹp huy hoàng và thắp sáng vùng trời đêm cách mấy. Tất cả những vẻ đẹp của lửa đều báo trước sự tàn rụi. Lửa trong mắt chàng, trên da thịt chàng vừa thắp sáng trái tim nàng vừa thiêu hủy nàng một cách khủng khiếp. Nàng không muốn thấy lại ngọn lửa ấy một lần nữa vì đã hít thấy hơi tro tàn của kỷ niệm.

Mọi bừng cháy rồi cũng tan thành tro, con người rồi sẽ giữ lại được gì ngoài chút hương vùi trong đám tro tàn ấy. Nàng thấy mình bi quan quá độ nên níu vai chồng để tìm chút bình an dễ chịu:

"Tiếc chứ anh, nhất là chồng hình của lũ con, của tụi mình. Chỉ có hình ảnh mới giữ thời gian được mà bây chừ phải mất, làm sao đây?"

Chồng nàng tặng nàng cái nhìn hết sức ý nhị, nhưng nàng không tài nào cảm thấy dễ chịu.

"Có nhiều cái mất mát không cách nào tìm kiếm thay thế được, sá gì mấy cuốn "album" mà em lo." Chồng nàng nói rất chân thực, không một ngụ ý xỏ xiên nhưng nàng đâm nhột.

Nàng bỗng thấy mình như bị phỏng nặng. Nàng không được quyền đứng đây để mắc bệnh nuối tiếc riêng tư. Có hài hước lắm chăng nếu nàng nói cho bạn biết nàng đang giận tím người vì chồng thư của chàng đã làm vật tế thần lửa (?) Nàng tưởng chừng chính nàng đang bị ngọn lửa làm đau bỏng, tê rát tận tim. Đối với chàng thứ "kỷ vật" này đã chẳng là gì nữa cả. Điều kỳ lạ là nàng vẫn hết lòng trân trọng. Chồng thư ấy là tất cả đối với nàng. Nàng chưa muốn hủy diệt nó và tất nhiên là không bao giờ muốn. Nàng muốn tàng trữ nó như tàng trữ tiếng dội của tuổi thanh xuân. Giữ nó chỉ là một cách để ngân vọng lại một trong những nốt nhạc thánh thót nhất của thời gian.

Cùng với cảm giác bị mất mát một điều gì ghê gớm, nàng vụt liên tưởng đến điếu thuốc nàng đã bỏ dở trên chiếc ghế "sofa" hồi đầu đêm. Nàng hoảng hốt không dám nhìn vào gương mặt hiền lành của chồng nàng. Nàng kêu to lên không ngờ:

"Trời ơi!"

Chồng nàng chưa kịp lên tiếng, nàng chợt nhận ra vừa hớ lời. Bên kia đường, bóng dáng của người đàn ông năm xưa đột nhiên xuất hiện như từ lòng đất nứt ra. Chàng làm nàng muốn điếng hồn.

Sau giây phút khựng lại có tính toán, nàng gượng gạo nói với chồng bằng cách kêu trời một lần nữa.

"Trời ơi, nhà ở Mỹ coi bộ cháy mau hơn nhà ở bên mình nhiều. Bên mình nhà nào cũng xây toàn gạch với gạch, chả bù..."

Chồng nàng trả lời bâng quơ:

"Đêm nay chắc tụi mình được ngủ ở khách sạn rồi."

Nàng im lặng. Lòng không muốn nhìn qua bên kia đường tí nào (ở đó chàng đang đứng lẫn vào đám đông hàng xóm) nhưng mắt vẫn dáo dác kiếm tìm. Nàng biết mình đang tỉnh ngủ, dù nàng ngỡ như mơ. Chàng đến đây làm gì. Chàng đã đi theo nàng như một tên thám tử. Dĩ nhiên là không thể có một sự ngẫu nhiên nào trong lần gặp gỡ này. Trên chặng đường về nhà, nàng vờ quên không để ý đến linh cảm của mình vì nàng đã quá chóng mặt. Đêm, nàng trở dậy nhìn trăng ở phía sau nhà, nên làm sao biết được bên kia đường có một chàng-ngẫu-nhiên khoái ngủ trong xe, để chờ gây ngạc nhiên. Dù sao, tất cả cũng chỉ là dự đoán của nàng.

Có điều nàng không thể dự đoán nổi là chàng-ngẫu-nhiên ấy dám gồng mình bước qua đường. Chàng đến trước mặt chồng nàng, thản nhiên nhìn thẳng vào mặt anh ta với cái bắt tay của kẻ thua cuộc và pha lẫn kịch tính:

"Việt Nam cả phải không ạ? Nghe nói nhà của anh chị đây hả? Cả nhà không sao chớ?"

Chồng nàng nhìn chàng thân thiện:

“Dạ... kể ra cũng hên thiệt.”

Chàng bắt đầu đi sâu vào vai diễn... hài kịch:

“Nửa đêm đói bụng chạy kiếm gì ăn, lại đụng ngay nhà cháy. Mấy ông chữa lửa làm việc đắc lực đó chứ. Ông nào ông nấy mặt mày lem luốt trông như ông Táo bị dính lọ nồi dưới bếp.”

Dĩ nhiên là nàng vẫn không cười được lúc này. Sự duyên dáng của chàng trong cảnh ngộ vô duyên này không hợp “thời trang nhạc tuyển” chút nào. Vậy mà chồng nàng lại hồn nhiên cười, cười toét màng tai:

“Anh ở xa đến hả?”

Chàng gật đầu và lấy tay bẹo má thằng con út của nàng.

“Tội nghiệp, cháu nhỏ buồn ngủ quá rồi. Hay là... nếu anh chị không có gì ngại thì tôi xin chở tất cả về khách sạn. Ở sở có thuê cho tôi một phòng khá rộng, lái xe cách đây khoảng nửa tiếng thôi.”

Nàng vẫn không nói gì. Hệt như người đang thời kỳ tịnh khẩu. Chồng nàng quay sang hỏi ý nàng:

“Anh bạn này có nhã ý như vậy, em tính sao?”

Mắt nàng lúc này chợt có xu hướng nhìn hắn dưới chân mình:

“Nhà cửa đồ đạc cháy hết rồi, ngủ đại trong xe hay đâu mà chẳng được.”

Câu trả lời ởm ở của nàng làm chồng nàng bật cười:

“Cô ấy chỉ tiếc nhất là mấy tấm hình kỷ niệm. Anh nghĩ coi, đồ đạc tài sản bị tiêu tùng hết lại chẳng than vãn gì.”

Chàng cười nhẹ, châm biếm:

“Những thứ ấy đã có hãng bảo hiểm lo rồi. Còn thì chẳng có ai chịu đi mua bảo hiểm cho kỷ niệm cả. Nói vậy, chứ ở đâu cũng chẳng có ai chịu bán ba thứ lẩm cẩm ấy mà mua nhỉ.”

Nàng ngập ngừng, nói lí nhí cốt cho chàng nghe:

“Đống thư từ của bạn bè nữa mần chi. Cháy hết rồi, làm sao có hãng bảo hiểm nào trả lại được chứ. Cũng đành chịu thôi...”

Chồng nàng bỗng chêm vào một câu xanh rờn:

“Mình còn sống sẽ còn nhiều cơ hội để tạo ra trăm ngàn

kỷ niệm khác. Em tiếc mần chi cho mệt.”

Chàng nhìn qua nàng. Cái nhìn làm đầu óc nàng quay mòng mòng, chóng mặt. Mọi biến động xung quanh nàng có khác nào chiêm bao và chỉ trong chiêm bao, nàng mới cho phép kỷ niệm được bùng lên như lửa thiêng.

Ngoài chiêm bao có lẽ nàng phải nhờ những đôi mắt ngây ngô của lũ con để dập tắt tức thì thứ lửa cháy ấy. Một mình nàng với chàng, biết đâu chút tro tàn âm ỉ nào đó sẽ sáng bừng lên. Vâng, nàng sợ là sẽ có dịp sáng bùng lên như chiêm bao, như lửa thiêng...

Quà Sinh Nhật

Trong đoạn đời năm tháng, ít là một lần người đàn ông nào cũng muốn giải thoát mình ra khỏi vòng vây cũ mòn vợ chồng. Bằng cách này cách khác. Hoặc đơn thuần họ chỉ muốn nhắm mắt lại, lao đầu vào những phút giây mong manh tạm bợ nào đó. Họ muốn tìm kiếm một rung động mới nhưng đồng thời họ không muốn đánh mất những gì họ đang có.

Một cách đáng tiếc là không một người đàn bà nào có thể chấp nhận được sự tham lam, tìm tòi của lạ và ăn gian cảm giác của họ.

Gặp Thức, bạn thân của Trí xưa trong một phòng trà sặc mùi khói thuốc, rượu và đàn bà con gái. Hắn có vẻ ngờ ngợ tưởng như người trước mặt hắn là một ai khác. Không phải tôi trong hình ảnh người vợ hiền của Trí mà hắn gặp cách đây khoảng sáu tháng. Tôi lạ lẫm từ cách ăn mặc, lối trang điểm và ngay cả với khung cảnh xung quanh.

Nhưng cùng lúc tôi bỗng nghĩ khác.

Người đáng ngạc nhiên phải là tôi mới đúng chứ. Hắn bây giờ đang hiện hình ra đó với cốc rượu ngon và cô bồ Mỹ đầy gợi cảm chỉ sàng sàng ở tuổi con gái hắn ở nhà. Hắn tưởng chỉ có đàn ông mới có quyền được làm chuyện tày trời. Còn đàn bà không được quyền làm mọi thứ họ thích nếu là thứ động trời. Ở hay, ai buộc hắn ở lại với người đàn bà hắn gọi là vợ và vẫn tiếp tục "độc thân" bất cứ lúc nào hắn muốn thụ hưởng. Không chấp nhận bà ta nữa thì cứ tự do hủy phá và kết hợp hoặc cứ kết hợp tiếp nối và hủy phá nối tiếp. Việc gì phải giả dối, lén lút như tên ăn trộm. Tôi cũng đã đoán trước câu hỏi qua cái nhìn soi mói, ngạc nhiên của hắn:

- Trí đâu, sao chị đi một mình với mấy người bạn nào

vậy? Những năm, sáu tháng nay tôi bận không gặp nó mà cũng chả thấy nó liên lạc.

Tôi trả lời có thể làm Thức nhột:

- Ở đất nước này ai cũng ham rửng mỡ và làm giàu quá mà!

Thức gượng cười, có tật thì giật:

- Lâu lâu nghỉ xả hơi một tí mà bị kê anh em quá. Ý mà nó bận ham làm giàu à?

Bị cào đúng vết thương lòng, tôi hơi lặng người đi nhưng bỗng tỉnh táo lại ngay:

- Thì tui cho ảnh đi luôn rồi. Tụi này ly thân đúng sáu tháng và vừa ly dị xong.

Thức rút vòng tay choàng qua vai cô nhỏ Mỹ, sửa lại dáng ngồi ngay ngắn và có vẻ hơi lạc giọng:

- Chị... nói sao? Chị ly dị thật sao? Mấy người này... Mỹ hóa quá ta.

Thức làm tôi tức ứa gan. Câu này hắn nên để tôi dành cho hắn.

- Anh cũng "smell" toàn xà bông "Dove" không chứ có thèm ở nhà tắm xà bông cô Ba đâu nà.

Thức cười nhăn nhở:

- Bộ cô đang trách tôi đấy à? Tôi cũng đang trách cô đây. Sao cô lại bỏ Trí là nghĩa làm sao?

Tôi khoanh tay trước ngực, nhìn Thức cười buồn:

- Chuyện khó tin lắm phải không anh? Chuyện khó tin nhưng có thật. Tôi biết anh làm sao tin được có chuyện kỳ cục như vậy xảy ra. Anh biết tụi này yêu nhau những sáu năm từ ngày mới vào đại học và sau đó khi cả hai cùng ra trường, có việc làm rồi nhất quyết lấy nhau. Tui đã đánh đổi tất cả để có Trí vì như anh biết, gia đình tui không hoàn toàn chấp nhận một người ngoại đạo không chịu trở lại đạo như Trí. Chúng tôi lấy nhau, giao ước hai đứa sẽ tôn trọng tôn giáo của nhau. Tui đã làm cha mẹ mình buồn vì không thể xa Trí. Nhưng bây giờ tui đã xa Trí thực sự lại làm cha mẹ tui càng buồn hơn. Tui cũng buồn bực lắm chứ, nhưng biết làm gì hơn. Trái tim nó bảo vậy, phải xa Trí... Nếu Liên vợ anh cũng ở trong cương vị tui, liệu chị ấy có thể nào hành động khác hơn?

Một bản nhạc xôn xao vừa nổi lên. Cô bé tóc vàng ưỡn ngực, nũng nịu kéo tay Thức ra sàn nhảy. Thức có vẻ không kháng cự, như mọi sự đã xảy ra hoàn toàn nằm ngoài ý định và sự kiểm soát lý trí của hắn.

Câu chuyện xảy ra đã hơn nửa năm rồi nhưng mỗi lần nhớ lại tôi vẫn có cảm tưởng như mới xảy ra lúc nãy, khi tôi vừa nhìn thấy Thức. Vết thương vẫn còn mới mẻ quá mà! Hình như có người bảo thời gian sẽ chữa lành những thương đau. Gần gũi một người nào đó độ một năm thì phải cần trung bình vài ba năm mới có thể phôi phai chuyện cũ. Tôi đồng ý với một thống kê nào đó. Dù sao, vết thương hết ung mủ có lành đi chăng nữa vẫn để lại dấu sẹo.

Lấy Trí được hơn một năm là tôi sung sướng trong vòng hơn một năm đó. Trong đời, có lẽ chỉ nỗi ràng buộc đầu tiên là lần độc nhất để ta cảm nhận hạnh phúc trọn vẹn. Những lần khác kế tiếp biết đâu chỉ còn là những gắng gượng, mong mỏi một diễm phúc tuyệt vời không bao giờ hòng tìm gặp. Có phải thế không, khi trái tim và thể xác mình đã bị thương tích dù một lần cũng đủ.

Tôi vẫn tưởng tôi và Trí là một trong những cặp vợ chồng hạnh phúc nhất nước Mỹ. Chàng thuộc mẫu đàn ông giỏi chiều chuộng, biết nịnh đầm và rất nhiều lửa cháy. Trí gối đầu đến rã tay cho tôi ngủ mỗi đêm. Trí quay quắt buồn bã trong mỗi lần tôi bị sở cử công việc đi xa.

Những lần như vậy, Trí thở dài rất tội nghiệp:

- Bỏ việc làm của em cho rồi. Ở nhà đi, anh thích được nuôi em mà; việc làm gì cứ phải công tác hoài vậy?

Tôi an ủi Trí:

- Em đi có ba ngày chứ mấy. Anh khỏi thấy ai nhăn nhó trong ba ngày không vui sao? Vả lại một năm họ chỉ đòi hỏi mình đi có mấy lần.

Trí nhăn mặt:

- Đi mấy lần là mấy lần? Một ngày xa em tưởng ngắn lắm sao phải chịu tới ba ngày? Lần trước em đi những năm ngày. Gần một tuần chứ ít ỏi lắm sao?

- Anh ngại ở nhà ăn "T.V dinner" chứ gì? Không có em, anh ăn cơm Ý cơm Mỹ, lo gì. Lâu lâu đổi cơm nước mắm ở nhà, được độc thân tại chỗ mấy ngày còn gì nữa.

Trí hay khóa miệng khi tôi nói điều gì đó chàng không thích bằng một nụ hôn và có thói quen đánh thức tôi dậy đi làm buổi sáng cũng bằng một cái hôn. Cái hôn tưởng chừng là tiếng nói chân thành của những diễn tả tình yêu. Nhưng người đàn bà nào rồi cũng có những phút giây tự nhủ mình đã lầm lạc. Khoảng cách giữa Trí trong mấy ngày vợ đi vắng là một cơ hội bắt đầu những đổi thay. Những cái hôn của tôi và chàng đã tắt chìm, lạnh lẽo cả rồi sao? Những cảm xúc nồng nàn vừa cháy lên đó cách đây không lâu. Lần này tôi đi xa có ba ngày thôi mà. Ba ngày chờ đợi để có nhau bốn đêm còn lại trong một tuần nhớ nhung không phải say đắm hơn sao?

Tôi đã trở về bất ngờ trong chuyến đi xa đáng ra phải mất năm ngày. Nắng gió nơi thành phố lạ làm tôi nghẹt mũi thở không ra hơi. Đầu hàng với những ngày hội thảo, thuyết trình sau đó nên tôi kiếm cách chuồn về sớm hơn dự định. Tưởng tượng mình sẽ mềm ra trong vòng tay Trí mà chết ngất. Đàn ông là một sinh vật yếu đuối không thể ngờ; Trí yếu đuối vì tham lam quá độ.

Như vậy đó và tôi đã bắt gặp chàng ngã xuống trong vòng tay ôm của một người đàn bà khác. Cô ta không ai khác là xếp của chàng mà tôi đã gặp. Chàng có lần kể cô tóc vàng này thuộc típ đàn bà chỉ thích yêu mê đàn ông có vợ. Có lẽ để chứng tỏ mình thừa sức mạnh thu hút đủ loại đàn ông kể cả những gã đàn ông dám chống đối hoặc đầu hàng sự thử thách này vì đã có vợ. Nàng là người đàn bà thích đi tìm cảm giác mạnh, dù trong thâm tâm nàng dư biết loại đàn ông này chẳng bao giờ thèm chọn lựa nàng. Họ chỉ yếu mềm một lúc để vui thú và sau đó là dấu chấm hết thật to tướng. Ông ta ôm hôn nàng nhưng có khác nào ôm hôn một con búp bê chỉ có thân xác mà vô hồn. Dù vậy điều đó vẫn lấy hết lòng kính nể và tình yêu trong tôi đã trót dành cho Trí. Không còn cách gì có thể hàn gắn, xóa tan những vết dơ trên thân thể Trí để tôi với chàng có thể bắt đầu lại. Người ta khi yêu thương vốn ích kỷ và không hề muốn đánh mất người yêu mình, dù chỉ một thoáng giây vay mượn.

Cho đến bây giờ và có lẽ mãi mãi về sau, tôi vẫn không tài nào hiểu được vì sao Trí có thể bị sa ngã được. Trí cần một người đàn bà xoa dịu chàng điều gì trong lúc tôi vắng mặt (?) Hay chàng chỉ làm vậy để đánh tan thứ mặc cảm bị thua sút người đàn bà trong những lúc làm việc chung ở sở (?) Tôi vẫn còn nhớ mình đã đứng khựng lại, im lìm chôn chân trước hiên nhà lênh đênh nắng vỡ. Đứng và nghe tiếng cười nói xôn xao của họ từ phòng khách vọng ra. Đứng và nhìn qua tấm màn voan mỏng mảnh những điều mình không muốn thấy, để nghe lòng căm hờn đến dửng dưng. Lần đó, chỉ một cái lách nhẹ của chiếc chìa khóa trên tay là tôi có thể bắt gặp ngay bộ mặt trâng tráo của Trí. Cần gì phải biết khuôn mặt thân thể hở hang của người đàn bà lúc đó ra sao. Nhưng mà tôi đã đứng chết như trời trồng cho đến khi có bước chân của người phát thơ đi vào ngõ vắng. Cái nhìn của ông ta làm tôi sực tỉnh và tôi có cảm tưởng như ông ta có thể nhìn suốt qua tôi để thấy rõ cả đời người con gái rồi cũng hoang vu, ảm đạm như thế.

Tôi ngồi thừ người thật lâu cho đến lúc Thức trở lại bàn, khi nhạc đã tắt từ lúc nào không hay. Thức nói lấp liếm, giấu che sự vụng trộm của mình:

- Chị Thao đúng là phí của trời. Ai đời bỏ tiền mua vé vào đây lại ngồi rũ người ra thế? Bản nhạc tới xin phép được mời chị đó nhé.

Tôi cười nhẹ và bỗng muốn mình bay biến đi đâu cho rồi:

- Tui già rồi, anh ạ... Đi theo bọn khỉ bạn vào đây mới thấy là mình không còn hợp với thứ không khí này. Triệu chứng của sự già nua đấy. Có ai trẻ trung, "enjoy life" như anh.

Thức lại trở về với chuyện cũ lúc nãy:

- Có phải tại Trí không? Tại nó tàn phá chị hay chính chị là người làm nó rủa mòn đâu đó. Nó bây giờ đang ở đâu vậy? Vẫn còn loay hoay ở thành phố này hay đã dọn đi mất đất rồi? Ậy, mà còn công ăn việc làm nữa chứ. Đâu dễ chớp được "job" thơm ở chỗ nào như nó.

Nghe Thức nhắc đến "sự nghiệp" của Trí làm tôi bỗng

nhớ đến bà xếp của chàng. Nỗi ám ảnh này sẽ đi theo tôi suốt kiếp, đến độ tôi không còn một niềm tin nào dành cho đàn ông. Tôi nhìn sự tán tỉnh, vuốt ve của đàn ông và căm gan nghĩ đến lối ngụy trang tài tình để chiến thắng con mồi của họ. Đàn ông có hằng hà những chiếc mặt nạ khác màu làm đàn bà trở nên là kẻ bị đui mù, có mắt vẫn không tài nào nhận ra nổi. Tôi nói với Thức như nói với chính mình:

- Tui làm sao tàn phá hay thiêu đốt Trí nổi. Chỉ có Trí mới có thể tàn bạo như vậy. Ngọn lửa dâm dục trong người Trí cháy dữ dội lắm. Nó như ma quỉ có sức mạnh làm ông ta bất cần nhân cách, táng tận lương tâm. Nó hủy diệt tình yêu của tui cho Trí tàn rụi. Dưới mắt tôi, bây giờ Trí đã thành tro, thành bụi. Anh biết không? Đàn ông mấy anh đều như vậy cả, tham lam quá chừng... chừng đi.

Hình như Thức hơi đỏ mặt, nói khỏa lấp:

- Đàn bà Mít qua Mỹ mới có giá chứ. Đàn ông sơ múi gì mà tham với thâm.

Tôi chọc quê Thức:

- Giá một "pound" có mấy chục "cents" hà. Mấy ông An Nam qua đây lại chê nước mắm. Ăn cơm nhà lâu ngày cũng chán, muốn thử của lạ cơ. Cũng rầu, đàn ông mình cao cỡ năm "feet" hơn nên cứ phải ngẩng cổ mệt nghỉ.

Thức ấp úng, ngụy biện:

- Chị chơi bọn này quá. Đời người ba vạn sáu ngàn ngày là mấy. Vả lại tôi hay Trí cũng chưa hề xao lãng bổn phận công dân của mình mà. Chị cho nó đi luôn như thế là bất công. Cũng may bà xã tui hiền hơn chị. Bà ấy có vẻ để tui tự do hơn. Chị siết chặt Trí quá, căng vậy đến đứt dây thiều thôi.

Đàn ông đúng là ghê gớm thật.

Cách độc nhất để không bị mất họ vĩnh viễn là cứ để cho họ được tự do thỏa mãn, tự do khoái trá, tự do lừa bịp, tự do chán chê...

Tôi đem câu chuyện cũ của mình kể cho Thức nghe và kết luận:

- Lần trở về bất ngờ để bắt gặp Trí trắng trợn bỉ ổi như vậy, tui cũng tỏ ra hiền như bà xã ông. Cứng họng rồi còn quát tháo dữ lên, gào to sao nổi nữa. Trí tưởng như vậy là tui không hay biết gì hết nên tiếp tục che đậy, tiếp tục gian trá. Biết đâu bà xã anh cũng giả vờ... hiền như vậy cho êm chuyện. Đàn bà khi không yêu thương nữa thì mặc trời gầm họ cũng vờ điếc, tỉnh bơ như không. Họ chẳng thèm thắc mắc, chẳng thèm ghen tương cho mệt xác nếu điều đó nghĩ cho cùng không xúc phạm đến quyền lợi họ mấy. Họ mà yêu thì đèo núi nào ngăn cản được họ, họ lồng lộn quay quắt phải biết. Tui yêu Trí dĩ nhiên, nên tui đâu thể hiền được. Có điều tui đã để Trí thoát lần bắt gặp quả tang đó, để thấy rõ một khía cạnh độc đáo khác của đàn ông.

Thức cắt ngang:

- Chị để hắn thoát vì còn mơ hồ, chưa thấy đủ bằng cớ chứ gì.

Nhấp một chút nước ngọt, tôi lắc đầu:

- Không phải. Đã bảo là tui bắt gặp ngay chóc cơ mà. Chính đôi mắt tui đã thấy và không hề tin đó là sự thật. Chính đó đã là sự thật mà tui vẫn còn ước gì thà mình cứ bị đui mù để đừng trông thấy. Oái ăm như vậy chứ. Sau đó, tui vờ đi để nhìn Trí đóng lại những vở tuồng thương nhớ vợ hiền, cảnh ở nhà chàng bị cô độc, cô đơn này nọ v.v... Để tặng Trí món quà nhớ đời, tui nhớ lúc đó cũng vào dịp sinh nhật Trí đó anh ạ. Tui mời người đàn bà đã ngủ với ông chồng yêu dấu của tui đến dự buổi tiệc sinh nhật ngạc nhiên ở nhà hai đứa. Bà ấy đến, đẹp lộng lẫy vô cùng. Cả toàn thân thoát ra vẻ khêu gợi, thơm tho như có tẩm đầy nước hoa của bùa mê. Tôi cố ý mời họ uống thật say cho buổi tiệc vui nhộn cuối cùng chỉ mình tui âm thầm. Tính bà ta rất phóng đãng, uống rượu như uống nước lạnh. Tửu lượng cao, chắc kiếp trước là tình nhân đối ẩm với Kiều Phong. Bà ta có vẻ khó mà say lắm anh à. Nên tui phải tìm cách bỏ những viên thuốc kích thích tố sẫm màu và ân cần mời bà khách quí uống. Kết quả tui dự được bà ta vào phòng ngủ của chúng tôi nằm nghỉ. Dưới ánh đèn mờ dịu, người đàn bà cũng lịm dần trong những rạo rực của nhạc huyền ảo. Anh có thể đoán tại sao tui để người đàn bà hư hỏng đó trộn lẫn vào vùng thánh địa của chúng tôi không? Nói đúng ra bà ấy lúc đó không khác nào dã thú bị hành hạ và sai khiến bởi những sôi sục cuồng bạo bên trong. Tui bảo bà ta cứ cởi hết quần áo ra ngủ lại cho thoải mái, mặc dù bà ta cũng đã tự ý làm cái công chuyện đó một cách tự nhiên rồi. Bà ta nói khi... ngủ ngáy thì không thích mặc quần áo gì cả, khó chịu lắm.

Thức hồi hộp xen vào:

- Rồi chị đi gọi Trí vào và tặng chàng món quà nhớ đời như chị nói.

Tôi gật đầu:

- Một con bò lạc, bộ đó không phải là điều anh ấy đã muốn hay sao chứ? Có điều Trí làm bộ có vẻ sửng sốt và bất ngờ lắm trước quà tặng của tui, anh ạ. Đàn ông thật khó hiểu, tại sao khi tui đem tặng Trí một cách đàng hoàng thì chàng vờ không nhận là nghĩa làm sao?

Trong bóng tối, tôi thấy hai mắt Thức cũng tối sầm lại. Một bài hát cũ vừa chấm dứt và tôi chợt muốn bịt tai lại để khỏi nghe một bài hát khác kế tiếp.

Bất Chợt
Giữa Mùa Xuân

01 —

Vẫn từ một ô cửa nhỏ, mỗi tuần tôi đều đụng cái bóng gầy cao và mái tóc bơ phờ ấy. Bao giờ cũng thế, người đàn ông xuất hiện khi trời còn mờ mờ hơi sương. Những hôm trời rớt một thoáng khóc nhẹ, tôi đoán chiếc áo mong manh trên người ông ta không đủ ấm. Thật ra làm sao tôi biết được cái lạnh trong người ông ta như thế nào và kiểu nào hoặc lạnh hay ấm ở phần thịt xương có quan trọng lắm không.

Điều chắc chắn đó là một người đàn ông mà khi mới gặp, bạn sẽ không tài nào chạy thoát nổi hai con mắt nhuốm đầy những mùa sương hiu hắt. Nếu không, một người vốn có trí nhớ khiêm tốn như tôi chắc sẽ khó lòng giữ được hình ảnh ông ta quá nửa phút trong đầu.

Còn cái này nữa. Nụ cười. Ồ đúng rồi, chính nó. Nhưng không phải cái cười lấp lánh những đường răng. Một cái cười không ươm nổi một nửa nụ, không tặng cho ai mà cũng chẳng vì ai. Ông ta như cười với một khoảng không của riêng mình, và do đó chẳng thể gợi lên một niềm vui, hay một sự thân thiện nào cho người nhận.

Nhưng cũng chính vì vẻ dửng dưng "không đâu vào đâu" này lại làm kẻ đối diện không mấy yên tâm. Có lẽ tôi là con đàn bà khá nhẹ dạ, luôn dễ bị nặng trĩu vì những bất ổn của kẻ khác. Ơ hay nhỉ, ông ta chỉ là một người hoàn toàn xa lạ thôi mà. Tại sao tôi lại phải chao lượn theo cùng ông ta, ví như chiếc lá khô vừa bị gió lốc qua mặt mình? Ông ta đã từng "sống sót" như thế nào, hoặc trải qua bao nhiêu tuyết giá của những mùa đông làm sao ai biết được.

Không, sự có mặt của một gã đàn ông dở người dở hơi này không thể làm con đường hay cuộc đời trước mặt của tôi đẹp hơn, hay lên hương chút nào. Vậy mà chẳng hiểu sao ly cà phê ấm nóng trên tay tôi đang uống bỗng lạnh theo sương lệ trong đôi mắt ấy.

Dường như thêm một điểm đặc biệt nữa là trên vầng trán phẳng cao ấy, tôi thấy hiện rõ những đường nhăn kỳ kèo của cuộc đời. Điều này khiến khuôn mặt ông ta trở nên nửa triết gia nửa du đãng sao đâu. Thật tình tôi có cảm tưởng ông ta chắc cố tình đem những vết khắc, vết xước của tâm hồn ra phơi bày trên vầng trán. Cho nên cứ trong mỗi tiếng nói trầm trầm như những nốt nhạc buồn, tôi thường bắt gặp vầng trán ông ta hay nhíu lên nhíu xuống như cốt theo kịp những diễn tấu sâu thẳm trong lòng.

Ông ta vừa nói vừa quay lại (với vầng trán xếp lại dò xét, dĩ nhiên) và đó là lần thứ ba tôi trông thấy ông ta trước nhà và nhất định đuổi theo, dù không biết vì đâu, tại sao mình làm vậy.

- Thưa cô, bộ có điều gì quan trọng lắm sao?

Tôi hơi hoàn hồn và... quê.

Tự nhiên thấy kỳ kỳ với hình ảnh một người đàn bà tóc tai chỉ vừa gỡ nhanh bằng mấy đầu ngón tay, nhàu nát trong bộ đồ ngủ màu đỏ ối, man dại đi như chạy theo một tên đàn ông lửng thửng đẩy nhẹ cái "shopping cart". Trên môi ông ta là một điếu thuốc cháy dở, với vài sợi khói bay lãng đãng và trên chiếc xe đẩy, loại "shopping cart" ấy là một đống vỏ lon nằm la liệt và kêu lẻng kẻng.

Trời ạ, ông ta có tiếng nói thật sao?

Vậy mà cứ tưởng cuộc đối thoại giữa ông ta và tôi nếu có xảy ra cũng chỉ bằng mắt, hoặc bằng vài cử điệu, chân tay.

Nhớ là lần trước khi gặp ông ta trong lúc vừa cúi xuống nhặt vội tờ báo đầu ngày ở sân cỏ, tôi đã miệng mỉm cười và môi hí hửng:

- Dạ chào ông, hôm nay có vẻ nhiều gió, sao ông đi nhặt lon sớm thế?

Ông ta không trả lời, chỉ hơi thở dài. Điều tôi muốn phiên dịch từ hố mắt sâu thẳm ấy một câu đối đáp như sau: "Tôi nghèo, cô không thấy sao? Có phải trông tôi giống như một gã vô tổ quốc, lạc loài giữa một đất nước xa lạ và trên tay thì cơ hồ trắng trơn như vừa bị thiên hạ phỏng mất tất cả cô nhỉ."

Tất nhiên lúc đầu tôi không dám nghĩ là ông ta bị câm. Có thể ông ta không sử dụng quen tiếng Anh chăng? Và chính nỗi tò mò làm tôi buột miệng tiếp (lần này tôi lẩm bẩm bằng tiếng mẹ đẻ như một lời than thở riêng mình).

- Trời gì mà lạnh gớm. Ăn mặc như ông này, đi ra đường chắc tôi chết mất.

Hình như đôi mắt ông ta vụt long lanh. Hay chính vì một chút gì đó rưng rưng trong lòng tôi đã làm dấy lây người đối diện, tôi cũng không rõ. Một lúc, tôi hỏi ông ta một câu thật bậm trợn:

- Này... hay là ông không biết tiếng Anh phải không?

Ông ta cười, vẫn là cái cười một thoáng như nhếch môi và bất chợt trở lại với vẻ tĩnh lạnh như không hề hay biết hoặc cần biết người đối diện đang nói gì, và nói với ai. Hóa ra người đàn ông chỉ im lặng vì ông ta muốn im lặng. Bây giờ khi cần nói một điều gì đó, ông ta sẽ làm người nghe hoàn toàn ngạc nhiên. Không phải vì cách phát âm rõ ràng, đúng điệu của ông ta mà chính là ở những bất ngờ của những nốt nhạc trầm ấm vừa ngân lên: "Thưa cô, bộ có điều gì quan trọng lắm sao vậy?"

Sau khi "bình tĩnh" lại, tôi bắt đầu lên giọng:

- Thì ra ông đâu có bị câm. Vậy mà tôi định đuổi theo ông là vì... à... là vì tôi vừa học được ít nhiều cách nói chuyện với người câm nên định thực hành ấy mà. Hóa ra tôi lầm...

Người đàn ông vờ nghiêm nghị một cách lém lỉnh:

- Vậy thì cô phải xin lỗi kẻ nghèo hèn này đi chớ. Đã nghèo mà câm thì hết đời luôn.

Tôi nói như lỡ bị mê hoặc:

- Xin lỗi ông. Mà cũng tại vì ông im lặng, bủn xỉn lời nói quá đấy thôi.

Ông ta dương đôi mắt thật lớn nhìn tôi. Tôi thoáng đọc thấy lời nói, nỗi niềm nào đó reo vui, thú vị trong cách nhìn. Nhưng cuối cùng ông ta lại vừa nói vừa bước đi thật nhanh:

- Thôi tôi đi. Nhớ là tôi chưa bị trời hành đến thế nên xin

miễn thương hại.

Đúng là ông ta làm tôi tức điên lên được. Người gì mà hình như chẳng có... trái tim. Hay biết đâu trái tim ông ta đã bị ai giựt phăng và đem treo ở một thế giới nào khác (?)Trông dáng điệu nửa tỉnh nửa mê kia, tôi tự hỏi có phải định mệnh đã buộc mình phải tìm cách cứu vớt con người ấy?

02—

Sáng hôm sau rồi nhiều buổi sáng sau đó, tôi thấy tôi phải cố gắng một cách khổ sở mà vẫn không vò nát được ước muốn mong mỏi gặp lại người đàn ông.

Tôi chờ, tôi đợi đến ngày thứ hai đầu tuần, như thể giữa ông ta và tôi đã có một thỏa ước hẹn hò (thật ra cũng chỉ vì đống lon tôi vẫn hứa là sẽ để dành cho ông ta). Tôi tìm cách an ủi mình vô cớ. Rằng thì là ở chặng đời bây giờ có thể ông ta chỉ là gã sống bằng nghề lượm lon tầm thường, nhưng chắc chắn phải có một cuộc đời trước đó khá hơn. Dù bạn có bảo mình là gì, hay từ trên trời rớt xuống (sau 75, phiền là thói thường thiên hạ vẫn luôn miệng rêu rao lếu láo) bạn vẫn không tài nào che giấu được bạn là ai, ở tầng lớp nào và thuộc hạng người nào. Người ta ngửi được ngay "hơi hướm" ấy trong bạn.

Hình như linh cảm báo cho tôi biết rằng ông ta cũng ngấm ngầm khao khát đến ngày thứ hai. Sự gấp gáp bỏ đi lần trước có thể là thái độ chạy trốn một điều gì tức tưởi trong lòng chăng? Nếu không, tại sao khi đã đi, người ông ta còn như run lên khi ngoái đầu nhìn lại?

Có thể tôi chỉ giỏi tưởng tượng. Không. Dường như ông ta không để ý đến ai cả, kể cả chính mình. Không, một chặng đời trước kia của ông ta chắc cũng không thể gọi là khá được. Nỗi đau khổ đã tỏa lan rõ ràng từ đoạn đời trước tiếp nối bây giờ. Không phải nỗi u uất mệt mỏi đã hiện rõ trên gương mặt ấy sao?

Rồi thì ngày thứ hai cũng đến. Tôi lại tiếc mình đã tốn công gom góp một số lon khổng lồ từ những "party" của bạn bè xung quanh. Buổi sáng người đàn ông đã không thèm có mặt. Tôi thấp thỏm ngóng ông ta cho đến lúc nắng xuân và chim hót vụt tràn lan ngoài cửa. Trời đẹp, chim chóc líu lo gọi nhau bỗng làm tôi khựng lại, cảm thấy vô nghĩa. Chim cái đang nhắn nhủ chim đực điều gì hay ngược lại mà một con bỗng bay tít lên một cành cây cao ngạo nghễ, còn một con vẫn đứng đậu lơ ngơ dưới bụi cây. Bất ngờ một con chim khác (Nửa đực nửa cái? Tôi bỗng phì cười với ý nghĩ này) đang núp đâu đó dưới một tàn lá vụt bay vù ra sà ngay xuống mặt đất tíu tít. Buổi sáng nhìn sự liến láu của loài chim, tôi tự hỏi sao "người đàn ông tầm thường" này lại không đến để nghe tôi liến thoắng đặt 1001 câu hỏi về ông ta? Dường như sự vắng mặt của gã một cách nào cốt gây hoang mang trong tôi. Tuy nhiên, gã đã biết gì về con nhỏ khật khùng này? Gã cũng đâu thèm biết gì đúng hơn. Của không tội, nếu gã hoặc thiên hạ biết được trạng thái tâm lý kỳ cục này, có lẽ tôi đã bị "mời" vào nhà thương điên.

Nghĩ cũng buồn cười. Khi ông ta nhìn thùng nhựa màu xanh đậm có ghi chữ "Recyle Now" vẫn còn chất đầy những lon và lon, (chưa được xe rác tới chở đi) tôi bỗng nổi điên một cách vô lý. Hóa ra sự xuất hiện (cần thiết) của gã là để giúp tôi giải thoát những lo lắng buồn phiền chứ không phải là để cứu vớt đời gã như tôi đã tưởng.

03 —

Có lẽ cũng cần kể sơ cho bạn nghe một chút về tôi. Chẳng qua tôi chỉ là một con đàn bà sống trong cuộc đời với khá nhiều bất hạnh. Tôi thổ lộ điều này không phải là để mong bạn rủ lòng thương hại (dù trong đời sống lắm lúc tôi phải vờ vịt để đón nhận điều này.)

Từ lúc sinh ra làm người đến giờ, nói thật tôi cũng đã quá héo hắt về lòng thương hại của con người. Một người như tôi dĩ nhiên cũng không thể không bắt gặp mối đồng cảm với người đàn ông mà tôi nghĩ chắc cũng bất hạnh như mình không kém hoặc biết đâu còn tệ hơn nữa. Ông ta cơ hồ là kẻ không nhà, không cửa, không thân thích họ hàng ở một nơi chốn tha phương cầu thực này. Tôi có thể khá hơn ông ta ở một chỗ trú thân, một vài thứ vật chất tạm bợ khác. Vâng, chừng như tôi có thể chừng như được coi là có tất cả nhưng thật ra cũng chẳng có gì cả. Một người chưa hề được thấy khuôn mặt diễm tuyệt của tình yêu, đôi môi chưa hề được trao gởi thật lòng cùng ai, thì cái hình hài ấy chỉ là nỗi lặng thầm đi đi, về về trong căn nhà rộng lớn nhưng hoang vu, lạnh lẽo như một nhà mồ. Cái bóng hình hài ấy là tôi, đã mệt mỏi ngã dài trên những bức tường câm, trên những buổi chiều tối trở về nhà với những giọt nước mắt cô đơn, hờn tủi. Đời con gái tưởng chỉ một lần cũng đã như vầng trăng khuyết úa tàn. Nỗi ám ảnh của vầng trăng vấy máu thì đúng hơn. Gã bảo trợ người Mỹ gốc Nhật bảo lãnh đã phá trinh lúc tôi vừa đúng mười sáu trăng tròn. Đó là nỗi đớn đau hoàn toàn của một người bị kéo tuột xuống địa ngục, chứ không phải là nỗi đau đớn trộn lẫn khoái lạc như những người yêu nhau ở trần gian. Đêm ấy, sau đêm bị bắt buộc phải khám phá từng vùng da thịt bí ẩn của gã đàn ông không yêu, tôi đã sống tê liệt hay tê cóng như băng tuyết.

Đã có những buổi sáng phóng xe vào xa lộ, tôi chỉ muốn nhắm mắt nhấn hết ga và nổ tung trong dòng người vội vã. Phải, đã có vô số những buổi chiều sau đó tôi thật sự muốn dìm mình xuống dòng sông Potomac để được cuốn vào quên lãng.

Dường như gã bố nuôi này có vẻ yêu tôi vô cùng. Gã tậu cho tôi ngôi nhà đẹp, và vô tình biến tôi thành con búp bê bằng sét dửng dưng câm nín. Gã ít nhiều có máu Nhật trong người nên đã ví tôi là hoa anh đào Nhật với hương sữa và mật nhựa tinh khiết của lần đơm hoa đầu đời. Tôi giận gã lắm, nhưng lâu lâu lại thấy tội cho cuộc hôn nhân nhiều chịu đựng, và lắm bất ổn của gã với cô tóc vàng rất đỗi hoang đàng. Bà ăn nem, ông ăn chả, hay nói cách khác, bà không thể không thèm "hamburger" và ông không thể thiếu món cơm thuần túy đông phương. Sự xuất hiện của tôi do đó chỉ ví như những giọt nước mưa rơi xuống mái nhà đã thủng. Dù sao, sự vụng trộm này lúc nào cũng làm tôi bực mình khó chịu. Lý do tôi không yêu gã và người đàn bà là ân nhân, là mẹ người bảo trợ của tôi hơn là một người tình địch.

Cho đến bây giờ tôi vẫn không hiểu tại sao tôi lại âm thầm đi bên gã miệng câm như hến trong khi mọi ngõ ngách dẫn đến niềm vui đã hoàn toàn khóa chặt, bít bưng trong đời sống. Hình như tôi chỉ ái ngại cho nỗi đau khổ của bà mẹ nuôi, nếu lỡ biết được chính mình đã nuôi ong tay áo. Tôi để yên gã đi quá trớn, chắc cũng vì không dám phủ nhận sự chăm sóc của một người cha dành cho con mà gã đã làm và suốt đời tôi hằng thiếu thốn.

Cha mẹ tôi bỏ nhau từ khi tôi còn nhỏ và không ai màng đến gánh nặng nên giao tôi cho một người chú họ. Gia đình chú tôi vốn đông con, vì thế tôi không thể không là đề tài cho những cuộc đay nghiến, cãi vã của vợ chú. Không nỡ thấy chú khổ sở, tôi bằng lòng làm con nuôi (nói đúng hơn là đi ở đợ) cho vợ con một người bạn chú. Trong một vài giờ cuối cùng của cuộc đổi đời 75, tôi lũi theo đoàn người trong khi cư xá "Hải Quân Công Xưởng" bước lên chuyến tàu định mệnh, khi những tiếng nổ và đám cháy mịt mùng khói đen, khói trắng, lẫn trong màu khói lệ của quê hương vẫn vờn đuổi sau lưng. Tôi đi, tất nhiên khi tôi đi, mọi sự đã không còn như trước nữa và tôi, tôi cũng nhanh chóng biến thành một con người khác. Không còn như xưa nữa.

Để trả thù cho sự phản bội, gã bị chính cô vợ đầm mang ra tòa về tội quyến dụ con gái dưới tuổi vị thành niên. Cả thành phố xôn xao vì một người vốn có chức phận cao như gã bỗng phút chốc trở thành một cái gai cần nhổ. Dĩ nhiên tôi không thể chìu gã đứng lên nhân danh tình yêu "thuần khiết" này nọ để chạy tội cho gã. Gã chết gã chọn lựa cái chết để bôi xóa tất cả như trong chiêm bao tôi vẫn mơ thấy gã thắt cổ tự vẫn. Không đâu, ở ngoài giấc mơ, gã không thắt cổ cũng không mổ bụng tự sát (seppuku) kiểu anh hùng Nhật. Gã kết liễu đời mình bằng một lượng thuốc ngủ đích đáng, sau khi để lại ít dòng thư tuyệt mạng cho pháp luật. Thật ra gã còn để lại một căn nhà trả góp dài dài, một chiếc xe mới và đặc biệt là con chó Nhật lúc nào cũng bám theo chân gã từ nhà trên xuống nhà dưới. Từ khi người chủ yêu quí ấy không còn trở lại, con chó ngày nào cũng nằm lim dim, im lìm ở một góc nhỏ trước cửa ra vào như chờ đợi hoặc chiêm nghiệm về lòng dạ con người.

Tôi cũng nằm yên cùng phiền muộn một thời gian khá lâu, rồi cũng dần dà xếp thứ ký ức hãi hùng, mộng dữ ấy vào trang cuối của cuộc đời con gái không may. Cho đến bây giờ từ phút giây đụng phải người đàn ông gàn dở kia, hình như tôi thấy mình mới bắt đầu được mở ra trang đầu của mơ màng, mộng mị.

04 —

Trong đời, có khi chúng ta chỉ gặp một người nào đó một đôi lần nhưng cũng đủ để nhận ra sức hút của thứ nam châm kỳ diệu. Gặp và không thể nào quên được như một ánh nhìn từ tiền kiếp. Điều muốn nói là niềm rung động như sẵn sàng bất kể là tai họa hay lạc phúc, hoặc đâu đó là tiếng gầm gừ, hay reo vui của định mệnh. Định mệnh đã trói buộc tôi vào vòng vây khổn của ông ta rồi chăng?

Thuở nhỏ, có lẽ vì không bao giờ được ai chú ý nên tôi bỗng nẩy sinh một thói quen kỳ cục. Tôi tự vò xé, đày ải mình bằng cách đập đầu vào tường thật mạnh, tôi cào cấu những vết bỏng nhẹ thành ung mủ, tôi vờ bệnh không phải để nghỉ học mà cốt được một ai đó sờ vào trán mình thăm hỏi.

Bây giờ cũng vậy, rất nhiều khi tôi thấy mình quá chơ vơ, chênh vênh bên lề đời sống và vì thế tôi không thể thoát khỏi cảm giác "tự tạo" ấy để gây động sự thương hại ở mọi người. Khi đến Mỹ ở với người bảo trợ này tôi cũng đã làm họ và vô số bác sĩ lên ruột vì không tài nào định hình được những căn bệnh tưởng do mình sáng tạo. Tôi nhớ có ông bác sĩ nọ nhăn mặt vì sau cả khối lần thí nghiệm vẫn không tìm ra kết quả "bất thường". Ông ta nói:

"Hình như không phải ai cũng chỉ muốn mình được khỏe, trái lại có người còn muốn được mang một chứng bệnh nào đó để làm người khác điên đầu. Trong trường hợp cô gái này, tôi đã thử nhiều cách mà không tài nào kiểm nghiệm những điều khai báo, phàn nàn của cô ta là chắc chắn."

Ông bảo trợ tôi lúc ấy cũng vò trán, nhăn mũi: "Coi như bác sĩ công nhận bó tay thì tôi đành dẫn nó đi kiếm bác sĩ khác vậy".

Tiếng vị bác sĩ đuổi theo như mỉa mai làm tôi cười thích chí trong bụng:

"Bác sĩ nào cũng dư đủ cả khối bệnh nhân thứ thiệt để chữa trị cả rồi".

Từ đó, tôi càng nhận ra mình đang mang một hiện tượng tâm lý hết sức quái đản, nhưng hoàn toàn không muốn san sẻ, bày tỏ cùng ai. Tôi coi đó là thứ khí giới để chống lại những hắt hủi của người đời và thân phận côi cút của mình. Ông ta có thể ngạc nhiên, la mắng om sòm cô vợ đầm vì tưởng rằng không chịu chăm sóc cho một vết trầy té nào đó rất nhỏ của tôi, để cuối cùng bỗng vị nhiễm trùng sưng tấy lên. Ông đâu biết tôi đã dùng những hạt cát, bụi đất như những đối kháng nội tâm để lấp liếm trên những lỗ hổng của vết thương. Tôi ngốc nghếch vui thú, khi thấy nhờ vậy tôi được cuộc đời chăm sóc nồng nàn hơn.

Sáng hôm nay sau khi nhận ra người đàn ông đã bỏ rơi (dù không mấy quen biết) bằng cách không thèm có mặt như mọi tuần, tôi bỗng bỏ làm tự ý lún nhanh như bùn trong vũng chán chường, tuyệt vọng. Từ chỗ chỉ hơi mệt mỏi thất vọng, tôi không nhớ đầu óc bỗng cựa quậy làm sao để bị kéo sụp xuống một cách khủng khiếp và dày đặc như thế. Tôi mịt mù trong vũng bùn đen không biết bao lâu thì hình như có tiếng bấm chuông.

Con chó Nhật bỗng giật mình như tỉnh ra từ giấc mộng "tư bản", vụt hối hận mình đã ăn rồi chỉ biết nằm im hưởng thụ, không thể bám kịp bước chân "vọt một cái sang kiếp khác" của ông chủ nhỏ (hòng nói chi đến ông chủ lớn của cả nước Nhật hay thế giới như Akio Morita, tổng giám đốc công ty Sony). Kể ra sự giật thót của nó cũng có lý do vì căn nhà lúc nào cũng đắm chìm trong im vắng, và cô đơn. Tiếng sủa mừng rỡ (hơn là hù dọa) của nó đã đánh thức tôi đang ngầy ngậy, váng vất.

Nhìn ra từ góc cửa sổ quả tình tôi đã không kịp ngạc nhiên, há hốc thảng thốt vì thứ nắng xuân hồng đã cắt nghiêng nửa khuôn mặt của người đàn ông. Cây, lá, chim, gió... ở ngoài kia và cái bàn "cocktail", ghế "sofa", cuốn sách, tấm màn... ở trong này đều như muốn tung hô, tung bay lên trời, phá tan hết những uất nghẹn chờ mong. Tuy nhiên tôi đã kịp định thần lại. Tôi cần ngăn chặn mọi vỡ bờ riêng mình để không làm ông ta hoảng sợ (biết đâu đấy!) Đàn ông, không phải họ thường hoảng sợ, né tránh trước những loại đàn bà nhẹ dạ, sẵn sàng buông thả chạy lại gần họ một cách quá dễ dàng tha thiết hay sao? Phải để họ năm phần chủ động, vâng, tôi đã biết thế và tôi đã có cách...

Tôi quay nhanh vào phía tủ lạnh. Rồi mở cửa ra. Một thoáng gió và hơi thở mỏng mảnh của người đàn ông thoảng vào. Rùng mình thích thú, nhưng vẫn giả vờ giả vịt hỏi:

- Thưa ông, có chuyện gì quan trọng không ạ?

Người đàn ông hơi bối rối mỉm cười:

- Dạ chào cô... buổi trưa. A, hình như cô lại lập nguyên câu hỏi của tôi hôm nào. Không, có lẽ chẳng có chuyện chi quan trọng cả.

- Ông này đùa dai. Sao ông biết có người ở nhà mà bấm chuông?

Người đàn ông táo bạo nhìn sâu vào mắt tôi:

- Tôi đoán vậy thôi.

Nghĩ sao, ông lại lôi ra trong ngực áo "jean" một xấp giấy quảng cáo:

- Hay là cô mua giùm họ một năm báo, sẽ được tặng không một cuốn bản đồ đầy đủ của miền Đông trị giá còn hơn một năm báo.

À, thì ra thế. Tự nhiên tôi bỗng ùn ùn cáu kỉnh, khi nghĩ rằng lý do có mặt của ông ta chỉ đơn giản là thế.

Tôi gằn giọng:

- Hóa ra ông bỏ nghề lượm lon rồi à? Còn báo Mỹ ư? Tôi đã mua tờ Washington Post rồi và thường... chỉ thích mua tờ chủ nhật để cắt "coupon" đi chợ tiết kiệm mà thôi.

Thấy ông ta chau mày, tôi lập tức trở nên mềm giọng:

- Xin lỗi, tôi hỏi đùa ông thôi. À, còn báo Việt của chúng tôi đọc không xuể, rồi còn Tivi, điện thoại... chiếm hết cả giờ rảnh.

Người đàn ông trả lời không mấy vui và dợm bước đi:

- Bỏ thì đã sao mà không bỏ thì đã sao chớ? Nghề nào cũng chỉ là nghề, sống được với nó đã là may. Thôi chào cô người Việt nhé, trông cô giàu sang quá...

Tôi đóng cửa cái rầm:

- Ông đừng chửi khéo tôi chứ.

Người đàn ông bỏ đi chưa được vài bước đã có tiếng người đàn bà gọi giật giọng trở lại:

- Ôi... ông ơi... máu...

Đúng, máu trào ra từ miệng. Máu vọt ra xối xả như từ tim óc nàng đau đớn. Máu tung toé trên thềm, như chứng tích của một vết thương nào sâu kín, tích lũy đâu đó từ một kiếp khác, một đời sống khác.

Dĩ nhiên người đàn ông đã nhào tới đỡ lấy tôi, như mọi việc sau đó đều được diễn ra hệt trong tiểu thuyết trữ tình.

Trên đường lái xe đưa tôi đến bệnh viện cấp cứu, ông ta đã xúc động đến run rẩy nên cứ suýt gây tai nạn. Đầu tôi được gối lên bằng chiếc áo "jean" xếp lại của người đàn ông cộng với một phần thân thể dưới của ông ta.

Ông ta nói chuyện với tôi như đang nói chuyện với người sắp chết. Máu chảy lai láng thế kia, làm sao tôi có thể sống nổi nhưng hình như tôi vẫn còn nghe được tiếng nói êm và ấm của ông ta vọng về từ một giấc mơ đẹp:

- Cô ơi, chắc là cô không sao đâu. Đến nhà thương họ sẽ chuyền nước biển cho cô ngay. Cô mà chết đi chắc tôi bị ám ảnh một đời. Tôi cũng đã từng xỉu vì san sẻ máu mình cho những đồng đội, nhưng cô yên tâm đi. Nếu máu cô cùng loại với tôi và dĩ nhiên phải được nhà thương đồng ý, tôi sẽ không màng xỉu lên xỉu xuống vì cô.

"Đồng đội của ông ta là ai? Tại sao ông ta không bao giờ muốn nhắc đến tông tích của mình? Ông ta từ đâu đến, nếu không phải cũng là một nơi mà tôi đã sinh ra và lớn lên", tôi nhắm mắt lại với muôn ngàn dấu hỏi và người đàn ông bỗng vô tình chấm ngay cái dấu than ở giữa đường, cùng với âm thanh reo vui sững sờ:

- Cô, hóa ra... ồ, tại sao cô lại làm vậy? Cô đúng là người đàn bà kỳ lạ nhất mà tôi đã gặp.

Rồi như không mấy tin ở mắt mình, người đàn ông xoạc tay vào ngực áo "jacket" của tôi, bất ngờ móc ra cái túi bong bóng chỉ còn loáng lại một nửa phần máu. Tôi chưa kịp phản ứng, ông ta đã trở nên hóm hỉnh:

- Tôi biết rồi, có thể gọi đây là một hiện tượng tâm lý Munchausen (Munchausen Syndrome). Nếu tới nhà thương có thể người ta sẽ lấy một cái ống luồn vô lỗ mũi cô, đút xuống cổ họng và bao tử để coi đường ruột của cô có thực sự bị chảy máu không. Bộ cô không sợ điều đó sao?

Tôi vùng dậy như muốn thoát ra khỏi xe:

- Kệ tôi. Ông giỏi lắm, cái gì cũng biết hết. Vậy sao không thả tôi xuống đường để tôi tự ý đi kiếm nhà thương một mình.

Người đàn ông hốt hoảng ghì lấy tôi và chỉ lái loạng quạng bằng một tay:

- Thôi cho tôi năn nỉ. Xe này là xe của cô mà, cô quên rồi sao? Hay là tôi mời cô về nhà tôi nếu cô không chê và tôi sẽ kể cho cô nghe một vài điều bí ẩn về tôi. Kể ra thì chẳng có điều gì giấu được mãi dưới ánh mặt trời.

Càng lúc tôi càng trở nên bướng bỉnh:

- Câu nói ấy xưa rồi. Ông khám phá được bí mật của người khác, ông đền lại sự bí mật của ông thì cũng là điều đương nhiên, công bằng và rất xưa nốt. Vả lại có cái gì hay ở bí ẩn của những người đàn ông mà ham.

Ông ta bắt đầu dịu dàng bằng một âm thanh hết sức nhỏ nhẹ mà tôi chưa từng được nghe:

- Sao không? Bí mật thứ nhất là... tôi cũng nói được tiếng Việt như cô chớ bộ, và dĩ nhiên chúng ta cùng đến từ một đất nước thống khổ như nhau. Cô thấy tôi còn nói được giọng Huế như cô nữa là...

Tưởng gì. Ngờ đâu điều "bật mí" ấy không làm tôi đứng tim ngạc nhiên và thích thú cho lắm:

- Tôi đoán đâu có sai ở trong đầu. Thấy ông vẫn hay nhặt bớt một đống báo biếu Việt Nam ở trong thùng "Recycle Now" là tôi cũng đã nghi rồi. Có điều tại sao ông lại giấu biệt gốc gác Việt Nam của mình như mèo giấu cứt để làm gì vậy?

- Nếu nói rằng không phải tôi không hãnh diện về quê hương mình thì nghe cải lương vô cùng, phải không cô? Còn thì tại sao tôi lại phải mượn danh nghĩa mình cũng là người Việt như nhau để gợi thêm lòng thương hại trong cô chớ. Tôi thì trái lại, chẳng thích ai thương hại mình.

Tôi cười. Chợt nhận ra mái tóc vừa hớt trụi của người đàn ông trông cũng lạ lạ, hay hay. Như một đạo sĩ, một thiền sư hay có khi là một tên du thủ lất thất nào đó:

- Ông không thích ai thương hại hay đặc biệt là không thích đàn bà thương hại?

- Đàn bà hay đàn ông, tôi đều không thích bị họ thương hại. Thật ra đàn bà vốn là tai họa đối với tôi, nên tôi lại càng không cần đến sự bố thí tấm lòng của họ nữa.

- Tai họa? Ông bị họ giáng xuống lúc nào mà tỏ ra vẫn còn cay cú vậy? Hỏi vậy thôi, tôi không nghĩ là ông phải bật mí lúc này đâu nhé.

Và tôi nói tiếp một mạch:

- Có lẽ tôi khác ông ở chỗ thích được thương hại vì ít ra như thế họ cũng có chú ý đến mình. Do đó tôi rất dễ thương hại người ta thì cũng phải thôi.

Mải nói chuyện, tôi vụt bàng hoàng nhận ra người đàn ông vừa dừng lại trước một căn nhà vừa vặn, xinh xắn và thơ mộng:

- Nhà của ông thật sao?

Người đàn ông mở cửa xe, đỡ nhẹ tay mà cơ hồ nhiệt ấm đã truyền khắp châu thân tôi. Ông ta nheo mắt dọ chừng phản ứng của người đối diện:

- Có phải cô ngạc nhiên lắm không? Hang động của tôi đây mà. Cũng may nhờ trúng số tôi mới tậu được căn nhà này đấy cô.

Thấy tôi tuồng như vẫn còn bỡ ngỡ, người đàn ông giải thích tiếp:

- Nghĩ buồn cười, hôm ấy mắc chứng gì không biết, tôi bỗng hứng sảng ghé mua vài ba tấm vé số, đem về vất đại dưới cái rổ đựng cây. Rồi sau đó, chừng như chỉ hai hôm là hết hạn được lãnh, tình cờ đọc báo tôi lại thấy thiên hạ kháo là vẫn còn tấm vé trúng chưa ai đi lãnh, bèn lục lại coi chơi cho vui, ai dè mới biết mình được thần tài gõ cửa. Câu chuyện dài dòng như thế.

Dĩ nhiên tôi không thể bị bất động, sửng sốt quá lâu vì ba

thứ hào nhoáng bày biện trong nhà nữa. Tôi chỉ hơi thắc mắc là ông ta đã giấu chiếc đũa thần ở đâu trong người?

- Hang động của ông đẹp hơn tôi tưởng. Tôi nói vòng vo như cốt đo lường nhiệt kế trong tim ông ta.

- Phải nói là cô không ngờ một tên chịu khó đi lượm lon lại hiện đang được ở một nơi chốn huy hoàng như vầy chớ gì.

- Ông quả thật là con người bí mật.

- Thật ra chỉ ở vào lúc nghèo hèn, người ta mới thấy rõ đâu là kẻ tốt bụng và chân thật với mình. Từ khi trúng số, tôi vẫn tà tà đi lượm lon là để hãm mình đó cô ạ. Vâng, không những để thấm thía lại tình đời, mà có lẽ lâu lâu tôi còn muốn nếm mùi vị đắng cay của thuở hàn vi nọ. Nếm để biết rằng, mặc dù bây giờ mình không giàu hơn ai, nhưng cũng hơn vạn tỉ người còn quá không may.

Hình như càng lúc tôi càng bị người đàn ông thôi miên.Từ ly trà đá đầu tiên được ông ta pha chanh đường và bắt con nhỏ đi súc miệng (ông ta còn đùa: cô lấy máu con... dê ở đâu mà nhiều thế, làm tôi mất hồn) cho đến ly cà phê ấm nóng sau đó, tất cả ông ta đều tỏ vẻ chăm chút tôi hơn tình nhân dành cho tình nhân. Có một lúc ông ta bỗng thú nhận:

- Chăm sóc đàn bà nhiều quá đôi khi cũng làm họ lên mặt. Họ tưởng đó là nghề của chàng nên hôm nào lỡ thiếu là họ vụt đi kiếm tên nào giỏi nịnh đầm hơn...

- Ông có vẻ tả oán về đàn bà nhỉ. Có phải đó là một trong những tai họa mà ông mới nói hồi nãy?

- Không hẳn lúc nào tôi cũng tả oán về họ đâu nhé. Ngày xưa tôi cũng yêu quí đàn bà lắm chứ, riết hồi khi qua đây tôi mới nhận ra một điều chua chát. Hình như đàn bà họ yêu tiền nhiều hơn yêu đàn ông. Bởi thế, nếu phải đợi đến lúc người ta biết tôi trúng số độc đắc thì tưởng rằng sự trở về hay mọi sự cũng phải quá muộn.

Tôi chớp mắt, xoay xoay tách cà phê như để dằn xúc động:

- Ông nói hình như thì có vẻ...hợp lý.Vì chắc trong số ông vừa nói hẳn không có tôi. Tôi... tôi… "nhìn thấy" ông ngay cả những lúc chàng đang lượm lon cơ mà.

- Không, bây giờ đúng là tôi coi thường đàn bà lắm, nhưng không dám coi thường "cô nương" đâu. Tôi cũng nhận ra điều đó ở cô và do đó tôi có ý trở lại tìm cô là vậy. Tôi mời cô về đây chắc chắn vì tôi cũng nhìn thấy cô hết sức đặc biệt rồi.

Và ông ta tặng thêm tôi một ánh nhìn sau đắm, lẳng lơ:

- Cô tiếp đón tôi bằng cả đôi mắt đẹp có hồn chứ không như những mụ đàn bà khác chỉ hất cho tôi có nửa con mắt.

Tôi cười, môi cười tròn và tươi. Người đàn ông cũng cười thật tròn đầy và thật tươi. Qua khung cửa nhỏ nhìn ra vườn sau, chúng tôi cũng thấy được mảnh trời xuân chợt bừng sáng như chưa bao giờ.

Cho đến giờ phút này, chẳng hiểu sao không ai trong chúng tôi sực nhớ việc hỏi tên nhau. Với tôi, tôi nghĩ có lẽ không cần thiết lắm. Bởi chính tôi đã ngấm ngầm gọi ông ta là Mùa Xuân. Vâng, bây giờ ông ta là chim muông, cỏ mượt, nắng ấm, vũ trụ thiên nhiên, là... tất cả cùng với những nỗi niềm của tiết mới trong tôi.

Rồi Mưa
Cũng Trở Về

May mắn lớn nhất trong những ngày gần như tuyệt vọng là tôi đã không lầm lẫn khi đến nhận việc nơi này.

Tuần lễ đầu chưa quen công việc mới kể ra cũng khá vất vả. Tuy vậy chưa bao giờ tôi cảm thấy mình hạnh phúc như thế. Thứ hạnh phúc bình dị như khi bắt gặp môi cười thơ ngây của đứa trẻ lên ba.

Điều tưởng như là kỳ lạ và huyền bí là đứa bé cũng quyến luyến lấy tôi, như thể tôi và chính nó đã có những liên hệ tiền thời lưu kiếp.

Trái với lệ thường, liên tiếp hai hôm nay chiều nào người đàn ông cũng đến đón con trẻ. Dạo này ở đây trời hay đổ cơn mưa như trút nước vào buổi chiều. Ngồi ở trong phòng nhiều khi nghe rõ tiếng mưa lẫn trong tiếng gió, gõ vào cửa kính như có ai đang buốt giá đập cửa gọi tới tấp.

Chiều nay thì lại khác.

Trời chỉ mưa rất ngắn và cơn mưa đã dứt từ lâu.

Người đàn ông đã đến trễ quá giờ ấn định. Bà giám đốc nhất định bắt tôi phải gọi bộ xã hội để giao con bé nhờ họ giữ, rồi đóng cửa đi về. Tôi phải nài nỉ lắm mới được ở lại đây một mình để canh chừng con bé. Theo luật gởi con ở nhà trẻ này, ông ta chỉ có thể đến đón con trẻ tối đa là mười lăm phút. Những phút đầu bị đóng tiền phạt là còn may, nhưng sau mười lăm phút phù du là kể như người nhà phải tìm cách liên lạc với bộ xã hội để xin nhận con lại. Kể cũng phiền!

Đã gần nửa tiếng trôi qua và hình như tôi vừa nghe được tiếng thở dài mơ hồ không đâu của chính mình. Tôi càng thấy thương con bé thật nhiều, khi lâu lâu nó vẫn ngước lên hồn nhiên nhìn tôi cười tíu tít. Hình như nó không hề hay biết sự vắng mặt bất thường của bố nó chiều nay là một điều hết sức hệ trọng với mọi người. Nó vừa ôm con búp bê trong tay vừa cúi xuống nói chuyện ngu ngơ với "cô bạn nhỏ" ấy.

Trong lúc này đầu óc tôi thật bận rộn lo lắng nhiều chuyện nên chẳng còn hồn vía nào chuyện trò với nó. Một phút trôi qua là một phút tôi thấy mình và con bé như sắp bị chôn vùi trong thứ đáy sâu không còn loe loét chút đốm sáng hy vọng nào. Điều gì đã xảy đến cho bố nó? Nếu bố nó bị bận bất ngờ, sao mẹ nó không đến đón giùm một bữa? Nghĩ quẩn nghĩ quanh một hồi tôi lại cố an ủi con bé (như đã tự dỗ dành chính mình) là dù sao nó vẫn còn có tôi. Tôi sẽ không bao giờ bỏ rơi nó với bất cứ giá nào.

Nghe tôi bảo vậy, con bé nhoẻn miệng cười thật xinh thật tươi. Trời ơi, sao môi cười của nó có thể làm hồn tôi lắng xuống như vậy. Tôi đúng là một kẻ hấp hối bỗng nhiên tìm bắt được trên bờ môi lạnh lẽo của mình chút hương hơi ấm áp trẻ thơ. Chiều nay tôi đã không thể nào không len lén hôn lên hai chiếc má bầu bĩnh của nó đến hai lần. Con bé dễ thương quá, và một tuần làm việc ở đây chính nó đã cứu rỗi nỗi cô đơn khủng khiếp của người đàn bà bốn mươi tuổi không chồng, không con là tôi.

Được gần gũi và lo lắng cho nó một ngày hơn mười tiếng hình như đã mơ hồ giúp tôi phục hồi lại mặc cảm tự ti không sinh con đẻ cái gì được nữa của mình. Ba bốn bận hư thai, một cuộc hôn nhân lầm lỡ đã quá đủ cho lời nguyền cay độc của trời cao.

Bây giờ tôi cũng đã quá mệt mỏi để mỗi ngày soi gương bàng hoàng nhìn bóng mình mà ngỡ như một ai khác, rồi thở dài than thân trách phận. Tôi biết dù thế nào mình cũng phải sống và phải tự thắp lên cho đời mình những ngọn nến yêu thương.

Nói thì rõ hay, nhưng thật tình lắm khi tôi chẳng biết làm thế nào để thắp lửa lên cho những ngày còn lại của đời mình, khi mà trái tim chẳng khác gì đám tro tàn lạnh lẽo. Củi nó hay thứ diêm sinh nào trong cuộc đời còn có thể đốt cháy được con người bắc cực trong tôi (!?)

Nhìn đồng hồ đúng nửa tiếng trôi qua, bà giám đốc vườn trẻ chu đáo gọi lại để nhắc nhở và xem xét tình hình. Tôi hết sức lúng túng không biết ăn nói, tính toán làm sao cho ổn thỏa, khi bóng tối bên ngoài càng lúc càng buông xuống thật mau. Tôi đứng lên đứng xuống gọi điện thoại cho người đàn ông không biết bao nhiêu lần, nhưng lần nào cũng chỉ bắt gặp cái máy nói. Điều gì đã vô cùng bất ngờ xảy đến cho ông ta, và điều gì sẽ xảy đến cho chúng tôi, cho tôi và đứa bé.

Có phải tấm lưới trớ trêu của đời sống đang dần dà phủ chụp lấy tôi và mỗi người có mặt trong đời sống càng vùng vẫy thì xem chừng càng bị siết chặt (?!)

Tôi dẫn con bé vào phòng tắm và nó bắt đầu thắc mắc hỏi thăm "bố đâu, bố đâu" liên hồi. Tôi lấy nước, bánh lạt cho nó nhưng con bé chẳng buồn ăn buồn uống gì cả. Tôi định bụng sẽ phải làm một điều gì đó, khi nhìn xuyên qua ô cửa kính thấy cơn mưa nặng hột đã bắt đầu thi nhau trút xuống. Gió càng lúc càng nổi cơn ầm ầm, như những lời dọa nạt của những hung tin.

Ngờ đâu người đàn ông lại xuất hiện giữa cơn mưa như thác lũ này. Ông ta đi băng băng qua dãy hành lang, và khi chân ông ta chưa kịp đụng tới thềm cửa, tôi đã vội vàng chạy ra mở. Sự có mặt của ông ta lúc này đúng là đã cứu vớt tôi và con bé khỏi giờ phút tận thế.

Ông ta bước vào như một bóng ma rũ rượi rồi nói như phân bua cả ngàn lần:

- Trời ơi, tôi không ngờ còn có người chịu khó ở lại chờ tôi. Xe tôi dở chứng bất tử nên phải chờ đón "taxi" tới đây. Có cuốn sổ điện thoại nhỏ trong xe thì kiếm hoài lại không ra để gọi cho cô hay.

Tôi cứ tưởng là sẽ trách ông ta cả ngàn lời mới đủ, nhưng không hiểu sao tôi lại chẳng nói được lời nào. Ông ta vẫn luôn miệng như cố khỏa lấp một cơn xúc động nào đó, vừa quay sang ôm con mình vừa ngước về phía tôi:

- Con, con chờ bố có lâu không con? Cô này tử tế quá, bố

cũng không biết nói sao để cám ơn và xin lỗi đây nè.

Đột nhiên ông ta buông nhanh con bé, hớt hả bước tới trước mặt tôi đang vờ cúi xuống gài nút áo lạnh. Ông ta vừa nói vừa thở hổn hển:

- Cô, cô... có phải cô đây không? Lẽ nào lại là cô, sao lại là cô nhỉ. Ôi thôi đúng là mặt mũi của cô đây rồi chứ ai nữa.

Tôi đáp mơ màng, dù biết rằng sớm muộn gì mình cũng không thể chạy thoát nổi đôi mắt của ông ta.

- Tên tôi là Hoa, nhưng tôi là ai mà có thể làm ông hốt hoảng lên như thế.

- Cô Hoa, làm ơn đừng giấu tôi nữa. Tôi là Mark đây, cô biết tôi là Mark rồi mà. Cô cũng biết cô chính là người đàn bà đã ban bố cho tôi thứ tình phụ tử cao cả với bé Kim.

Ngừng một lát để dò phản ứng người đối diện rồi ông ta nói tiếp:

- Cô nhớ không, chính nhà tôi và tôi đã yêu cầu được gặp cô một lần trong ngày bàn giao đứa bé. Mặc dù chỉ một lần thôi nhưng làm sao tôi quên được ánh mắt buồn chết người của cô lúc đó. Chính chúng tôi đã muốn đích thân được trả ơn cô phần nào hôm đó.

Bây giờ tôi không thể chạy trốn đâu được hai mắt lóng lánh những hạt lân tinh vời vợi của Mark. Cơn mưa đã trở về và càng lúc càng mưa lớn. Tôi sẽ không tài nào trốn thoát đâu được nếu còn ở dưới vòm trời này. Cơn mưa định mệnh mà chính tôi đã dứt khoát tìm về để được mềm tan, thì không lý gì tôi lại bỗng muốn bỏ chạy đi đâu khác để tìm miền trú ẩn.

Suy nghĩ một hồi, tôi nói thật nhẹ qua hơi thở trước cái nhìn có vẻ như van lơn của Mark:

- Ông Mark đừng lo, tôi chỉ muốn tìm về đây để thăm con gái tôi một ít lâu cho đỡ nhớ mà thôi. Ngoài ra tôi không hề có một ý định nào khác. Con Kim của tôi đã thuộc về đời sống của ông bà từ lâu rồi, tôi biết thân biết phận của tôi chứ.

Mark nói nhanh như không thể kềm giữ nổi trong lòng:

- Theo lẽ họ phải giữ kín tông tích của bố mẹ nuôi mới đúng chứ. Ai đời dạo này cái gì rồi người ta cũng có thể "khai thác" ra hết trơn cơ. Có điều bây giờ bé Kim chỉ thuộc về đời sống của tôi mà thôi. Vợ tôi và tôi đang thời kỳ ly hôn và bà ấy hình như chẳng thiết tha gì với đứa con nuôi cũng đâu phải là giọt máu của chính mình.

Mark ngẫm nghĩ một lúc rồi hạ giọng tiếp:

- Của không tội bà ấy cũng thương nhớ con Kim nhiều lắm, nhưng kẹt một nỗi bây giờ bà ta đang bận rộn với tiếng gọi ái tình nên chẳng còn tâm trí nào nữa.

Tôi hơi sững người:

- Hóa ra ông và bà nhà đã không còn ở với nhau nữa à? Vậy cũng tội nghiệp cho con Kim biết mấy vì dù có bố chắc nó vẫn thấy thiếu bàn tay thương yêu của một người mẹ.

Mark thở ra thườn thượt:

- Vâng, tôi biết chứ. Ai mà không thấy hụt hẫng vì phải thiếu mất bóng dáng của một người đàn bà trong nhà mình? Tôi biết Kim nó buồn lắm nên dù sao sự trở về của cô cũng thật đúng lúc.

Tôi trố mắt nhìn Mark:

- Nhưng chúng ta cũng đâu thể nói ngay cho con bé sự thật này. Tôi cũng không muốn đời sống của một đứa bé lên ba bị xáo trộn quá nhiều. Ông có thấy như vậy không?

Mark mỉm cười thật ranh mãnh:

- Mọi sự coi như tùy ở cô cả đấy nhé. Tôi nghĩ nó sẽ hạnh phúc biết mấy nếu được sống lại với tình mẫu tử của chính mẹ mình ban cho. Chỉ tiếc là có thể cô còn phải tiếp tục cho đời sống của mình ở đâu đó nữa chứ.

Tôi bỗng trở nên nghiêm trang:

- Không, tôi chẳng còn một đời sống nào để phải bận tâm bằng chính đời sống của con mình bây giờ. Nếu ông biết tôi cũng vừa đổ vỡ xong và rất sợ phải tiếp xúc nhiều với đàn ông.

Mark lại cười hóm hỉnh:

- Tôi là đàn ông thứ thiệt 100% nhưng cô đừng sợ tôi nhé, lý do tôi đang mắc chứng suy nhược tình dục nên mới bị vợ bỏ, cô không thấy sao.

Tôi phá lên cười, chợt nhớ đến khuôn mặt đỏm dáng đa tình tận mạng của gã chồng cũ. Vũ đó, Vũ sau một đêm vờ vĩnh ân ái với vợ đã thú nhận là đang lỡ yêu một người đàn bà khác.

Chọn lựa một đêm tình tứ như thế để công bố chấm dứt cuộc hôn nhân chán ngắt là một sự tuyên chiến độc địa và cầu kỳ chỉ có đàn ông như Vũ mới làm được. Sống với Vũ, tôi thừa biết tài "thao lược" của Vũ với đàn bà khá cao nên vẫn cứ lờ đi những cuộc tình vụng trộm của chàng. Coi như Vũ chỉ muốn thử tài thao lược của mình mà thôi. Tôi đã lỡ yêu Vũ nên thiếu dũng cảm xa chàng trước đó và điều này cứ làm tôi ân hận mãi. Tại sao phải đợi đến lúc trăng tàn trăng rữa, khi Vũ phải thú nhận là không còn yêu tôi nữa, tôi mới chịu buông Vũ để chàng chạy theo người đàn bà trẻ trung xinh đẹp lẳng lơ hơn mình. Nhiều lúc tôi tự hỏi, có phải thời buổi này hôn nhân cũng phải có hạn, cũng đến ngày không xài được như thức ăn thức uống? Bà chị tôi luôn miệng đổ hết tội lên đầu tôi:

"Có được thằng chồng đĩ miệng đĩ dáng như Vũ, mi không biết giữ nên mất cũng phải. Ông ta tham lam đòi hỏi như vậy, mi phải biết nghệ thuật chìu chồng ở phòng the, phải cho ông ta hết "xí quách" đi thì khi muốn gặp con cái khác sức mấy mà còn làm ăn chi nổi nữa mới được. Đàn bà thời đại ni rắn rết độc hại lắm."

Trời ơi, tôi chỉ biết kêu trời mấy ngày sau đó khi Vũ bỏ đi vì chắc chỉ có trời mới biết được tại sao. Giữa tôi và Vũ cũng đâu có mối liên hệ thương yêu con cái gì để còn níu giữ đời nhau. Vũ bỏ đi rồi, tôi mới nhận ra mình cần phải ngẩng đầu lên, nhún vai như một tay tổ đầy đủ bản lãnh chịu đựng.

Sau gần hai tháng giao cho một cơ quan tìm kiếm hộ bé Kim, tôi thanh thản bước ra khỏi thành phố có Vũ và quanh năm mùa đông.

Thấy tôi cười mà không nói gì, Mark bỗng hỏi tiếp với giọng nửa đùa nửa thật:

- Sao cô có thể cười được khi nghe tin một người mới bị vợ bỏ? Đàn bà đúng là thật vô tâm và tàn nhẫn.

Tôi lại cười lớn hơn:

- Chẳng lẽ tôi lại khóc lớn hơn cho đời mở hội? Câu ông vừa nói đáng lẽ phải để dành cho tôi nói về mấy ông mới đúng. À, coi vậy chứ tôi không dám vơ đũa cả nắm đâu đấy. Tôi biết ông Mark là một người đàn ông đặc biệt. Chỉ tiếc là bà Mary đã bị mù mắt.

Mark vừa định nói gì, lại tỏ vẻ sực nhớ đến bờ vai mỏi của mình. Trông Mark có vẻ dè dặt co giãn đôi vai như sợ phải đánh thức giấc ngủ vội của con mình. Thì ra nãy giờ bé Kim cứ thế ngả đầu trên vai bố đánh một giấc ngon lành. Thấy vậy tôi đề nghị:

- Để hôm khác chúng ta lại nói chuyện tiếp. Bây giờ chúng ta phải về thôi.

Người đàn ông bắt đầu khẩn khoản:

- Hay là cho phép tôi được mời cô đi ăn tối nay. Coi như chúng ta mừng ngày cô và bé Kim hội ngộ.

- Con bé ngủ rồi mà. Còn tôi thì dạo này hình như chẳng bao giờ thấy đói.

Mark tỏ vẻ say đắm một cách lạ lùng:

- Đi ăn là vì tôi mời cô chứ đâu phải tại cái bao tử của cô đói hay no. Dù sao bây giờ cũng là một ngày cuối năm. Cô về nhà sẽ làm gì cho hết một buổi tối. À, mà bề nào cô cũng phải cho bố con tôi quá giang thôi. Xe của tôi bị hư rồi, cô không tội nghiệp sao?

Tôi nhìn người đàn ông, lòng bỗng gợn lên thoáng xúc động không đâu:

- Thấy bé Kim ngủ ngon quá, tôi lại ước gì một đêm nào đó được ôm con bé trong tay để ngủ. Trời ơi, sao ngày đó tôi có thể ngu dại đến nỗi có thể đem con đi cho? Ở nước Á Đông của tôi, người ta vẫn hay sợ bố mẹ đăng báo từ con, ông biết không. Thực sự tôi quá yếu hèn.

Mark nói như mê man:

- Hẳn là chúng ta sẽ có nhiều đêm khác nữa. Cô yên chí, cô sẽ có bé Kim nhiều hơn một đêm là cái chắc.

Trên đường lái xe ra quán ăn, cơn mưa đã dứt hột, nhưng tôi vẫn có cảm tưởng như lòng mình đang ướt sũng vì đôi mắt long lanh tràn đầy ơn mưa của Mark. Mới đó mà ngày mai đã bắt đầu một ngày của năm mới nơi đây.

Ngoài Khung Đời

01 —

Dạo này cứ trưa trưa, da thịt đứa con gái bỗng bừng bừng như những ngọn gió chở lửa ở bên ngoài. Trời đất hì hục quất vào nhau những cơn gió giao hoan khiến Mỹ thấy mình cũng hừng hực lây. Người Mỹ nóng ran, cảm tưởng chính ngọn lửa ấy vồ chụp lấy mình thiêu đốt đến tận cùng và điên rồ.

Donna, bà mẹ nuôi hiếm con, chưa già mà đã bị chồng chê, nói rít qua hai hàm răng: "Nghỉ hè rồi, lo kiếm việc gì mà làm đi chứ! Không lẽ cứ ra vô đỏng đảnh, hớ hênh cả ngày, coi sao được". Ông Michael lập tức quay sang vợ, mở máy nói rè rè rì rì hệt như đời sống tình dục... không mấy vui của hai người: "Ôi thôi kệ cô ta mà. Cô Mỹ cũng lớn rồi chứ bộ. Hà cớ chi bà phải bày đặt chỉ vẽ điều này điều nọ? Cô ấy ở nhà ôn bài, làm chuyện nhà được rồi."

Ý kiến của bà Donna luôn luôn tắt tịt vì bà vốn nể sợ chồng và mang đầy mặc cảm. Không lẽ tại buồng trứng của bà bị hư, bị thối nên bà đành trao cho ông ta cái quyền nói tiếng nói cuối cùng? Một cách âm thầm, bà Donna đã nhiều lần tủi thân nghĩ, khi người đàn bà bị tắt tịt chuyện sinh đẻ tất nhiên chuyện phát biểu cũng phải chịu... nín theo. Chồng bà từ bao giờ bỗng trở nên một vị thánh sống. Không phải sao, ông ấy đã hết sức đạo hạnh, lạnh lẽo với bà như thể chuyện ăn nằm với vợ là một đọa đày ở chốn luyện ngục.

Đêm đêm, bà bằng lòng phong thánh cho nỗi thất bại và sự bất lực câm lặng của ông chồng. Chỉ lâu lâu bà mới trở lại với tánh ưa đùa cợt và thích chọc ghẹo... "thần linh". Những lúc ấy bà thấy ông Michael thật khôi hài trong dáng điệu quỳ gối, chống hai tay và chiếc miệng ỗng nhe hai răng nanh như quỷ râu xanh. Có điều chỉ một giây sau là ông ấy tê tái (hay tê liệt?) đóng đinh thân xác mình trên ngôi chí thánh.

Dạo này bà ngấm ngầm thấy rằng trong người đứa con gái nuôi bị một con quỷ đùa nghịch. Trong làn da mướt đen như bóng tối của Mỹ (chả trách con mẹ đĩ ngựa của nó ngủ tùm lum với những tên Mỹ viễn chinh và sinh ra nó) chắc chắn có tẩm thuốc mê nên quỷ càng lúc càng la hét loạn xà ngầu, đòi hỏi hút tinh hoa của cô ta. Con quỷ đầu tiên (mà có khi bà Donna đã vội phong thánh vì luôn luôn giữ cho thân thể bà được cao quý, tinh khiết) kể ra cũng gây ngạc nhiên và dám xuất hiện vào... ban ngày. Bà Donna nghe nói ở Việt Nam, người ta phải mướn thầy pháp xua loại yêu tinh quỷ ám. Ở Mỹ, bà biết mình có thể dùng thầy cãi đuổi con quỷ tà dâm ra khỏi nhà ngay. Nhưng nếu đuổi con quỷ ấy đi thì bà ở với ai? Thế giới này nhan nhãn toàn quỷ (bà đoán ai cũng có một con quỷ trong người và tùy theo mức kháng cự mạnh yếu của mỗi người, để con quỷ ấy trườn ra phá phách). Kỳ thực, khai trừ quỷ đi thì thế giới hẳn hoang liêu vô cùng!

02 —

Hầu như lúc này cứ vào giờ trưa, ông Michael sốt sắng lái xe về nhà. Ông ta bỏ thói quen ăn "hamburger" ở sở và lần nào cũng lái về với bó hoa hay quà tặng đủ loại cho Mỹ.

Buổi trưa nhất định là lúc bà Donna ở sở. Tối tối bà thường sắm chút rau xà lách với một lát chanh tươi và vài ba cái bánh lạt cho buổi ăn trưa qua loa. Bà vốn sợ mập nên không thích đi tiệm, cũng như càng không nghĩ đến vụ lái xe về nhà vì ba chuyện ăn uống. Bất quá bà uống cà phê trừ... bánh mì hoặc rau trái.

Sự bất tiện (hay vấn đề kiêng ăn) của bà Donna dĩ nhiên trở thành... tiện lợi cho ông Michael. Ông ta tha hồ sống lại với cảm xúc xao xuyến ngập tràn của thằng con trai mới lớn. Từ đáy lòng tưởng như nguội lạnh và từ thân xác cũng tưởng chừng tắt lửa, người đàn ông bỗng gặp ngọn lửa cuối đời rực sáng. Trong con người Mỹ, từ đôi mắt cho tới vùng cổ cao, bờ ngực lẳng... đều như có lửa. Lửa trong mắt Mỹ thì kỳ dị, đốt tim ông ta, lửa ở những nơi khác trên người Mỹ thì lại nung cháy Michael ở những bộ phận khác. Nói chung người đàn ông không tài nào thoát khỏi cả rừng lửa đang rừng rực lan chiếm.

Thật ra Mỹ cũng đâu muốn ông Michael "tàn rụi" vì mình. Mới mười bảy tuổi đầu, Mỹ đã biết dành cho bà Donna những thương cảm về thân phận đàn bà với nhau. Chưa kể thêm một ray rứt không thể không có về lòng bội phản với ân nhân mình. Điều lạ nhất là càng sợ hãi, lửa càng dũng mãnh tiến lại gần hò hét. Cho đến một buổi trưa nóng như lửa, trời đất chứng kiến ngọn lửa oan nghiệt của họ làm rát bỏng cả bà Donna.

03 —

Khi về nhà, Michael dừng lại ở sạp hoa nhỏ bên đường. Ông ta mua một bó hồng và cảm thấy lòng mình mát rượi theo những giọt nước long lanh còn sót lại trên những nụ hồng. Bất giác, ông mường tượng đến đôi môi khêu gợi, đa tình của cô gái nuôi lai Mỹ đen. Môi cô ta đúng là những cánh hoa man dại mà ông đã bao lần thèm được ngậm lấy.

Vào trưa, trời mùa hè phừng phừng những bờ lưỡi nóng. Ông thấy hơi choáng váng vì con nhà nắng cứ thi nhau nhảy múa óng ánh trước mặt. Hình như nắng đang mặc một chiếc áo lụa mỏng với những nhụy hoa vàng lấm tấm. Trên cao, những vầng mây tháng hạ vẫn nhẹ tênh bay.

Dễ chừng cũng gần ba tháng ông Michael đều đặn về nhà ăn trưa. Dĩ nhiên đó chỉ là cái cớ để ông được bắt gặp khuôn mặt sáng rỡ của Mỹ dăm ba phút. Ông biết mùa hè cũng sắp hết và cô gái sẽ không còn nhiều dịp chạy ùa ra chào mỗi trưa ông về. Mỹ sẽ đi học lại, rồi thì trên trường sẽ thiếu gì những thằng trai trẻ chạy theo si ngây. Nghĩ vậy, lần này ông nhất quyết phải làm bất cứ cách gì để kéo Mỹ vào mối hệ lụy tình cảm. Ông sợ mất Mỹ, dù ông chưa được Mỹ.

Vừa thấy Mỹ, Michael lao đến như một mũi tên. Chỉ một chút nữa là môi ông cấm chặt trên môi Mỹ, nhưng không hiểu sao ông ta kịp đổi hướng, mũi tên như có phép bay ngược trở lại phía tim ông, sự né tránh đúng lúc đủ để Mỹ nghe được từng luồng hơi nóng từ dương vật Michael rần rần tỏa sang người mình. Vẻ ngẩn ngơ hiện ra trên hai môi dày kiểu tham lam của ông bố nuôi khiến Mỹ chới với. Hình như ông ta cố ý làm vậy để khiêu khích Mỹ bằng cảm giác hụt hẫng, nửa gần nửa xa, nửa có nửa không... Nếu không, sao ông ta chỉ để mắt môi mình gần chạm tới người Mỹ, man rợ bốc trần những hương thơm dậy thì ấy rồi nhẹ nhàng tan biến như sương mai. Mỹ nghĩ, không lẽ ông ta không biết Mỹ đứng ở cửa vào giờ này để chờ ai sao?

Quả thật làm được phép lạ tàng hình ấy. Michael nghiễm nhiên trở thành nhà ảo thuật đại tài khiến Mỹ xốn xang, tối tăm mặt mũi và toàn thân rúng động. Tự nhiên Mỹ bỗng co người lại như ngọn cỏ, rạp mình ướt sũng những giọt sương. Sao lạ vậy. Michael chỉ mới gần chạm đến cánh cửa thôi mà. Sao toàn thân xác Mỹ bỗng muốn mở tung chào đón ông ta như loại của tự động máy móc.

Michael nhìn sâu vào hai mắt Mỹ bằng cái nhìn của loài ong thèm hút mật hoa. Nhưng ông ta kịp dừng lại, để mặc đất trời xung quanh ông ôm nhau luân vũ trong những vòng tròn ánh sáng say đắm. Môi Mỹ mướt như miếng thạch dâu mà ông đã nhai nuốt ngon lành trong bữa ăn tối qua, nhưng ông tự nhủ mình không nên hối hả. "Từ từ rồi sẽ đi đến đích. Nếu không, biết đâu tôi chẳng bao giờ được chạm đến em. Em biết không, từ một xác chết là tôi để có thể hồi sinh nảy mầm một sự sống, trong đó có máu huyết em đến cứu chuộc thì phải tỏ ra biết điều một chút chứ. Tôi không chạm được em, tôi thà chạm bóng tối hư vô hơn là chạm bà vợ chán ngấy này". Michael mỉm cười xé toang ý nghĩ của mình rồi nói lắp bắp:

- Có bó hoa cho em này.

Mỹ ngẩn người và cúi xuống lí nhí:

- Cảm ơn ông. Nhưng ông đã biết không nên mua hoa cho em nữa, vì em cứ phải nói dối với bà Donna hoài.

- Sắp hết hè rồi. Tôi chỉ mua hoa cho em một lần đầu mùa hạ và bây giờ là cuối hạ.

Mỹ bỗng buồn hắt hiu:

- Gì mà hoa đầu mùa, hoa cuối mùa nghe ghê vậy? Hay là ông để tặng bà Donna đi.

Bó hoa ngay sau đó được ông Michael trao tận tay một cách trịnh trọng đến tức cười cho bà Donna. Nghĩ cho cùng ông Michael có định không đưa cũng không xong. Bó hoa đang nằm trên tay ông và vợ ông bỗng mở cửa bước vào bất ngờ như cơn gió thoảng. Bà Donna nhận ra ngay sự im lặng ngơ ngác của hai người, như thể họ vừa truyền cho nhau những tín hiệu bí mật qua hàng mi chớp, tròng mắt dại hay cặp môi hé...

- Tôi đã về sớm hôm nay mà anh còn về sớm hơn tôi nữa? Bà Donna gằn giọng về phía chồng.

Ông Michael nhìn vợ, cố đóng một vai tuồng hạng bét:

- Anh vừa tính đi bây giờ đó chứ. Mới về coi thử hộp thư có hồ sơ quan trọng gởi đến chưa. Anh có mua hoa cho mình nè.

- Anh mua hoa cho tôi? Bà Donna há hốc mồm.

Ông Michael nhất định nhập tâm với vai trò của tên chồng o bế vợ trên sân khấu:

- Thấy hoa bán đại hạ giá giữa đường, anh đây có lòng mua mà em không vui sao?

- Thôi đi, anh nói nghe như thật. Đời nào anh nghĩ đến người ta mà bông với hoa.

Mỹ bỗng phá ra cười, chêm vào một câu lạc lõng:

- Chồng không mua hoa cho vợ thì mua cho ai chứ?

Câu nói châm ngòi cho thứ mặc cảm thua sút và nỗi thảm bại lâu ngày bén lửa. Bà Donna hoàn toàn đánh mất sự bình tĩnh cuối cùng:

- Mấy người đừng qua mặt tôi chứ. Ông ấy không mua hoa cho tôi đâu, tôi biết. Có gì tối nay cô đem ngay cho con ngựa cái của ông ta ở ngoài chuồng đó.

04 —

Đêm ấy Mỹ mặc chiếc áo ngủ lồng lộng trắng. Mỹ mở cửa sau, thoắt ra vườn như một kẻ mộng du mê mải đuổi theo vầng trăng chợt nhạt. Mỹ thấy vầng trăng hình như càng xa dần. Mỹ tưởng chừng những đám mây đang rủ rê trăng chạy đua. Vầng trăng của Mỹ hun hút qua mặt lũ mây ẻo lả. Mỹ mơ hồ thấy mình ngồi phệt bên chuồng ngựa, lãng quên dần ý định tìm bắt ánh trăng mộng xa xôi.

Mỹ đặt nhẹ bó hồng dưới chân con ngựa cái, mỉm cười khó hiểu:

- Bà Donna bảo ta mang hoa ra tặng mày nè. Không phải mụ Donna khó tính hay nhăn có ý tốt lành chi với mày đâu. Mụ ấy nói vậy nhưng còn ghen cả với mày nữa đấy.

Con ngựa cái cúi xuống ngửi ngửi bó hoa trông rất buồn cười. Mỹ có cảm tưởng như nó cũng biết tôn trọng với quà tặng. Có điều hai mắt của nó trong bóng tối thật u buồn. Tự nhiên Mỹ muốn chọc cho nó vui bằng cách vuốt vuốt cái mũi ươn ướt:

- Mày mà cũng biết hôn hoa hồng nữa hả? Ờ nhỉ, biết đâu kiếp trước mày chả là một chàng trai phong nhã biết mua hoa cho đào và phóng ngựa như bay.

Kiếp này nó là con ngựa cái tên Bờm Xờm, không biết vui biết cười. Nó chỉ biết đưa chiếc mõm ấm lạ lùng vào đầu vú xinh xinh của cô chủ nhỏ. Con ngựa có cái bờm dài mướt làm Mỹ liên tưởng đến đám lông mịn đen dưới cằm ông Michael. Mỹ để ý ông ta vẫn thường chạm bộ râu quai nón ấy vào "đám tóc đen" (tên Mỹ đặt cho cái bờm, cũng như tên đặc biệt Mỹ gọi con ngựa) một cách trìu mến.

Bây giờ ông Michael có lẽ đã yên giấc. Mỹ rơm rớm nước mắt khi nghĩ đến nụ hôn hồi chiều chưa kịp gần gũi mà đã... xa rồi những mường tượng. Mỹ âm thầm định trốn khỏi căn nhà đêm nay. Bà Donna đã mỉa mai Mỹ là con ngựa cái, có ý đuổi Mỹ ra chuồng ngựa ngủ hoặc đi khuất mắt cho rồi. Bà ấy đời nào tha thứ cho hai người nếu có đều gì xảy ra. Mỹ sợ chất xúc tác giữa Mỹ và ông Michael đã đến hồi bốc nhiệt. Ông Michael không thể chống trả nổi sức hút của Mỹ và ngược lại Mỹ cũng không kềm nổi mầm mê loạn của thân xác mới lớn.

Mỹ vít đầu con ngựa cái xuống ôm hôn lần nữa. Chỉ có nó mới được mang hương hơi của Michael và Mỹ biết đã trăm lần Michael cõi nó phi qua những thung lũng, những ngọn đồi tình tự. Con vật vốn được bàn tay vuốt ve của Michael nên khi

Mỹ bắt chước vuốt ve tấm lưng mượt, Bờm Xờm bỗng co người lại và hai mắt nhắm nghiền say đắm.

Mỹ cũng nhắm nghiền mắt lại khi nó bỗng dí cái mõm đầy nhiệt vào cổ nhột nhạt. Cho đến khi nó lướt nhẹ bờ lưỡi ấm xuống vũng áo nhấp nhô của Mỹ, thì có tiếng vó ngựa dấy loạn từ đỉnh cao chót vót nào đó bỗng dội về ào ạt, thúc bách. Đêm mùa hè ít gió làm người Mỹ mồ hôi lam nham, nhớp nháp. Mỹ bàng hoàng đứng dậy ôm ngực và lùi dần, lùi dần ra khỏi chuồng như một kẻ chưa tỉnh men say. Mỹ bước mất hồn hệt cô gái vừa được nhận nụ hôn sắp lìa trần của người yêu.

05 —

Mỹ đi rồi và ông Michael muốn khóc khi nhìn thấy bó hoa nằm rũ rượi dưới dấu chân buồn của con ngựa cái. Chưa bao giờ ông thấy đời sống vô vị, thiếu thốn một cách khủng khiếp như lúc này. Đời sống của ông hình như chỉ có ý nghĩa nơi nụ cười hồn nhiên của Mỹ. Vắng nó, dù chỉ mấy ngày, người ông đủ gầy khô lại.

Bà Donna trái lại bình thản và cho rằng đứa con gái đã thành quỷ nên phải tìm chốn địa ngục dung thân. Thoạt đầu bà Donna còn ngờ ngợ có lẽ cô gái khó lòng thành quỷ được. Bà đoán là phải 21 tuổi trở lên. Ở lứa tuổi già dặn hơn (như tuổi chồng bà chẳng hạn) bà ta tin rằng con quỷ mới có cơ may lộng hành nhờ mọc thêm nanh vuốt và cái lưỡi dài đỏ rực làm cháy bỏng, đâm thủng da người. Dưới tuổi vị thành niên như Mỹ, bà Donna cho rằng cùng lắm cô ta chỉ là thứ tiểu quỷ mới he hé chiếc đuôi mời mọc và chiếc sừng ngộ nghĩnh, trơ tráo.

Bây giờ bà Donna lại nghĩ khác. Bà thấy rằng ở tuổi nào người ta cũng có thể biến thành quỷ. Quỷ nhỏ, quỷ lớn, quỷ cái, quỷ đực... cũng là quỷ vì luôn luôn đồng hạng ở chỗ nóng bỏng và tội lỗi (quỷ chứ có phải là nhà tu đâu mà lo nhẫn nại với hãm mình).

Bất giác, bà thở dài nhận ra mình chỉ là một thứ đạo hạnh, một nữ tu hay một á thánh bất đắc dĩ. Bà bỗng muốn những điều trần trụi, gần gũi và có thật dù tên gọi là quỷ sứ hay yêu ma gì cũng được. Bà thấy chữ thần thánh coi bộ trừu tượng và xa vời làm sao đâu!

06 —

Ả đàn bà có dáng dấp như đàn ông, say sưa xoa tới xoa lui khoảng lưng tròn thật mịn. Lâu lâu bà nghịch ngợm viết hay vẽ một vài nét vu vơ lên làn da nâu nâu gợi cảm của Mỹ. Mỹ cười rú lên như tiếng cười của loài quỷ lúc động tình, và bỗng lật ngược lại ra điều cố tránh những khiêu khích kỳ dị ấy. Nhưng mỗi lần như thế, ả lại có dịp đắm đuối nhìn thấy một khoảng ngực trần mơn mởn đào tơ. Thích nhất là hai cánh tay tròn lẳng của Mỹ kẹp giữa thế người co lại lúc đó.

- Em có nằm yên để tôi bóp cho không nào. Ả đàn bà ở lứa tuổi cây trái chín muồi cười giả lả, hơi điểm đực.

Mỹ lắc đầu dịu dàng:

- Thôi đủ rồi Sherry. Tại Sherry đè em xuống chứ em bảo hết mỏi lưng lâu rồi cơ.

Sherry vụt ôm lấy Mỹ, van nài:

- Thưởng công cho tôi đi! Tôi thèm em quá thể.

Mỹ cúi xuống hôn nhẹ lên má Sherry. Mỹ không còn thấy ả lạ lùng quái đản như lần mới gặp. Càng lúc Mỹ càng thấy ả thật tội nghiệp như một kẻ ngơ ngác đi tìm mình trong chiêm bao. Ả có một trái tim độ lượng. Ả biết bắt chước chúa Giêsu, sẵn sàng cúi xuống rửa chân cho những kẻ thấp hèn. Ả không ném đá kẻ khác. Ả yêu mọi người và yêu nhất là đàn bà con gái bất hạnh. Ả cho họ chỗ ở chỗ ăn.

- Không, hôn môi tôi cơ. Bộ không thấy tôi dễ thương sao chê hoài vậy? Ả nói như đang nửa tỉnh nửa mơ.

Mỹ hơi ngẩn người dù Mỹ dư hiểu Sherry muốn gì. Mỹ giả vờ nghiêm mặt:

- Này Sherry, tôi đã nói tôi chỉ yêu đàn ông thôi mà. Đàn ông tôi cũng yêu nữa. Tôi yêu mỗi người mỗi cách. Yêu chết luôn nên mới phải phiêu bạt đến đây đó chứ.

Tiếng cười của Sherry vang lên thật man rợ và lạ hoắc:

- Bộ đàn ông tốt lành lắm hả? Em không thấy nơi khu nhà từ thiện này có biết bao nhiêu cô gái trẻ dở khóc dở cười vì những bào thai vô thừa nhận hoặc suýt chết vì phá thai trễ. Đàn ông họ bạc bẽo lắm.

- Cũng tùy người.

- Như em biết, tôi lập ra trung tâm này để giúp những cô gái bỏ nhà đi hoang và gặp hoàn cảnh không may. Nói cho vui, nếu tôi chế được chất gì hoặc loại ống nghiệm gì hút được những loại đàn ông có máu bạc bẽo vô đó chắc tôi đã làm rồi.

- Sherry khôn quá ta. Đòi thế giới hết tiệt đàn ông để lúc đó Sherry tha hồ chọn lựa, mời gọi đàn bà con gái cho mình há.

- Tôi hỏi thật em nhé. Có phải lúc đó em mới chịu yêu tôi? Tôi biết quý trọng, biết nâng niu chiều chuộng em đủ mọi cách, còn đàn ông họ chỉ giỏi làm hư người em. Họ chơi hoa rồi bỏ, sao em còn yêu họ được?

Mỹ cười khúc khích:

- Sherry nói chỉ hút những tên gian ác thôi mà. Vậy còn những người hiền lành khác, tội gì em không yêu họ?

- Tôi đã lỡ yêu đàn bà mất rồi, dù họ đôi khi có vẻ tàn nhẫn như em. Có lẽ em và tôi không cùng cảm nhận về một bản nhạc tình yêu. Như thể tôi luôn khước từ đàn ông. Phải nói là đủ loại cả nhé. Chắc là ý trời em ạ.

- Ý trời, Sherry nói hay đấy. Như trời sinh ra thân thể em để yêu đàn ông và nên hoặc chỉ nên được đàn ông yêu. Em chỉ hơi thắc mắc sao mình thuộc típ yêu đàn ông thái quá?

- Em không chịu được khi phải sống thiếu đàn ông tức là em mang chứng bệnh gọi là "nymphomania", em biết không?

- Nymphomania là cái quái quỷ gì vậy? Mỹ lập lại và cười ngặt nghoẽo như bị con quỷ sống nào đó thọc lét.

- Đối với văn hóa Á Đông của em, tôi biết bàn về vấn đề này là điều khá cấm ky. Có gì đâu, xấu tốt tùy theo cái nhìn của mình mà thôi. Thời buổi này phải nên có cái nhìn dễ dãi hơn phải không em?

- Lại tính dạy về sinh lý học cho em nữa rồi. Sao lại đem cái gì ra thế này?

Sherry gọi đó là thứ dụng cụ y khoa tối tân. Ả cam đoan với loại dụng cụ đặc biệt này Mỹ sẽ không cần đến đàn ông mà vẫn tự thỏa mãn được. Thấy Mỹ có vẻ đỏ mặt, Sherry càng già mồm thêm:

- Có gì mà mắc cở. Em thấy chưa? Đã đến lúc nền kỹ thuật tiến hóa của văn minh cường quốc tìm cách giúp vui đàn bà. Rồi thì sẽ có dịp đào thải dần những tên đàn ông cà chớn. Những người như em sẽ không sợ bị lệ thuộc vào họ nữa.

- Sherry sưu tầm kỹ thuật ở đâu mà đem nhặt ba loại chết người này về? Mỹ cười cười hỏi.

- Thứ này thiếu khối gì ở khu phố đường Bourbon, New Orleans. Đủ cỡ, đủ loại. Hôm trước ghé qua đó, tôi muốn mua về em để thử cho vui nhưng lại giấu đi vì sợ em giận. Bây giờ thấy vui nên mang ra đây.

- Làm như người ta là thú vật không bằng. Như một bản năng à?

- Thú vật hay không thì em cũng muốn đê mê ở cái huyệt G-spot chớ bộ. Này nhé, để tôi bấm thử cho em coi.

Sherry vừa nói vừa ấn nhẹ vào miếng cao su mềm hình ống dài độ gang tay và một đầu hơi cong lên. Ả đàn bà vụt cười sặc sụa theo toàn thân ống rung lên nhè nhẹ.

- Em thấy cái này giống của đàn ông không? Nhưng em không thích thì cứ vứt "của quí" này đi.

- Cứ giỡn hoài à. Em chỉ thích thứ thật. Có lẽ em sẽ về lại căn nhà đã bỏ đi để tìm. Biết đâu ông ấy vừa bị vợ bỏ và em sẽ tìm được.

- Tôi đang giỡn mà thấy em nói chuyện nghiêm trang quá, thật nản.

- Khi không buồn quá Sherry à.

- Buồn là phải. Ngon lành như em mà ông ấy không nuốt, còn để con bé ra ngủ với con ngựa cái thì đúng là mắc bệnh "tịt ngòi" rồi. Em còn về tìm lại làm gì cho rắc rối.

- Em về để tìm lại... tình yêu của em mà Sherry. Dù sao em cũng đã gởi lại những dấu tích cho ông ta trên người con ngựa cái ông ta vốn thương yêu đó. Mà thôi, em cũng sẽ ở đây cho đến lúc Sherry không chịu nổi em nữa.

Sherry cắn nhẹ lên môi Mỹ bất ngờ:

- Phải chi em cứ yêu tôi thì đỡ khổ cả hai. Em mà về lại đó cũng là một cách phá tung những trật tự của đời sống.

07 —

Trong thời gian rất ngắn làm việc cho viện nghiên cứu các bệnh lý gia đình thuộc đại học Pittsburgh, tình cờ tôi đã gặp Sherry. Buồn nản chuyện Mỹ bỏ đi, Sherry tạm thời bàn giao chức giám đốc trung tâm của mình. Hiện Sherry là nhà phân tâm sinh lý học có tiếng và rất tích cực trong những hoạt động đòi quyền cho "lesbians".

Thấy tôi khi không trùng tên với cô Mỹ nào đó mà lại tỏ ra thích bà (thích nghe chuyện để có chất liệu thì đúng hơn) nên Sherry tha hồ cởi mở, trút cả một bầu tâm sự có đầu có đuôi như thế. Tôi cố ý giấu tiệt việc viết lách chút đỉnh của mình để Sherry khỏi bận tâm (nếu có). Chắc chắn Sherry sẽ không thích trở thành thứ nhân vật có vẻ bất ổn trong cuộc đời, vì cô thuộc loại những người dám sống, dám bày tỏ thật tình "sự sống" (dĩ nhiên là theo cách sống khác biệt, muốn tách mình ra khỏi khung đời chật hẹp) phải luôn đeo vào người những khối mặc cảm dù nặng dù nhẹ.

Sẵn dịp nói tới thống kê của những cuộc trắc nghiệm về vấn đề phòng the, Sherry lâu lâu vẫn thích chêm vào "tâm tình" của mình:

- Mỹ thấy nè. Sao em cũng tên Mỹ nhỉ. Trong một trăm cặp vợ chồng mà chưa có tới 10% cho rằng cuộc chung đụng làm họ hoàn toàn thỏa mãn. Tất cả đều cho rằng đây là một yếu tố không thể loại bỏ, vậy thử hỏi động tác làm tình, mơn trớn nhau là quan trọng hay sự đạt tới đỉnh cao của khoái lạc mới đáng kể? Rất nhiều cặp gặp vấn đề trong ái ân sẵn sàng chia tay như thế. Tình yêu chân thật ở cuộc đời này coi như không có, vắng mặt.

Sherry rít một hơi thuốc dài, mắt mơ màng với khói thuốc:

- Giá trị tinh thần chẳng còn là gì cả. Người ta chỉ có ái mà không có ân. Vậy không phải chỉ có điều yêu nhau và sống chân tình với nhau như chúng tôi mới đáng kể sao?

Câu hỏi vẫn còn là câu hỏi. Sherry có ngẩng mặt lên trời hỏi lớn, hay cúi mặt xuống đất để hỏi thầm thì tôi chắc vẫn không tìm được lời giải đáp thỏa đáng. Thôi thì Sherry cũng như tôi và các bạn, mỗi người đi trong cuộc đời đều loay hoay tìm kiếm một điều gì đó nếu không phải cho mình thì cũng về chính mình. Cuộc hành trình này chắc vẫn... mây ngàn bất tận!

Đằng Sau
Những Xuân Thì

Ông ta là một người hết sức kỳ khôi, ít nhứt là dưới con mắt tôi. Lúc đụng ông ta tôi đoán chắc nhằm giờ thiêng của một ngày. Không thể tin là giờ tốt được (dù vậy, biết đâu..) nhưng hẳn là vào giờ giấc thiêng liêng nhất.

Đúng bảy giờ tối chạng vạng (tôi vốn có thói quen hay ngó đồng hồ dù rất ghét nó) khi máy "cassette" vừa đổi sang một bản nhạc sướt mướt thì chiếc xe của tôi bỗng khựng lại, chết kiểu Từ Hải. Và người đàn ông từ đâu không biết xuất hiện như một loại ma đứng đường. Từ miệng dân gian mê tín loại ma này luôn được nhắc đến như những người chết oan ức không nhắm mắt vì không kịp giã từ ai. Những người bất ngờ bị bịt mắt lại và đẩy ra khỏi trần gian trong một tai nạn xe cộ, do đó họ vẫn cứ phải trở về, vất vưởng trở về tìm lại những giọt máu đã để lại cùng nhựa đường hoặc níu một người nào đó để trả thù hoặc trả nợ vô cớ... Ông ta là ai mà trong chiều nhờ nhợ tối lại quần áo đen xì, tóc xõa dài tới vai rồi ba chớp ba nhoáng kiểu đòi nợ không ra đòi nợ, trả nợ không ra trả nợ trước mắt tôi như thế?

Thật ra tôi không đụng đầu ông ta như đã nói. Bỗng dưng "phù" một cái, ông ta ở sau... mông tôi. Ở mà không phải nói rõ là ông ta lù lù ở sau mông xe mới đúng. Nói đúng hơn cái dáng điệu ông ta đổ tới từ phía sau xe tôi hệt như một cơn gió. Rồi lấy tay ra hiệu (hay ra lệnh?) tôi quẹo vào một bãi đậu xe của một ngân hàng gần đó. Trời ơi, đó là một người đàn ông quá gầy và cao như một cành cây khẳng khiu. Một thân thể sợ không quá 45 kí lô nhưng lại chứa đựng một sức mạnh phi thường, có thể hất nhẹ chiếc xe tám máy theo ý muốn. Vậy ông ta không phải là ma đưa đường dẫn lối hay chờ "nhát" người sống thì còn là gì nữa.

Giây phút gây cấn nhất là khi ông ta biểu diễn phép tàng hình. Tôi không thể tin nổi là ông ta có thể thoát đâu đó một cách tài tình, khi vừa "nhấc bổng" chiếc xe tôi vào chỗ an toàn. Tại sao lại bắt tôi phải làm khán giả bất đắc dĩ trước một màn ảo thuật ma quái như thế này?

Phải công nhận trình độ thần thông biến hóa của ông ta đã đạt thật cao. Với một kẻ vừa yếu bóng vía, vừa mê tín dị đoan như tôi mà chưa xỉu là còn may. Ở đây tôi không đủ thời giờ để bàn đến vấn đề lý trí, lý luận. "Đàn ông chỉ khoái làm một nửa nghĩa cử đẹp" quả là một đề tài để các hội nữ quyền xỉa xói hoặc các nhà tâm lý xã hội nghiên cứu về bản chất vô tâm, cá tính lịch sự hay "nịnh đầm" có điều kiện. Từ khi lọt lòng mẹ tới giờ, thú thật tôi chưa gặp người đàn ông nào với "nội công thâm hậu" như thế. "Tàng hình" hết sức đẹp mắt và nháy mắt khi chưa được người đẹp lên tiếng "giả ơn, giả nghĩa". Người đâu mà quân tử... Tàu thế không biết. Họa có là... ma! Để kết luận, nỗi sợ hãi của tôi cũng phù hợp với quy luật... đàn bà tính lắm chứ. Đàn bà không biết "sợ" đàn ông dở trò... "ma quỉ" thì chắc phải xét lại hồ sơ sinh học, sinh lý. Tôi gọi phản ứng biết sợ này là một phản xạ tự nhiên. Khi nhìn trước nhìn sau không thấy ông ta đâu nữa (kể ra cũng hơi tiếc vì mình đã lỡ lịch sự quá đáng, đã thân chinh ra khỏi xe, để cám ơn một hình ma khều khạo) tôi vùng chạy trối chết vào xe, đóng sầm cửa lại, đưa tay bụm lấy ngực trái như sợ tim phổi nhảy phóc ra ngoài là một sự phát triển tâm lý bình thường. Vâng, trong mắt nhìn của cuộc đời, tôi luôn là một con đàn bà với đời sống quá ư bình thường (như thế nên những phát triển tâm lý bất thường phải triệt tiêu đi cũng phải thôi) với IQ chắc cũng không quá con số bình thường là 100. Thật tình tôi cũng chả ham gì thứ IQ siêu phàm của những vị đàn bà như Marylyn Savant, Hillary Clinton... (nói dại nếu trời có ý cho, chắc tôi cũng vờ vịt đập đầu vô tường cho ngu bớt). Cuối thế kỷ 20, đờn ông vẫn còn tỏ ra quá e dè, dị ứng với những chị đàn bà thông minh quá cỡ. Họ sợ sự kính nể và lòng cảm phục, suy tôn họ bị lép vế. Cho nên họ chỉ đứng xa nhìn, rồi chắc lưỡi như thạch sùng. Quyền thông minh nhất coi như người nam muốn tước đoạt hết. Vậy nhưng họ vẫn ưu ái (tôi nào dám nói ngu tối như ai?) nhường lại môi cười Bao Tự cho nữ lưu chúng tôi. Thiện tai... thiện tai!

Điều tôi nhận ra là mỗi ngày, ai trong chúng ta cũng đều phải học thêm một nỗi sợ hãi mới. Với tôi, ngoài nỗi sợ những con ma trong nghĩa địa bây giờ lại còn mọc thêm một nỗi sợ người... hóa ma. Thế giới này chắc sẽ loạn mất khi những hồn ma đứng dậy đi tranh quyền "biểu diễn". "Ma... trời ơi ma" tôi nói líu ríu trong đầu và cố không khóc, dù mình như vừa bước qua mấy ngã đại dương khổ ải nước mắt của chúng sinh. Đột nhiên tôi thấy cành cây trước mặt lay động với tiếng gió ru hời phụ họa. Trong tôi bỗng đơm thêm một nỗi lạnh lẽo chưa từng có, dọc theo từng đốt xương sống. Tôi đổi ý nghĩ, điệu này thà trời cho tôi xỉu còn may hơn. Cùng lắm cũng là... xỉu thôi, nhưng xỉu trước thì đỡ nhận thêm một điều gì đó ghê sợ đang bủa vây, sắp phủ chụp lấy mình.

Đang ngơ ngác như vừa rớt xuống địa ngục, chưa biết ăn nói xoay trở ra sao với diêm vương để được đi đầu thai thì... con ma lúc nãy tái xuất hiện. Phải! Từ trên cành cây cao rất cao ấy, bất ngờ tôi bắt gặp một bóng đen nhào xuống mặt đất nhẹ như một tiếng lá rơi.

"À thì ra thế", tôi lẩm bẩm tìm ra chân lý. Hóa ra chân lý cũng chẳng phải ở tận đâu đâu. Cái chân lý "hắn đang ở trước mắt ta" chưa kịp làm tôi thỏa mãn thì đã bị kinh ngạc vì bóng đen dị dạng ấy bây giờ là một bộ xương khô khốc tỉnh bơ di động về một hướng khác, một lối đi khác với nơi có chiếc xe nằm ụ của tôi. Ơ hay nhỉ, sao tự nhiên tôi lại muốn cái hình ma ấy đến gần mình, ít là hỏi thăm nhau đôi điều chiếu lệ. Chẳng lẽ tôi không còn biết sợ tiếng cười khành khạch giữa đêm tối của con ma đứng đường ấy nữa? Liệu tôi có ước ao một bóng ma trở thành một gã điên hay một gã say?

Nhìn dáng điệu đi trong xiêu đổ (vì chán đời?) ấy, tôi nghĩ đó là một con người sống còn tệ hơn một con ma. Ông ta nếu không say, không điên thì cũng không thể gọi là tỉnh được. Có điều sao một người còm nhom như thế lại có một sức mạnh ghê gớm?

Sức mạnh tiềm tàng trong con người ấy có lẽ phải đợi đến lúc tôi thật sự gặp mới "chuẩn đoán" được. Điều gì không rõ bỗng dấy lên khiến tôi tung cửa chạy ra như muốn níu áo ông ta, miệng bắp bắp một thứ ngôn ngữ lạ:

"Này anh kia, sao vừa đẩy hộ chiếc xe của người ta lại leo ngay lên cây ngồi vậy?"

"Ngồi chơi thôi mà." Giọng ông ta nhờ nhợ, có men rượu.

"Sao bây giờ không ngồi chơi nữa mà leo xuống?"

"Chán rồi. Đâu phải cây của tôi. Đi kiếm mấy thằng Mỹ phế binh kiếm rượu uống. Tụi nó thay nhau ôm tấm bảng xin tiền cả ngày chắc giờ này cũng được cả đống. À, cô có diêm không?"

"Tôi không hút thuốc nhưng trong xe tôi có cái bật lửa máy. Phiền là xe không nổ lên được, bây giờ biết làm sao đây?"

"Tôi xong phận sự rồi. Không biết tí gì về xe đâu mà hòng giúp cô. Vả lại giúp một người đàn bà cũng có nhiều phiền phức lắm."

"Tại sao?" Anh cũng vừa đẩy giúp xe tôi cơ mà."

"Hồi nãy tôi ngà ngà nên chắc là rượu đẩy giùm xe cô đấy. Tôi bảo phiền là vì hễ được đàn bà biết ơn mình, đàn ông thường tỏ ra "ta đây dũng cảm" rồi tha hồ nhảy vào lửa mà chết ngon ơ. Còn gặp loại đàn bà vô ơn thì bọn đàn ông chúng tôi lại tiếc công, tiếc sức, tiếc tài cáng mình rồi đâm ra điên đầu, hận kẻ vong tình này nọ..."

"Dù sao tôi cũng phải cảm ơn anh chứ. Xin lỗi nãy giờ tôi quên. À, chắc tôi chạy kiếm điện thoại gọi người nhà đến vậy."

"Tôi đã bảo cô miễn cám ơn tôi mà. Nói thật tôi thích leo lên cây ngồi hơn là nghe đàn bà cám ơn. Thôi cô đi đi, xung quanh nhà băng này chắc thể nào cũng có."

Gọi xong và trở ra, hồn vía tôi lại thêm một phen lên mây. Trái tim tôi bị xốc tung lên trời thật, nhưng toàn thân tôi cơ hồ lạnh dần và đóng băng ngay tại chỗ. Một bàn tay mọc dài ra từ dưới gầm xe và cứ thế quấn chặt lấy chân tôi.

Tôi ú ớ không hét nổi ra lời.

Hét được có lẽ tim tôi bớt giẫy giụa, bớt bị đá lên đá

xuống như trái banh. Điều kỳ dị là cơ thể tôi càng lạnh thì nhiệt lượng tỏa từ bàn tay xâm nhập "bất hợp pháp" dưới kia càng ấm nóng. Tôi thốt lên bất ngờ: "Trời ơi!" Tự nhiên hai chữ "trời ơi" trở thành câu thần chú linh nghiệm vụt đến cứu vớt tôi. Bàn tay ấm nóng ấy mềm lỏng dần và sau đó là một khối đen ngòm lỏng khổng thở hắt đầy rượu vào người tôi:

"Cô vừa gọi ông... trời à? May quá, tôi cũng là ông trời biết nói tiếng Việt như cô đấy."

Lần này thì tôi hét lên thật sự và thật hả hê với tiếng mẹ đẻ:

"Bộ định dở trò gì hả?"

Người đàn ông thuộc loại chỉ thua ma quỉ chút xíu này bật cười khàn:

"Chà, coi bộ chữ dở trò hơi nặng cho tôi đấy. Sao không nói trắng ra là ông mãnh này định hiếp dâm cô?"

Tôi nghẹn họng:

"Ông... cái anh này đúng là... ma mãnh."

Có lẽ đây là lần đầu người đàn ông nghe một người đàn bà nhận xét về mình, nhất là một nhận xét khá tùy tiện nên ông ta hơi bối rối. Vành tai và khuôn mặt chợt ửng đỏ một cách ngu ngơ, buồn cười. Rồi khựng lại vài tích tắc, như nhường cho hai mắt khá xếch và khá tình của ông ta ra sức thăm dò chiều sâu của tâm hồn người đối diện. Chưa bao giờ tôi bắt gặp một người nào nhìn mình vừa đau đáu vừa đau đắm như thế. A, ông ta có bộ râu mép đen thật rậm, ánh mắt quá đục như một dòng sông phủ đầy sương mù, và đôi môi nữa, đôi môi thật tím thật lạnh như lỡ đóng băng hay bị khắc thành đá tím.

Với tôi, với một người đàn bà mới gặp ông ta trong vòng nửa tiếng, không lẽ chỉ vài giây (vờ vịt?) chớp mắt, khựng lại ấy đã làm mình suýt... đủ độ mềm tan chảy?

Ồ không đâu, ý tôi chỉ muốn nói vẻ ngây ngây, kỳ lạ của ông ta đã gây cho mình một cảm giác cũng ngây ngây, mới lạ không thể chối cãi. Chẳng phải là điều gì ghê gớm đã xảy tới đến nỗi có chuyện một người kháng cự, một người gục đầu bất lực hay một người cố thoát khỏi vòng lưới vũ bão, khao khát. Dù sao thì lúc này tôi thấy chỉ có tiếng thở của gió đêm là có vẻ mạnh bạo, gào thét và sâu thẳm nhất thôi.

Hình như âm thanh tuyệt vời nhất của đêm bao giờ cũng là gió. Gió tấu lên giai điệu vi vu lạnh lẽo làm những cây cỏ cô đơn bỗng muốn sà vào lòng nhau ấp ủ.

Tự nhiên rồi tôi bỗng nghĩ ra như thế, bỗng ước ao mình được đi cùng chiều sâu hun hút của đáy không gian gió. Để làm gì nhỉ, làm sao trên đời này có một ai bước tới được cuối tầng gió thắm.

Gió ở đâu không ai biết, gió dồn hơi lạnh tới không ai hay. Và có khi bất ngờ bỏ đi khi vũ trụ (trong đó có tôi, dĩ nhiên) chưa kịp giữ chút hương hư không.

Ôi, thật là điên rồ nếu tôi quả quyết với bạn rằng thời đại cuối thế kỷ 20 này, tim phổi đàn bà thường chỉ đập mạnh hoặc hô hấp được nhờ những cơn gió... chướng. Đó là những cơn gió sái mùa, cuồn cuộn độc địa vì không chở tín hiệu và do đó không một nhà khí tượng (thời tiết, tâm linh) nào thông báo nổi.

Ông ta đó, khi không rồi rên rỉ kể lể:

"Biết vậy tôi đi uống rượu quách cho rồi."

"Nghĩa là sao?"

"Nghĩa là nếu gọi tôi là ông mãnh thì cũng xin cô cảm phiền nhận cái tên mới của mình là bà cô cho vừa... lòng nhau."

Tôi la lên và tình cờ thốt ra những câu nói khiến có dịp ngẫm lại thấy ân hận hết sức:

"Trời ơi, cái anh này. Tên tôi là "Mộng Bình Thường" hay ho, đàng hoàng chớ bộ, việc gì phải tốn xôi chè lên chức đổi họ thành... "Bà Cô" cho mệt."

"À há, vậy ra cô là... Hân hạnh, hân hạnh được gặp..." (mấy chỗ có dấu chấm chấm, coi như vì đức khiêm tốn rất đáng học hỏi của những độc giả thầm lặng, nên xin mạn phép tòa soạn đục bỏ trước)

"Chết cha, xin lỗi anh. Tôi có là gì đâu mà anh nỡ hùng dũng... quá lời. Coi chừng tôi mắc cở chết mất."

Người đàn ông cười hà hà, có vẻ nhân nhượng trước bộ điệu có hơi lúng túng, áy náy của tôi:

"Thôi được. Để tôi bắt chước một số vị nhảy ra từ bóng

tối... chòi tranh, chòi lá của mình để xin được nhận là nhà này, nhà nọ. Nhà... chứ không phải là chòi đâu nhé. À, đừng tưởng đàn bà không biết kiêu hãnh trong thầm kín.”

“Kiêu hãnh trong thầm kín thì có gì đáng trách đâu.”

“Đó là thứ khí giới lợi hại của một con lươn hay một con rắn. Cái khéo là ở chỗ lườn lẹo đó. Họ luồn hay đến nỗi có thể biến thành một con hổ với những móng vuốt bất ngờ. Tơ lơ mơ làø bị vồ như chơi.”

“Anh nói chuyện khó hiểu thật, nhưng tôi không phải loại đàn bà có thể mọc nhanh những móng vuốt đâu nhé.”

Một ánh mắt hình như thật sáng tỏa vào người tôi, nhưng thật tình tôi cũng không rõ được vì đâu mà ánh nhìn ấy bỗng rực lên như thế.

“Mọc nhanh hay chậm thì cũng là mọc phải không? Vậy khi nào cô sắp... giương móng, giương vuốt thì làm ơn nói cho tôi hay để tránh.”

Tôi cười.

Một đám gió từ trên cao cũng trườn xuống phụ họa nhưng tôi không rùng mình. Tuy khá lạnh, tôi vẫn ước gì gió cười mạnh bạo hơn, ngang tàng hơn. Cùng lắm là thổi lốc tôi lên, cuốn tôi biến bay bão bùng đâu đó không trở lại trần gian nữa. Một sự chuyển kiếp đầy bí mật.

Và như thế, tôi đâu phải lục lạo từng ngõ ngách của mùa xuân để lì xì bạn dăm ba nụ cười. Quả tình nhiều khi chúng ta đều phải tập cười trước cả những sự việc... “đau lòng.” Tôi vừa cười vừa cằu nhàu:

“Chắc là phải đến lúc tôi mời ông đi uống rượu rồi đấy.” Mặt ông ta ngơ ngác, có vẻ chưng hửng như bị nghẽn tắt nửa chừng dòng suy tưởng “nên thơ” nào đó:

“Nghĩa là cô muốn đuổi tôi chứ không lẽ cô mời tôi đi uống rượu với cô thật? Nói dại nhé, giả thử cô biến thành cọp cái bây giờ, chưa chắc tôi đã đi chỗ khác chơi. Cô quên là tôi biết trèo cây cao?”

“Anh này... phiền. Tôi sắp về nhà rồi mà. Anh đi uống rượu với bạn anh đi chứ?”

“Không. Nếu tôi đi, có tên nào đến dở trò với cô, chắc tôi

sẽ ân hận. Vả lại người nhà cô phải đến bắt tay cám ơn tôi đã bảo vệ cô chứ."

"Lúc nãy anh đã không cần tôi cám ơn. Vậy anh cũng đừng hòng chồng tôi bắt tay anh. Anh ta luôn bảo đàn ông sốt sắng giúp đàn bà thường cốt để lợi dụng thôi đấy."

"À, thì ra cô là người đàn bà mẫu mực đã có gia đình. Vậy cũng tốt thôi, vì chiếc xe cô sẽ có người lo liệu giùm. Chồng cô chắc chắn sẽ cám ơn tôi chứ, còn bắt tay kiểu Mỹ thì tôi cũng chả ham."

"Chứ không phải lúc nãy giúp tôi xong, anh định dở trò..."

"Tôi thì còn biết trò gì mà dở với hay. Đàn bà đối với tôi là một đại họa. Đàn ông không lãnh giang mai thì cũng bị đau tim thôi." Giọng nói anh ta vụt trở nên nghiêm nghị, có pha chút cay đắng. Hai mắt càng lúc càng trở nên thăm thẳm, bí hiểm.

"Rồi còn gì gì nữa, sao anh không gán thêm vô số tội cho họ nữa đi?"

Tôi bỗng dưng muốn pha trò, muốn khám phá một điều gì đó đã chụp đầy bóng tối trong hai con ngươi ấy. Chắc chẳng ai phân tích nổi màu bóng tối cũng như lần mò tận chiều sâu không đáy của một người. Nhất là với cái con người khá kỳ dị này thì càng không dễ nữa. Nghĩ cho cùng hai mắt ông ta đâm quyến rũ một chút là ở chỗ ấy.

"Nhiều lắm, làm sao tôi kể hết. Liệu cô còn có thời giờ để nghe và để ngụy biện vì cô cũng là đàn bà không?"

Tôi đang ú ớ chưa trả lời thì ông ta đã nheo mắt cười tinh nghịch:

"Xin lỗi tôi định nói là biện hộ chứ không phải ngụy biện. À, cô cũng giỏi gán tội cho đàn ông lắm chứ bộ. Một người định coi giùm chiếc xe cho cô lại bị oan là..."

"Nghi oan hay đúng thật thì cũng đâu có sao. Tôi tưởng anh thuộc típ chẳng quan tâm gì đến ba cái lẻ tẻ ấy."

"Tôi hả? Tôi cũng không thuộc típ, thuộc hạng nào cả đâu cô. Ở... ờ thì cứ thấy cô cũng là dân Á Đông, bèn tử tế với nhau một chút ấy mà. Nói thật, biết được cô nói tiếng Việt Nam, tôi mừng quá nên đã tự nhủ là phải tử tế hơn mới phải... đạo.”

“Đạo gì vậy? Bộ có đạo... “Tuấn, chàng trai nước Việt “ nữa hả anh?”

“Cô muốn chọc quê đàn ông phải không? Thật ra thứ người ngượm như tôi đâu thể đại diện cho đàn ông được. Họ kiện tôi mất. Cả con gái, vợ lớn vợ bé chắc cũng đều đua nhau kiện tôi nốt.”

“Thôi thì đạo... con cháu ông bà Lạc Long Quân vậy nhé. Vì hình như tôi cũng bớt sợ... khi biết anh cũng nói được tiếng Việt của tôi.”

“Tiếng Việt của cô? Cô làm như tôi là người Nùng người Thượng không bằng. Đùa thôi. Mà cũng có người họ biết tiếng Việt nữa đấy. Còn tôi có lúc lại tưởng mình y hệt thứ Mường Mán từ rừng rú lạc về thành thị. Ở bên nhà tôi là thứ rừng rú quen rồi. Không hiểu sao lại lạc tới tận Mỹ thì cũng quá cha là... “siêu thị” nữa.”

Tự nhiên tôi muốn lãng tránh ánh mắt dò hỏi của ông ta. Trên cao một vì sao đơn độc bỗng nhấp nháy. Da thịt của không gian càng lúc càng nồng hương hoang dã.

Tôi có cảm tưởng từng sợi tóc của đêm run lên theo bần bật. Trong lúc đó chiếc xe của chồng tôi cũng vừa an nhiên tà tà tới. Người đàn ông nói nhỏ và gấp rút:

“Chồng cô đến rồi kìa, thôi tôi chẳng cần bắt tay anh ta đâu. Tôi đi nói chuyện với cái đầu gối mỏi gối mòn của mình có lý hơn. À, tên tôi là Vương. Vương gì mà chẳng có quân lính mỹ nữ gì cả. Nhưng mà nếu cô định đem hắn vào truyện thì phải nhớ cho nhân vật ấy ngon lành, “oai phong lẫm bẫm” một chút. Nhé.”

Hóa ra chỉ vì những giọt xăng chết tiệt (do bản chất đãng trí từ lúc cha sinh mẹ đẻ) mà tôi đã có cơ duyên gặp người đàn ông.

Trong một cơ duyên (hay cơ phúc?) nào thì cũng ngấm ngầm một mối họa.

Hay nói đúng hơn, tai họa thường khôn lanh núp trốn trong những lớp áo phúc duyên ấy.

Khoảng một tháng sau thì phúc duyên (hay tai họa?) bỗng

lù lù, trần truồng trước mặt. Làm sao tôi có thể tránh được (che mắt lại ư?) khi đàn bà vốn là sinh vật tò mò nhất vũ trụ.

Người đàn ông dừng lại trước nhà tôi với chiếc Corvette đen, kính đen, áo sơ-mi đen trạc ngực có đeo ngà voi trắng. Với bộ nhớ vốn không mấy tốt, cộng thêm "nhan sắc" ông ta bỗng có phần tu chỉnh và điều không thể tiên đoán làm tôi không nhận diện ra ngay được khuôn mặt ông ta. Khoảng vài phút sau, khi người đàn ông thản nhiên đánh cắp mấy bịch lá khô bỏ lên xe, tôi mới ngỡ ngàng nghĩ ra diện mạo ấy là ai. Tất nhiên là tôi không thể không buồn cười và tò mò. Ông ta lại định bày trò gì nữa đây? Dù sao cuộc đối thoại giữa một người khá tỉnh và một người khá điên cũng không thể không diễn ra.

Tôi (một người khá tỉnh) chạy ra hỏi lớn, gióng ngay tên ông ta một cách thất thanh như một người điên:

"Ông Vương... Ông Vương, sao ông lại làm cái gì vậy?"

Phản ứng đầu tiên của ông ta (một người khá điên) là đánh rơi ngay cái bịch lá cuối cùng trên tay cũng là lần đầu, tôi nhìn thấy nỗi bối rối không thể dằn được của một người đàn ông chưa già. Hình như vẻ bối rối thường được biểu lộ ở những đứa con trai mới lớn. Và điều này làm tôi thấy ông ta trẻ ra thì phải.

"Cô... cô làm tôi mất hồn."

Nhưng ngay tức khắc, ông ta không muốn tỏ ra mình vẫn còn quá trẻ. Ý tôi muốn nói ông ta không thích bị lộ tẩy vẻ bối rối của một đứa con trai mới lớn. Ông ta bắt đầu già dặn, tính toán từng tia nhìn khô cứng hoặc mềm ướt:

"Xin lỗi, tôi đã đường đột đến phiền cô."

"Ông lấy những bịch lá khô ấy để làm gì?"

Dù cố trấn tỉnh cách mấy, tôi vẫn nhận ra giọng nói run rẩy, rụt rè của ông ta:

"Lá khô vẫn chưa vô dụng đâu cô, có thể dùng để bón cây xanh chứ cô. Vả lại, biết đâu trong đám lá khô này có vài mảnh bản thảo nhắc đến hắn thì... tha hồ ấm. Hắn cần phải đốt lên ngay để sưởi. Lạnh quá cô ơi."

"Vậy ra anh biết đây là... "hang động" của tôi?"

"Biệt thự thế này mà gọi là hang động à?"

"Tôi biết chứ, dù đáng ra tôi không nên tìm biết. Thằng em tôi nhặt đâu đó cái địa chỉ của cô. Hôm nay có chuyện, tôi vác đại chiếc xe của nó chạy chơi vậy mà."

Rồi người đàn ông bỗng thở dài thườn thượt. Hơi thở ngộp đầy những sợi khói mỏng mảnh:

"Nhà không có xe chắc ông xã cô đi vắng?"

"Anh ấy mà có nhà thì cũng đâu phải là bác sĩ trị bệnh tâm thần cho anh." Tôi nửa đùa nửa thật.

"Không... không. Tôi chỉ muốn tâm sự với cô một vài điều. Tôi sẽ đỡ tức ngực và cô sẽ có thêm chất liệu sống để viết."

"Tôi là người hết sức tiết kiệm... vốn sống. Được anh tặng không cho, tội gì không nhận?"

Tôi vừa nói vừa ngã dựa vào gốc cây, tỏ ý lắng nghe. Người đàn ông cũng đứng tựa lưng vào mặt thành xe, dáng điệu đau khổ lạ thường.

Mái tóc ông ta có vẻ để dài quá làm khuôn mặt càng trở nên ốm o hơn. Ông ta giống hệt một cành cây héo, không một chút ánh sáng và nước. Một cành cây khô cằn chỉ có mùi đá sạn cuộc đời thì đúng hơn. Tuyệt nhiên không có hương hoa tươi mát của tình yêu.

Ông ta vẫn còn quá trẻ.

Tôi đoán độ hơn ba mươi chớ mấy.

Hình như tôi không quen với cái nhìn van xin của những người đàn ông trẻ, nhưng không sống một cuộc đời của tuổi trẻ. Nó đăm đuối, tội nghiệp và thô bạo làm sao!

Giọng ông ta trầm xuống:

"Qua Mỹ, tôi chỉ có một cậu em. Tôi ở với hắn, nấu ăn dọn dẹp như một người làm công hơn là một người anh chăm sóc em. Tôi thất nghiệp mà, làm gì có tiền bạc để gọi là tỏ lòng chăm sóc. Không hiểu sao không thằng chủ nào chịu nổi tôi cả. Tôi cũng không chịu nổi chúng nó, dĩ nhiên. Hết người này "mời" tôi về nhà nghỉ mệt, thì người kia bị "nường" kinh tế khủng hoảng níu áo nên đẩm sảng qua tôi. Tôi được trở thành một tên vô tích sự trong cuộc đời lắm tự sự này." Ngừng một thoáng, ông ta xuống giọng:

"Em tôi có "job" thơm, nhà đẹp, gái đẹp vì "hồ bao" đẹp, và rất nhiều thứ. Tôi khánh kiệt. Vậy mà có hôm ở nhà nó, tôi lãnh phận sự xịt gián giùm và vô ý để thuốc văng tóe vào mấy bộ đồ vía của hắn. Hắn la lối om sòm, tống tôi ra khỏi nhà. Chẳng lẽ tôi lại vào nhà thương điên để có một chỗ ở? Ở Mỹ làm gì có nhà thương thí cho mình. Tôi bỏ đi lang thang với mấy tên vô gia cư ở gần nhà. Chỉ hên một cái là tôi được gặp cô vào thời điểm này, cô cho tôi một cơ hội để ngực tôi đỡ nổ tung ra. Lúc gặp cô, chúng tôi đang thay nhau xin tiền thiên hạ để tối về mua rượu uống. Thảm, tôi đã sống tệ hại như một con chó ghẻ. Cô còn muốn nghe tôi kể tiếp nữa không?"

Tôi gật đầu. Câu hỏi và cái gật đầu chỉ có tính cách đo lường lấy lệ.

Tôi cảm tưởng nếu phải giữ hết trong lòng hôm nay, chắc trái tim ông ta sẽ nổ tung thật. Ông ta cũng sẽ tan xác với trái tim trăm mảnh ấy thôi. Rõ ràng là giọng nói ấy càng lúc càng trở nên gấp gáp, tức tưởi. Cho đến khi nói về người vợ bất hạnh đã phải tự sát trước mặt mình thì niềm đau đớn đã dâng lên tột độ. Ông ấy khóc. Nước mắt nước mũi cứ thế tuôn đầm đìa.

Vợ ông ta là một người đàn bà yêu đương và ghen tương đến độ điên rồ, đã dùng đũa đâm xuyên hai màng nhĩ. Trên thi thể nàng là những vết xâm, vết dao rạch còn ung mủ, rỉ máu tên chàng. Đầy dẫy cùng khắp.

Người đàn ông đã không thể chịu nổi, dĩ nhiên. Thời gian ấy, dễ chừng nửa năm, người đàn ông đã đi đứng khóc cười như một người điên. Ông ta hết ngủ rồi thức, thức rồi ngủ ở cạnh chỗ chôn cất vợ mình.

Họ là những người yêu nhau theo đúng nghĩa "Kinh Thượng một nhà". Nàng đẹp lắm. Bờ ngực trần căng, đầy thanh xuân đã làm tim chàng ngợp ngàng, chới với.

Sau 75, chàng ra trường và chọn về một miền núi dạy học. Những buổi chiều sau khi tan trường, chàng thường mang giá vẽ kiếm một dốc núi ngắm nghía thiên nhiên. Chàng cũng không kén chọn lắm trong việc chọn đề tài để vẽ. Ở trên mỗi triền dốc nhìn xuống đôi khi chàng bắt gặp một dòng sông lạnh lùng trôi, hay một vài thung lũng con con. Điều bất ngờ nhất là trong một buổi chiều êm đềm đó, "người em sơn cước" bỗng xuất hiện. Nàng đến bên dòng sông, lấy tay vọc một ngụm nước và đưa lên xoa nhẹ hai bầu ngực lẳng. Nàng làm động tác ấy rất chậm khiến chàng sốt ruột, chàng bảo thế rồi cười. Nhưng rồi chàng lại bảo có lẽ nhờ vậy, mà chàng được dịp chiêm ngưỡng nàng lâu hơn, kỹ hơn.

Nàng có mái tóc xõa dài, man dại. Hai mắt đen lay láy quá buồn vì hàng mi rợp bóng. Môi nàng mọng, đỏ thắm đến mời gọi, tham lam.

Chàng kết luận: nàng đẹp đến nỗi chàng khó bình tâm ngồi trước giá vẽ vẽ nàng cho đúng.

Những buổi chiều sau đó thật thần tiên đối với chàng vì không chiều nào nàng không đến, với những cử động có khi giống, có khi khác nhau nhưng thảy thảy đều làm chàng rung động đến thèm khát.

Chàng thú nhận chàng đã thèm khát nàng rất nhiều lần trong những giấc mơ tảng sáng.

Rồi điều gì đến phải đến.

Hôm ấy cũng vào một buổi chiều. Trời vào hạ nên có vẻ nóng bức hơn. Chàng ngồi trên một triền dốc nhìn xuống để chờ bóng dáng nàng. Chàng quyết định hôm nay sẽ hoàn thành bức họa về cô gái tuyệt sắc ấy.

Lần này nàng xuất hiện xinh đẹp hơn, với một đóa hoa vàng gắn trên tóc. Quả thật nàng đã không phụ tấm lòng mong đợi của chàng.

Như mọi lần, nàng bỏ cái xà lét trên vai xuống một gốc cây. Chàng bảo đó là một thứ gùi của người Thượng mà dù rằng nàng có mang mãi trên vai (như một thứ xiềng xích dưới chân người nô lệ da đen thời nào) chàng vẫn cứ yêu nàng như thường.

Lần này chàng hết sức sửng sờ trước nàng. Sau lằn vải rằn ri thô kệch là một bờ mông ngồn ngộn sức sống.

Nàng trần truồng như thiên nhiên hùng vĩ núi rừng trước mặt chàng. Rồi không biết có nghe tiếng nàng gọi chàng dưới dòng sông vẳng lên hay chăng mà chàng bỗng vùng dậy tìm cách bước tới gần nàng. Có điều sự "vùng dậy" của chàng mạnh bạo quá khiến từ đó nàng như con nai vàng hoảng hồn biến đi mất dạng.

Nàng không mất dạng mãi mãi vì dĩ nhiên sau đó nàng và chàng bất chấp mọi chống đối để lấy nhau. Chỉ sau này khi một cô học trò cũng vì yêu chàng đã lợi dụng sự cả tin ngây thơ của nàng để đặt chuyện. Nàng tưởng chàng phụ rẫy, vì quả tình chàng có để nàng ở nhà và phây phây đến ăn Tất Niên ở nhà gia đình cô học trò đó thật. Chàng có say sưa hay nói đúng hơn là bị phục rượu đến nỗi không tài nào bò về nhà.

Sáng hôm sau chàng phờ phạc trở về, ù ù ạc ạc chưa kịp giải thích thì nàng vừa treo án chàng vừa giải quyết vấn đề một cách gọn băng như thế.

Tình yêu trong nàng bắt đầu, khi chàng đền trả cho sự "mạnh bạo làm nàng hoảng hồn" bằng một cuộc tìm kiếm khá "trần ai". Chàng đi gần nát hết những nơi nghe nói có những nhà sàn (hôi hám, chàng không ngại. Kể cả những vùng đầy rẫy dấu chân beo cọp) và chỉ tổ mất mấy trăm viên thuốc cảm "ủy lạo bất đắc dĩ."

Cuối cùng khi gần như muốn tuyệt vọng, thì một học trò cho biết ở trạm xe gần nhà nó có một cô gái Thượng bán bắp xinh đẹp. Dĩ nhiên là chàng tìm đến.

Gặp đúng nàng nhưng chàng không dám "vùng dậy" như cọp vồ mồi. Chàng xin đổi bức họa chàng vẽ dở dang về nàng để chỉ lấy một trái bắp mà nàng cũng hỏng chịu.

Thật ra nàng đã là cô bán bắp kỳ lạ nhất mà chàng chưa từng gặp. Bắp nhỏ, lớn gì cũng bán giá đồng hạng (thành ra nàng chỉ bán được bắp lớn vì không ai dại gì mua bắp nhỏ bằng giá) và một khi đã định giá thì dù khách hàng có dúi tiền thối, nàng vẫn ngây ngô trả lại như sợ người mua thiệt thời hoặc nàng mang tiếng lợi dụng.

Chàng yêu nàng hơn cũng vì sự thật thà chỉ có ở con người thuở ban sơ. Và như thế ngày qua ngày họ đã yêu nhau như hai kẻ hồng hoang thời tiền sử. Trong một hốc đá, dưới bãi cỏ khô, trên một lưng đồi, bên một con suối, giữa một trời sao, xuyên qua một đám lá, loáng một mùa trăng... nói tóm lại theo tôi đôi uyên ương này đã "khai thiên lập địa" một tình yêu huyền thoại. Bởi chỉ có nàng mới là người dám chối từ sự giàu sang để ở lại với dòng sông quê hương vẩn đục. Dòng sông nàng vẫn tắm biết bao lần mà cảm giác quê hương dịu vợi vẫn chảy mãi trên da thịt, không hề thay đổi.

Nàng bỏ ý định đi theo ông bố nuôi người Pháp, chỉ vì căn nhà sàn bên suối róc rách của chàng và nàng tình hơn, đơn giản hơn mà cũng đẹp hơn. Tôi đồng ý với nàng điều này và nhất là tôi cũng không mấy ngạc nhiên khi thấy tình yêu ấy vĩnh hằng trong chàng.

Chỉ có một điều...

Người đàn ông giao cho tôi bức thư nhờ trao tận tay cho cậu em. Tôi không mấy đồng ý và khá ngạc nhiên nhưng chưa kịp nói một lời gì thì ông ta đã răn đe:

"Đọc thư này hắn sẽ bị trừng phạt. Chính lương tâm của con người sẽ trừng phạt mình chứ không ai cả. Hắn là em mà xử tệ với tôi quá mà. Thôi tôi đi mua sợi dây thừng đây. Kỳ trước cái dây kia bở quá mà tôi chưa kiện hãng làm dây là may. À, sắp Tết rồi, nếu cô có đi ăn tiệc Tất Niên thì nhớ đừng uống rượu nhé. Phiền lắm đấy."

Nói xong ông ấy lao nhanh đi như một bóng ma. Chim hót và nắng xuân có nhảy múa tràn lan trước mặt thì cũng vậy thôi. Chiếc xe càng lúc càng lao nhanh như ma rượt.

Thần Thánh Không Biết Yêu

Đừng hối cải tình yêu quỷ sứ
Vì chắc gì thần thánh biết yêu
Cứ sống thật cảm xúc quỷ dữ
Thiên đàng kia giả dối rất nhiều...
— N.T.T.B

Cô vẫn có thói quen ôm chiếc gối có chiều dài cỡ một tên đàn ông và cong người lại như con tôm bị mắc cạn trên bến bờ cô độc nào đó. Hình như đã khá lâu cô không được ai ôm và cô cũng chẳng buồn ôm ai. Trái tim cô cơ hồ bị liệt kháng trước những bày tỏ (chân thật lẫn giả dối) của mấy con đực. Điều ngộ nghĩnh và cũng khá dễ hiểu là cô càng chạy trốn, họ càng man dại rượt theo như bầy chó đến kỳ động cỡn. "Đàn ông mà. Họ chỉ giỏi vờ vịt tuồng như đau khổ lắm - Cô nói với lũ bạn - khi họ chưa dí được mình nằm xuống và nuốt chửng con mồi." Cô nói như thể mình đã đi qua trăm ngàn những tan tành đổ vỡ.

Kỳ thực dạo này cô cứ bị chứng mất ngủ hành. Đêm, cô nằm lan man tưởng tượng đến những nốt nhạc của sóng vỗ đều trên thân thể cát. Biển của những ngày thần tiên con gái và vòng tay bạch tuột. Hình như cô đã toan tính yêu đương da diết với một người, hai người, rồi ba người... và vô số những bờ vực cuốn hút bấp bênh. Cô đã ngã xuống, đứng dậy để thấy niềm ước ao chỉ có tận trời xanh. Bao lần cô nhận ra mình là kẻ đuổi hình bắt bóng. Cô không chiếm giữ được ai và không ai chiếm giữ được cô. Nghĩ cho cùng điều này cũng bình thường. Ai chẳng muốn đi tìm những cái mình chưa có.

Cuối cùng cũng chỉ mình là có mình.

Thực tế là vậy. Cái hiện có hôm nay là quá khứ ngày mai. Biết thế sao cô vẫn không yên với những kiếm tìm đâu đâu. Cô tìm ai, tìm gì ở đời này. Câu hỏi cứ lập đi lập lại trong đầu nên đêm cứ dài ra, dài ra mãi.

Đây là lần đầu cô trở lại quê nhà, sau hai mươi lăm năm lưu lạc.

Mẹ cô vừa mất ở quê người, và cô lãnh nhiệm vụ đi cùng chuyến bay đem hài cốt về chôn cất. Từ đầu chuyến đi, cô nhất định nuốt nước mắt vào tận đáy hồn. Cô không khóc dù đầu óc bưng bứt như chực nổ tung.

Cho đến khi chân cô vừa chạm đất cát cùng hơi nóng phảng phất trong gió bụi, mắt cô bỗng cay xé và vỡ òa như cơn mưa bất ngờ. Cô nghe chừng qua lần cửa đóng là tiếng đập mạnh dội từ trái tim của người chết. Mẹ cô chỉ muốn nói vọng ra: "Vậy là mẹ thỏa nguyện khi con đã mang mẹ trở về. Trở về để được nằm trong chính lòng đất của xứ sở mình. Mẹ không muốn đốt rồi chia cho đứa con bên này một nhúm tro, cho đứa con bên kia một nhúm tàn. Rồi bỏ quên đâu đó trên một bàn thờ ở chùa." Cô nhớ đã có lần hỏi lại mẹ: "Chứ không phải vì có ông thầy địa lý nào đó bảo rằng làm như thế, mộ của con cháu về sau sẽ không kết nên mẹ sợ..." Mẹ bảo: "Mẹ ra đi như một kẻ đã chết, nên mẹ muốn trở về nguyên si như một sự hồi sinh nẩy mầm từ đất đai mẹ".

Buổi sáng khi đặt mẹ nằm giữa mùi đất mới xới, cô chỉ muốn được lao mình xuống để thoát khỏi những ám ảnh siêu hình về nỗi chết, sự sống.

Này đây là những vòng hoa của chị B., anh T., em K.; những đứa con bất hiếu bận công ăn việc làm ở xứ người không về tiễn đưa được. Cô thì thầm với vong hồn của mẹ. Phải chăng khi tuyệt vọng, cô có quyền đứng dậy phủi tay cuộc đời để được giải thoát (?) Không ai phải khắc khoải thương nhớ cô, vì chính cô cũng đâu có một sự lựa chọn gì khi bước vào cuộc đời. Ngồi nhìn đăm đăm cái cổ quan tài màu hung đen của mẹ để nghĩ về nỗi chết, nhưng kỳ thực không ai có thể mường tượng đúng hình dáng của thần chết ra sao. Điều chắc chắn là mỗi người chiêm nghiệm vẻ mất mát tàn bạo của vầng mặt trời lặn hoàn toàn không giống nhau. Cô có thể yêu vẻ đẹp ấy đến điên rồ, nhưng ngược lại có người không chịu nổi vẻ lạnh lẽo ủ ê của nó, mà chỉ đắm say sức sống của một vừng mặt trời mới mọc.

Cái chết là một thứ mặt trời đã lặn xuống và không bao giờ còn mọc lên nữa, một sự khuất chìm miên viễn, một sự ly biệt ngàn đời hay một cú chia tay ngoạn mục nhất thì cũng thế. Trước cái chết mọi người đều bình đẳng dù không có cái chết nào giống cái chết nào. Không ai có thể thử chết rồi vào lại cuộc đời để nói cho chúng ta biết. Cái quyến rũ của sự chết là vẻ bí mật đầy những thêu dệt huyền ảo. Chết là hết, bỏ lại những hành lý cồng kềnh để trở về với số không, với hư không hoặc để bắt đầu lại một chuyến viễn du mới bằng một thứ hành trang mới thì chắc chỉ có trời mới thấu được. Còn cô, cô chỉ biết mình đang chết giữa những người đang sống và thiên hạ cũng thiếu khối gì vị được sống dù đã chết.

Thật tình chưa lúc nào cô cảm thấy mình cô lẻ và quạnh hiu như thế, đến không thể hòa nhập vào những lời phân ưu từ chín mươi chín phần trăm khách sáo của thân bằng quyến thuộc nơi đây. Trông cô có vẻ lạc điệu, cách ngăn với những khóc cười kịch cỡm hay xem chừng là những chụp giựt từng miếng sống miếng yêu của mọi người xung quanh. Họ là ai mà "yêu quá đời này" trong khi cô đã đánh mất niềm thiết tha sống, hối hả yêu... tự bao giờ.

Bây giờ mẹ cô đã yên ngủ và trời lúc này không nắng cũng không mưa. Còn cô thì cứ lang thang qua hết con đường này đến con đường khác. Cô càng ngơ ngác nhìn, thành phố càng lạ mặt ném trả. Điệu bộ thất tình và hơi ngỗ ngáo như chẳng thiết tha điều gì của cô làm thiên hạ thi nhau bóp còi inh ỏi. Cô dừng lại trước một sân trường xưa, thấy những tàu lá thẫm xanh ở hai bên cổng đã đổi màu như những tà áo trắng. Trên một tàng cây gần vệ đường hình như còn đọng lại một lời tỏ tình đã cũ.

Tự nhiên cô nhớ đến một điều là ở xứ Mỹ hầu như không khi nào cô có dịp thả bộ một quãng đường rất nhỏ, nói chi là quá dài như vậy. Mỗi bước ra khỏi nhà là một bước lên xe, xuống xe. Giỏi lắm là đi bộ một vài bước từ bãi đậu xe vào tiệm. Ngày ngày cô phóng xe hơi ào ào trên xa lộ, điêu đứng với những tờ giấy phạt, đối phó với cảnh sát, tùy cơ ứng biến với hãng bảo hiểm, với luật lệ và luật pháp, người bản xứ... Một phần tư thế kỷ cô chạy muốn hụt hơi theo những mũi kim của chiếc đồng hồ, máy móc và kỹ thuật, những chiếc áo ngực và xì líp thơm mùi hương...”tiền”, những món gà chiên và khoai tây chiên...”lấy liền”, những đôi giày thời thượng bán với giá cắt cổ hôm nay và tuần sau đại hạ giáù, những vội vã cùng những thói quen xã giao lịch sự của chào hỏi và cám ơn...

Đàn bà ở đây coi trọng sự thành đạt cho chính họ hơn là những vốn liếng hạnh phúc gia đình. Bao nhiêu năm nay con người cô cũng vội vã và ươm nhiều tham vọng để được trở thành một kẻ thành đạt như thế. Cô cứ trôi đi, trôi tuột đi trong một dòng sống đến không được chụp bắt kịp vầng trăng đẹp đã tàn trong trời đêm. Sách báo Việt thì “báo chợ” cô vẫn nhặt về cả đống, rồi “báo nhà” cô vẫn mua ủng hộ, nhưng chẳng bao giờ cô có đủ giờ cho một cuốn tiểu thuyết mỏng cô rất thích nữa là.

Mấy hôm nay mỗi đêm cô chỉ chợp mắt được hai ba tiếng là nhiều. Cô chưa quen với múi giờ bị xáo trộn đã đành, cộng thêm với sự thiếu vắng chiếc gối ôm dài kẹp chặt giữa háng, rồi thì tiếng đuổi kêu vờn nhau trong đêm của lũ mèo hoang... tất cả làm cô dật dờ ngầy ngậy. Cô trỗi dậy mở cửa sổ đón gió biển thốc vào. Trên vòm trời đen sẫm là một vài vầng sao lấp lánh thao thức. Thì ra cuộc đời cô có bị cuốn phăng đi như sông, như nước thì đêm đêm vầng sáng kia vẫn lặng lẽ trở về nhấp nháy: Đêm của những vầng sao và cô của những yên phận một mình. Tự nhiên cô thèm một điếu thuốc, một điếu thuốc được mồi chung trên môi của một người tình. Cô ngẩng mặt lên trời, nhắm nghiền hai mắt lại, môi hé nhỏ như muốn hứng những môi hôn của gió thoảng qua. Bất giác cô đan hai tay trước ngực, như muốn ôm ghì hai bầu vú ấm nóng của chính mình. Lâu lâu cô thích trở lại thói ngủ trần truồng, chỉ có da thịt và tấm chăn mỏng. Cô nhớ là hình như cũng đã quá lâu, cô đánh mất thói quen ngâm mình hàng giờ trong bồn tắm. Bây giờ ở xa xa nằm sát bãi biển, lũ đèn vàng vẫn rực rỡ trong những quán cóc kinh doanh lẫn tư nhân. Đêm, thiên hạ có nhau dù bán buôn nụ cười. Và đêm Việt Nam không biết có bao nhiêu lũ ngựa hồng phải cưỡi lên mình những thân xác không yêu thương đến nhờm tởm? Con số ước lượng cô nhớ là lên tới hơn một trăm ngàn (chưa kể vài chục ngàn ở nước láng giềng như Căm Bốt, Thái Lan...) và hơn 1/5 bị nhiễm HIV. Đêm ơi, lẽ nào từ đâu và cũng bởi vì đâu mà đám ngựa hồng... hoang này cứ thi nhau "dong ruổi" phố phường? Những câu hỏi cứ chạy vo ve trong đầu cô như những bầy ong vỡ tổ.

Đêm, cô bỗng lạnh hai vai. Xoay người lại, cả thân thể màu ngà voi của cô nằm gọn trong đường xiên ánh sáng của ngọn đèn ngủ với màu bóng tối mơ màng vây bọc phía sau. Mùi hương của đêm nhả bùa ngải khắp nơi. Chắc ngày mai cô đi mua một ít thuốc ngủ.

Cô tỉnh ra sau một giấc ngủ ngắn nhưng đầy mộng mị. Cô nằm mơ thấy mình mọc cánh bay vào những tầng mây lãng đãng. Trong chơi vơi cô đụng phải phần linh hồn của mẹ cô đang phiêu bạt. Cô chưa kịp rủ rê linh hồn mẹ lửng lơ về lại cuộc đời... "chơi" thì giấc mơ lại biến cô thành tảng đá chìm dần, chìm dần xuống biển sâu.

Hình như một chuyến xe đổ rác nào đó đã đánh thức thành phố quá sớm. Mới gần 4 giờ sáng nhưng cô biết mình khó lòng dỗ giấc ngủ lại được. Cô phải thức dậy và cô nhất định ra biển. Loáng thoáng qua những ô cửa, cô bắt gặp vóc dáng gầy đét của một bà già (vô gia cư là cái chắc) đang giằng co vài ba túi rác với một chị lao công áo xanh bạc. Sự gầy đét làm bà già trông hệt như ngọn đèn loe loét trước bão táp. Một con chó ốm hay chó dại từ đâu chạy lăng xăng đến như lạc hướng. Cũng không sao vì trông nó cũng chẳng buồn cắn ai, hoặc có muốn cắn chắc cũng không còn đủ sức để nhe răng. Tự nhiên cô đau và càng muốn lao đầu thật nhanh ra biển như chạy trốn. Đời sống ở đây là thế ư, giữa những khách sạn nguy nga đến vô tình? Sao lại ném tủm bà già tội nghiệp kia xuống địa ngục, khi bà ấy vẫn chưa chết? Sao cô lại tránh đi về phía họ, khi tim cô đang bị trăm ngàn đàn kiến rần rần cắn đốt.

Cô cúi xuống lấy tay xoa xoa mặt cát cho lòng mình sóng vỗ. Biển gần tảng sáng cát vẫn thở miên man, dịu nhẹ, ấm áp. Ngoài trùng khơi biển xem chừng im ắng ngủ yên, mà nơi bờø cô đứng biển cứ bừng mắt thao thức mãi. Một chút bóng tối hắt hiu như tấm chăn đắp hờ trên lưng biển. Tự nhiên cô bỗng nhớ đến những đốm lửa đã được mồi lên trong đêm nơi hải đảo vào một mùa hè xa thật xa. Cũng ở ngoài xa đó, có phải biển đang mộng mị, ú ớ lời dã tràng?

Phố biển. Từ những ngày chưa xa, cô nhớ là chưa bao giờ ra biển lúc biển còn ngái ngủ. Sau hai mươi lăm năm, thành phố như có tay ảo thuật dở hơi tung lên trời những tòa nhà quá khổ. Biển càng lúc càng bị áp đảo, như con tàu lóng lánh thủy tinh nhận sâu dần xuống đáy. Những dáng núi nằm chơi vơi xỏa tóc rợn lên một màu đen sẫm - Biển trôi dưới đáy của thành phố và núi - Cô trôi trên những loang loáng nước mắt của hồn mình. Phố biển, cô đau lòng vì những tương phản đến quái đản của những ngôi nhà hoang sơ lẩn lút giữa những ngôi nhà nguy nga, những người quá giàu chao chát trên đầu những người quá nghèo, những con đường cụt đầu vì màu xanh của những hàng cây không còn nữa, những ổ gà dưới gót chân ký ức và những bụi bặm vần vũ cay mắt, rồi thì những môi cười đĩ thõa mọc lên như nấm độc...

Kỳ thực cô không biết gì cả. Cô là kẻ vô tình tới chín mươi chín phần trăm. Cô đâu hiểu thành phố đã có một thời gian dài lên cơn sốt dữ dội. Đã mửa mật xanh mật vàng. Đã thổ huyết. Đã bán sống bán chết. Thì vâng, cô đã bỏ đi quá lâu. Cô đâu biết thiên hạ đã ngơ ngác lãnh đủ trận hồng thủy năm nào ra sao. Và bây giờ khi trở về nhìn biển cũ, cô muốn nhủ lòng đừng khóc, thôi hãy đừng khóc dù môi cô muối xát như biển.

Ồ, lại nói về biển nữa sao. Cô làm biển giật mình choàng mắt rồi đó. Ôi, đôi mắt của biển mới ảo diệu làm sao. Trông xa xa, mắt biển óng ánh như có vô số mảnh cắt của những vầng hồng mặt trời.

Biển đầu ngày ấm áp, đổ tràn lan những lóng lánh, trên

ngực sóng - Bờ ngực nhấp nhô lao đao như có hàng vạn hàng ức những vỡ vụn của kim cương và thủy tinh đuổi bắt nhau - Cô mê biển quá, nhưng cô không thể ngồi đây mãi để hưởng thú ngắm biển.

*

Khi cô đến đó, mọi sự tuồng như sắp đặt sẵn. Giờ giấc vừa vặn như tiếng gõ đúng vào nhịp kim đồng hồ.

Quán cà phê thuở nào vẫn với lối đi lót đầy sỏi trắng và mùi thơm của hoa lài vẫn bồn chồn tỏa hương. Cô tìm một góc nhỏ ngoài sân và nghe ngan ngát trong lòng mùi rượu rum của ly đá chanh năm xưa. "Ngày xưa vào đây sao mình không uống cà phê nhỉ?" Cô nhớ là hình như bao giờ cô cũng muốn gọi khác thứ của người yêu, để được đòi nhấp chung sau đó.

Nhưng lần này thì khác. Cô đang một mình và cô đang khát. Khát cả nghĩa đen lẫn nghĩa bóng. Khát trong cuống họng và khát trong tim những dòng chảy của kỷ niệm. Cô buồn buồn gọi luôn ly chanh rum và cà phê sữa đá. Người bồi bàn (kiêm chủ tiệm?) thoáng ngạc nhiên, nhưng chắc là ông ta cũng qúa quen với những khuôn mặt hẹn hò và chờ đợi. "Thường thì đàn ông phải đến sớm chờ đào mới đúng điệu chứ", cô nghĩ lan man và bỗng náo nức như đang với tay gần gũi với kỷ niệm. Hai mươi lăm năm cô cũng không còn trẻ nữa để nhớ để quên... Hai mươi lăm năm quán cóc này đã thay tới thay lui bao nhiêu người chủ? Hai mươi lăm năm, cô thâu ngân tóc dài làm điêu đứng mọi người giờ chắc đã bới tóc hoặc cắt tóc ngắn trăm bận và không biết đã qua bao nhiêu đời chồng? Hai mươi lăm năm sau, cô vẫn không thể tin được là cô lại tìm đến đây để lơ đãng nhìn những cành hoa trắng nằm rủ bóng trên hàng cây, lơ đãng thấy lại hình ảnh của người đàn ông tóc dài như con gái cúi gần xuống trên đôi môi. Chanh rum và cà phê ở đây vẫn đậm như có trộn vài sợi khói á phiện. Và cô cũng có vẻ ngon đậm như con mồi say thuốc (sẵn sàng chờ được nuốt chửng) nên hắn ở góc bàn xa khuất bên trong bỗng chạy ra dở trò:

- Xin chào cô. Chắc cô đang chờ ai mà không thấy đến phải không. Phi lý và uổng phí ghê vậy đó.

- Không. Cô trả lời dấm dẳng.

Bỗng thấy hắn nhíu mày khó chịu, cô bồi thêm một câu không đầu không đuôi:

- Nhưng mà tôi buồn ngủ rồi.

Hắn vụt toét miệng cười:

- Sao chứ. Buồn ngủ?

Lần này cô đặt câu dài hơn:

- Vâng tôi buồn ngủ, bộ anh không thấy sao?

Hắn trố mắt. Hai mắt như đẫm đầy chất keo nên hắn càng nhìn, cô càng có cảm tưởng bị dán chặt vào người không thoát đâu được:

- Cà phê không làm cô tỉnh người chút nào sao? Uống thêm một ly nữa nhé. Tôi mời...

Cô cười phá lên, khá bất ngờ và khá lớn khiến hắn giật mình:

- Không, trông anh buồn cười quá. Tôi đã bảo là tôi buồn ngủ rồi mà.

Hắn gãi đầu, vẫn kiên nhẫn đứng xớ rớ trước mặtù cô để làm một kẻ ngớ ngẩn nhất trần gian:

- Nghĩa là sao ạ?

Cô không nhịn được cười và cô cũng không còn muốn làm một người lịch sự tối thiểu:

- Nghĩa là anh làm ơn đừng phá tôi nữa được không.

Hắn ra tay phân bua, chỉ trỏ đâu đó về phía trong nhà rồi nói một hơi dài:

- Có người thấy cô giống một người, nhưng mà anh ấy hay quáng gà lắm; nhìn ai cũng thấy giống một người, nhưng thế giới có cả hàng tỉ tỉ người mà lại cứ đi tìm một người... "giống một người" sao mà ra được. Hoặc có ra cũng đâu phải là người đó phải không cô?

Tự nhiên cô thấy nói chuyện với hắn cũng có vẻ vui vui, nhưng cô cứ phải che miệng ngáp vặt không biết bao nhiêu lần:

- Tôi buồn ngủ thật anh à. Anh đừng nói giỡn với tôi về một người nào đó nữa. Người giống người là chuyện thường thôi. "Người" mà không giống được "người" mới là chuyện lạ. Đùa!

- Tôi nói thật đấy. Đại ca của tôi ở bàn bên trong kia kìa bắt em út ra điều tra sơ sơ lý lịch của cô. Đại khái như cô tên gì, ở Sài Gòn ra chơi hay ở đâu về...

Cô hơi hoảng hồn nhưng cố lấy lại bình tĩnh nhìn sâu vào mắt hắn:

- Gì mà đại ca với em út nghe băng đảng quá vậy. Nếu tôi bảo tôi không có tên và cũng không phải là dân Sài Gòn ra thăm Nha Trang thì sao.

Hắn nhăn mặt có vẻ bực mình:

- Cô đừng nói vậy tôi đặt tên cô là cô... Buồn Ngủ đó nghe. Hay là cô nói đi, vậy thì có phải cô ở xa mới về không?

- Phải, xa lắm. Xa như cỡ... dĩ vãng, được chưa? Cô cười mơ màng, hai mắt huyền mơ, mơ huyền.

Hắn nói như van xin:

- Cô đừng đùa nữa cho đàn em nhờ. Đại ca của tụi này coi bộ si tình như vậy nhưng cũng "gườm" lắm đấy. Thấy tôi ở đây nói chuyện với cô khá lâu mà không được gì hết, coi chừng ảnh...

Cô không ngờ câu chuyện đến hồi nghiêm trọng, nên vờ lấp liếm:

- Nếu anh có vẻ sợ anh ta như vậy, sao không nói đại một cái tên nào đó như Hoa, Hồng, Hương, Huệ chẳng hạn. Hoặc cứ nói tôi từ nước ngoài về thì có chết ai đâu.

Hắn reo lên như chụp được cơ hội ngàn vàng:

- Vậy ra cô từ Mỹ về hả cô? Đại ca em là một tay áp phe có hạng nên ảnh ngửi mùi Việt kiều hay lắm cô à. Cô mới về chắc lạ nước lạ cái nên khó ngủ chứ gì.

"Lạ nước lạ cái," trời ơi, ở một nơi cô đã sinh ra và lớn lên suốt quãng đời con gái, vậy điều gì làm cô khi trở lại, chừng như không còn vẫy vùng được nữa trong dòng nước thân quen ngày ấy? Sao lại có chuyện "lạ nước lạ cái" khi dòng sông ấy đã ấp ủ, tắm mát cô không biết bao nhiêu năm tháng nhỉ. Tâm hồn và con nước của chiều hôm ấy đã trôi đi đâu sao cô không bao giờ còn tìm gặp được nữa. Có phải vì cô đã bỏ đi quá lâu nên thành phố không còn nhận ra cô nữa, dù trong cô không có dòng sông nào thơ mộng bằng dòng sông quê hương.

Cô nhìn hắn, nhìn tuổi trẻ nơi đây sống vật vờ không ngày mai và không định hướng, như đám lục bình lềnh bềnh trôi nổi. Rồi cô chợt nhớ, ít có nơi nào trên trái đất mà tuổi thơ có thể biến thành một thứ mặt hàng quá ế ẩm, cho không cũng chả ai thèm nhận, quá thừa mứa, chán chường. Cô đã đi một vòng ở những viện mồ côi, những vỉa hè, những xóm nghèo nheo nhóc... để thấy rõ sự lạm phát đau lòng này. Chưa kể mỗi năm còn có khoảng một triệu rưỡi thai nhi, bị khước từ quyền làm người ngay từ khi còn ở trong bụng mẹ. Như thế nghĩa là sao đây hả trời.

Cô càng nghĩ ngợi lung tung càng ngáp dài thành tiếng không dằn được.

Cuối cùng cô nói giả vả:

- Thôi bỏ vụ đại ca của anh đi, tôi phải về nhà ngủ bây giờ dù chưa chắc đã nhắm mắt được đâu.

Hắn chợt ân cần, đượm vẻ thành thật:

- Cô bị sao vậy? Cô có vẻ sầu sầu, mộng mộng làm sao đâu.

Cô cũng chợt ân cần, thành thật nhất so với từ đầu câu chuyện:

- Đêm qua tôi không ngủ được. Đêm kia đêm kìa cũng thế. Chắc tại mẹ tôi mới mất. Vậy thôi. Mà sao anh cứ thắc mắc chuyện người ta cho mệt?

Không ngờ hắn vừa biết làm hề vừa biết hát cải lương:

- Tại trông cô cũng hay hay. Người đẹp mà lại đi một mình nên dễ bị ăn hiếp cũng phải thôi. Mẹ cô mới mất chứ không phải chồng cô mới chết thật sao?

Cô thấy hắn cũng không phải là tay vừa nên đùa đùa:

- Hết chiến tranh rồi mà, sao bắt tôi làm góa phụ son trẻ? Giỡn mặt hoài, chồng tôi phải sống để còn nuôi một bầy con nữa chớ bộ. Có gì để tôi tự do muốn chết thì chết chứ.

Hắn có vẻ hốt hoảng, đá nhẹ chiếc ghế lùi ra sau và doãi người hắn về phía cô. Cô chợt nhận ra hắn đã tự ý kéo ghế ngồi song song với cô tự lúc nào:

- Nhìn tôi nè, vẫn sống đây nè. Sống khổ như chó mà vẫn sống nhăn răng, có sao đâu. Cô đừng nói bậy chứ. Mẹ cô già rồi thì phải chết đương nhiên thôi, buồn ích gì.

Cô im lặng, xoay xoay ly nước và bỗng rút tiền ra bỏ xuống bàn:

- Chắc tôi không sao đâu, cảm ơn anh. Có lẽ tại lâu quá không uống chanh rum nên nhức đầu và buồn ngủ. Có gì anh vào quầy trả tiền giùm nghe.

Hắn lại tặng cô cái nhìn "keo sơn" lúc nãy. Hai mắt dán chặt không bứt nổi ra khỏi người cô từ đầu đến chân. Giọng nói của hắn mang đầy đòn phép phù thủy:

- Tôi đoán là cô cũng cần một tên hộ tống, nhưng nếu có người hỏi, chắc cô sẽ làm bộ từ chối ngay. Thì thôi, cô ráng "bảo trọng" nhé.

Cô mỉm cười thay cho câu trả lời, bước nhanh ra cửa khi trời vừa thả những bụi mưa rất mỏng, lất phất. Nhạc vẫn đuổi theo quấn quít cả hồn và cả chân cô. Cô định bụng ghé mua liền vài ba viên thuốc ngủ để dỗ dành tạm thời đôi mắt mệt mỏi, vô tình không nhớ là đã để lại tặng hắn những nét bút nguệch ngoặc về một cái tên, trên mảnh giấy "napkin" của quán nước.

*

Thì ra làm lữ hành trong mưa cũng thú vị chán. Cô đưa tay hứng từng giọt, từng giọt nhỏ nhoi rớt lặng lẽ qua mấy kẽ tay. Đã quá lâu cô không còn thú đi bộ giữa đường, theo kiểu tung hứng của những vị mang tính khí... trái gió trở trời. Khi cô ra khỏi thành phố này hai mươi lăm năm trước, đời sống và con người cô như bị bứng ra khỏi gốc, bứt tung một cách toàn diện. Ở đó cô nhìn mưa bay qua cái quạt nước thô bạo và mặt kính xe hồn nhiên mà độc đoán. Mưa bay thì mặc mưa bay, cô nhớ là mình cứ phải căm đầu căm cổ lái để thoát khỏi dòng người như đọng lại. Ở đó thời gian không có để phát chẩn cho những người vô tích sự, nhàn nhã, dĩ nhiên. Đâu như cô cũng sắp hết hạn "visa" và chỉ một hai đêm nữa, cô sẽ vào Sài Gòn để chờ chuyến bay về lại Mỹ. Tự nhiên cô ước gì trời mưa thật lớn, dù cô đang mặc một chiếc áo đầm khá mỏng. Nghĩ cho cùng thời tiết hôm nay chỉ hứng sảng mà mưa thế thôi. Mưa bồi hồi đón khách phương xa trở về chăng. Còn thì phố biển quanh năm suốt tháng chỉ có nắng và đầy những nắng. Vậy mà lời ước của cô lại linh nghiệm. Mưa rít thành từng cọng, tạt vào mặt, vào tóc cô như rắc bột. Chiếc Dream rà sát vào lề đường và một người nào đó gọi tên cô thất thanh:

- Mộc Kiều... Mộc Kiều

Làm sao cô có thể hình dung ra được sẽ có lúc cô đứng sững vì đụng Lâm ở đây. Lâm của một thuở tóc xanh vờn đuổi theo cô như nắng mai mải miết theo tiếng hót của vành khuyên. Thuở đó cô vô tâm như cỏ cây và Lâm cứ lượn lờ như dòng sông thèm khát điên cuồng một bờ xanh cỏ mượt.

Hai mươi lăm năm là một thời gian quá dài để có thể không còn quay quắt bất cứ một điều gì, vậy sao cô vẫn nghe như trong tiếng gọi những vọng âm bàng hoàng của ngày cũ?

Điều này làm cô bối rối và chưa kịp phản ứng, thì Lâm bỗng hất tung chiếc xe lên trời rồi xoáy một vòng trước mặt cô như đang biểu diễn phim cao bồi:

- Trời ơi, Mộc Kiều thật đây sao?

Cô đưa tay ôm ngực:

- Ồ anh Lâm... gì mà ghê quá vậy, làm mất hồn.

Hình như tóc Lâm vẫn còn xanh, nhưng chắc chắn một điều là trông chàng không còn trẻ nữa:

- Ghê lắm sao? Bộ Lâm nhìn... ghê lắm hả.

- Không phải, lái xe... ghê thì có.

Lâm được dịp nhìn cô say đắm:

- Không phải nghĩa là Lâm bây giờ nhìn... "bảnh chọe" hơn xưa phải không. Mộc Kiều vẫn thế, trông chẳng thay đổi gì.

- Vẫn... gầy rạc hoa phải không.

- Ở tại sao vậy. Bơ sữa Mỹ không làm em mập ra tí nào sao.

- Sao biết Kiều ở Mỹ?

Lâm nhíu mày, thả mắt xa xăm:

- Thì hỏi lòng vòng, nhưng cũng chẳng ai muốn cho biết gì thêm. Có điều anh vẫn chờ vẫn ngóng Kiều thật đấy. Thế mới lạ. Đã hai mươi lăm năm rồi còn gì.

- Vâng, mới đó mà đã hai mươi lăm năm.

Giọng Lâm chợt trở nên cay cú không đâu:

- Phải chi nghe tin Kiều chết trên biển, anh đỡ... buồn hơn. Đằng này cứ dai dẳng... mà Kiều thì có để ý gì cho cam.

Cô vịn vào thành xe, hơi choáng váng:

- Chị Mộc Trầm chết rồi. Phải thủy táng khi tàu sắp cập bến tự do.

Lâm lấy tay đặt nhẹ lên vai cô một thoáng:

- Tội chị ấy quá vậy. Cho anh xin lỗi đã vô tình gợi lại làm Kiều buồn. Thật ra anh không thể ngờ mình vẫn còn sống để được gặp Kiều lần này.

- Bây giờ thì Kiều biết ai đem tin cho anh hay để đuổi theo Kiều rồi. Phải chi Kiều đoán ra lúc nãy thì sẽ đi nhanh hơn hoặc núp trốn đâu đó.

- Để anh đừng tìm ra Kiều nữa chứ gì? Kiều lúc nào mà chả mang tính cách ấy. Độc ác khỏi chê. Và ai bảo đi đâu cũng cứ tật viết viết, vẽ vẽ lăng nhăng trên giấy. Thấy hắn đem về cho anh chỉ một mảnh giấy với một cái tên là suýt bị đứng tim rồi.

Cô bỗng sực nhớ một điều gì làm cô lo sợ vẩn vơ. Lẽ nào rồi Lâm sẽ bám sát cô và không để cô yên:

- Bộ anh dạo này ngầu lắm sao mà lên chức đại ca và sai bảo em út lung tung vậy.

Lâm chớp mắt, liếm láp đôi môi làm cô nhận ra môi anh vẫn đỏ mọng như xưa, đặc biệt là cứ sau mỗi cái căn môi hay chỉ vờ liếm nhẹ là môi Lâm lại càng đỏ hơn, láng hơn nên Lâm vẫn hay có thói quen điệu bộ như vậy:

- Thằng Viên mách với em như vậy hả. Thì thế, đời sống ở đây lại càng phải như thế nữa. Không mánh mung, không lường lách, không tay trên tay dưới sao sống nổi hả em.

Tự nhiên cô thấy Lâm thật đáng thương:

- Kiều hiểu. Đời sống càng lúc càng tát vào mặt chúng ta những bài học không thể ngờ được. Một lúc nào đó, ai chả muốn tìm cách chống cự lại, bằng cách này hay cách khác phải không anh.

Lâm gật đầu, khuôn mặt như tối lại vì u uất:

- Cuộc đời bắt Lâm phải dở đủ trò xấu xa. Nói thật với Kiều dù Kiều có cười chê Lâm cũng không sao. Lâm bây giờ khác xa với Lâm ngày xưa.

- Ai mà chả khác với ngày xưa nhỉ. Cô nhẹ giọng.

Lâm cười chua chát:

- Kiều biết không, Lâm ghê gớm, tệ hại đủ điều, chỉ còn có mỗi cái giết người là chưa nhúng. Cả trước hoặc sau chiến tranh cũng thế, tay anh chưa hề nhúng máu. Mà thôi, đi đâu chơi chứ không lẽ đứng đây hoài sao.

Cô đề nghị khá kỳ cục:

- Đi bộ nhé. Lâu, Kiều không có dịp đi bộ chơi. Anh dắt xe đi tà tà được không.

Lâm liếc mắt nhìn cô, đuôi mắt dài. Tóc người đàn ông cũng dài như tóc Chúa Giê Su, được buộc lại một cách điệu đàng con gái:

- "Cô" thì lúc nào chả muốn hành hạ tên này tối đa. Có điều được đi với Kiều, con đường càng dài ra cũng càng tốt thôi.

*

Rồi thì cũng đến lúc cô chỉ còn ở phố biển đêm cuối. Đêm kia cô được đánh một giấc thật mê man, sau một ngày gặp lại Lâm và lang thang đến rã rời. Thật ra chưa chắc cô đã có thể đánh một giấc dài như thế, nếu buổi tối Lâm không ghé qua với thuốc ngủ và hoa hồng:

- Thưa em, thuốc đây này. Hoa thì mới cuỗm từ bến xe ở Đà Lạt về. Nói giỡn thôi, phải mua với giá cắt cổ đấy vì mấy thuở mới có dịp tặng người đẹp.

Cô mặc bộ đồ ngủ trắng như ma nữ nhưng nhận ra ngay là không tiện để mở cửa mời Lâm vào:

- Thuốc ngủ hiệu gì vậy, mạnh không. Sao bày đặt hoa hồng gai góc chi vậy. Kiều chỉ thích hoa trắng thôi mà.

- Valium, uống một viên là đủ qua một đêm không ưu phiền mộng mị. Ngày xưa anh dở quá không biết tặng hoa và chẳng biết tán tỉnh gì cả nên anh mất Kiều cũng phải. Hoa hồng anh đã cắn hết gai rồi.

Cô cười giả lả, đáp tảng lờ:

- Không cho hoa tự vệ à? Mà thật ra đâu phải thế. A, anh kiếm mua thuốc này dễ dàng không, sao cho Kiều có một viên thôi vậy.

Lâm bỗng dật dờ:

- Anh chạy áp phe mà, phải có phần vụ buôn bán thuốc thang nữa chứ. Cần sa cũng có, nhưng dễ đểm lịch bên song cửa lắm. Kiều cần không? Mà Kiều uống một viên đủ ngủ khì rồi. Phải chi có thuốc... quên thì anh tha hồ nốc cả hộp nhỉ.

- Anh này đùa dai thật. Thuốc quên, thuốc nhớ, ai mà chế ra được. Đợi Kiều làm dược sĩ bào chế đi.

- Phải rồi. Lúc nãy mang thuốc ngủ và hoa hồng cho Kiều, chắc còn thiếu khẩu súng nữa mới đủ bộ.

Cô cảm thấy rõ nỗi tình cờ thích thú của Lâm sau mỗi câu châm chọc:

- Thôi về ngủ đi. Kiều mệt rồi. Kiều không thích nhắc đến súng ống. Nhất là khẩu súng và... hoa hồng.

Lâm nhìn cô như khẩn cầu một điều gì cô không muốn rõ. Giọng nói như rớt từ một cõi nào vọng lại:

- Đùa thôi mà. Khẩu súng và những cánh hồng rớt tơi tả, giữa đôi mắt đen sững bàng hoàng trước những ô cửa khép kín lạnh lùng, không đẹp sao?

- Bộ anh tính đứng làm thơ hay vẽ tranh đây. Về ngủ đi chứ. Kiều đóng cửa lại bây giờ nè.

Lâm nói lảm nhảm trước khi bỏ đi:

- Thôi Kiều ngủ ngon. Đừng mơ thấy khẩu súng với trái tim tươi rói đau nhức này mà làm gì nhé.

Và bây giờ thì thật bất ngờ khi Lâm trở lại. Cô hối hận là đã nói cho Lâm biết thời hạn chia tay sắp đến. Lâm cuống cuồng khi hay tin cô chỉ còn có mặt trong thành phố này đêm cuối cùng.

Lâm đến, dữ dằn như bão táp. Khi cánh cửa vừa bật ra, Lâm đẩy mạnh và lách vào thật nhanh khi cô chưa kịp phản ứng. Giọng Lâm dồn dập, tràn đầy xúc động:

- Kiều biết anh đang nghĩ gì không. Nếu anh bảo, anh muốn làm đủ mọi cách để giữ Kiều ở lại đây với anh, bây giờ và mãi mãi. Kiều có tin là anh nói thật và dám làm không.

- Sao? Anh nói sao?

- Ờ... mà làm sao Kiều có thể hiểu được có một người yêu Kiều đến mức này. Anh cũng không thể hiểu được mình nữa là...

- Anh đừng làm Kiều sợ.

Lâm trở nên hung hãn, gằn giọng:

- Sợ... sợ... sợ. Bao giờ thì anh cũng làm Kiều sợ và xa lánh cả. Anh là một thằng hèn, một tên ngốc cứ lẽo đẽo theo Kiều hoài. Yêu như thế để được gì, làm gì không biết.

Cô nhìn lơ đãng vào khoảng không, cố tránh đôi mắt sóng sánh hoe đỏ của Lâm:

- Chuyện ngày xưa bây giờ lại càng... xa xưa nữa. Kiều lại có chồng và con cái dầm dề nữa, anh không thấy sao.

Lâm ôm đầu bứt rứt:

- Nhưng Kiều còn mắc nợ anh nhiều lắm, Kiều biết không. Nào là những đêm mất ngủ, những ngày không muốn sống... Gặp Kiều nếu không đòi nợ được, chắc anh sẽ chết không nhắm mắt.

- Kiều có bao giờ hứa hẹn gì với anh đâu. Xung quanh anh thiếu gì đàn bà xinh đẹp và hay ho gấp triệu lần Kiều, sao anh cứ tự làm khổ mình chi vậy.

- Anh cũng đã thử quên Kiều rồi đó chứ. Vậy mà không được. Từ đổ vỡ này đến đổ vỡ khác, anh nhận ra một điều là không ai có thể thay thế được Kiều, là Kiều và chỉ có Kiều mà thôi.

- Anh chọn lầm đối tượng để yêu rồi, anh không biết sao.

- Tình yêu đâu phải là một món hàng để mình có thể hoàn lại khổ chủ, một khi không được ưng ý. Anh yêu Kiều, đó là một điều dĩ lỡ nhưng tuyệt nhiên không thể hoàn trả lại. Tình yêu chọn anh chứ thật ra anh chẳng có một sự lựa chọn nào khi yêu cả.

Bỗng nhiên cô nhìn Lâm đăm đăm, tự hỏi tại sao ngày xưa cô không yêu Lâm nhỉ. Lâm cao ráo, mặt mày khá kháu khỉnh, ăn nói cũng rất có bài bản, con nhà giàu nhưng lại không lêu lổng ham chơi. Như thế cũng đủ phải lòng nhiều cô rồi đấy, nhưng tại sao không có cô?

Dạo gặp Lâm, cô cũng chưa yêu ai cả nên không thể bảo là Lâm đến không đúng lúc. Chưa yêu ai nhưng biết chắc người đó sẽ không phải là Lâm. Những rung cảm trật đường rầy nào đó khiến cô dù không ghét Lâm nhưng cũng không thể yêu Lâm. Thật ra không ai nỡ ghét một người chỉ có tội yêu mình quá lắm. Bây giờ ở tuổi trên bốn mươi, cô nhận ra một điều: Không yêu là không yêu, không thể mặc cả được một điều gì hết.

Ở lứa tuổi bắt đầu khó thương và tuột dốc này, liệu trái tim của cô có còn đập những điệu cuồng điên như ở tuổi thanh xuân? Làm sao Lâm có thể níu áo cô, bắt cô đền bù tuổi thanh xuân cho anh khi cô cũng đang sạch dần những xuân xanh? Gặp lại anh, lòng cô còn băng tuyết hơn thuở ấy. Ở tuổi không còn trẻ nữa, cô dễ trở thành người tỉnh táo. Khi người ta tỉnh táo, người ta không thể chỉ thấy có mỗi tình yêu (nếu có) của hai người.

Cô nói như van xin:

- Kiều tưởng tượng anh đang nói với một ai khác. Kiều là cục đá, anh biết không, và cũng đâu còn gì xứng đáng với tình yêu đặc biệt của anh.

Giọng Lâm vẫn mê sảng:

- Nhưng liệu tôi còn có một đời khác để sống và để yêu em không chớ. Kiều nói đi. Không, dĩ nhiên là không rồi. Vậy thì hãy cho tôi yêu em ở cuộc đời này, nghe Kiều.

Cô lãng vội ánh mắt ngây dại của Lâm. Lại thoáng thấy đôi môi người đàn ông quả mọng và ướt đỏ một cách mời gọi ham hố.

Cô càng lắp bắp khi dường như đôi môi ấy hé ra, chực chờ một điều gì ghê gớm phủ chụp xuống:

- Anh Lâm... quên Kiều đi. Mai Kiều đi là mọi sự sẽ phải trở về như cũ mà thôi.

Tình yêu đã đốn gục Lâm thật sao? Đầu Lâm rủ xuống, hai tay bụm lấy mặt. Cô nghe tiếng Lâm lạc đi:

- Thôi Kiều đi đâu thì đi nhanh lên, nhất là cũng đừng bao giờ trở lại thành phố này để tôi khỏi phải nhìn thấy em và bất lực thêm một lần nào nữa. Điều này hoàn toàn không công bằng cho tôi, em thấy không.

Thật ra lòng cô cũng rối bù như mớ bòng bong.

Cô nghĩ cuộc đời cũng chẳng có gì vui.

Cô nói như nhủ thầm với chính cô:

- Sự công bằng đời nào nằm trong tay số phận. Hãy nghĩ như thế để... sống.

Lâm sực cười ngất:

- Và cũng để chết. Có điều tôi muốn chết cùng em, và số phận. Đơn giản thế thôi.

Lâm nói trơn tru như môi lưỡi có dính dầu, nhưng lại làm cô sợ hãi như bị rắn trườn vào chốn thâm u của mình.

Mọi chuyện không thể đơn giản như Lâm bảo. Cô lại không cả tin vào số phận, nhưng vốn rất tin vào giác quan thứ sáu của đàn bà. Tiếc là mọi linh cảm trong cô khó cứu vãn nổi hai mắt bi lụy muôn đời của Lâm. Hai mắt đỏ rực như hai viên than hầm sẵn sàng đốt cháy cô bất cứ lúc nào.

Nhưng cô thì làm sao cháy được. Cả toàn người cô là một khối băng miền bắc cực. Đã qua rồi những cảm nhận rung động đến bấn loạn tứ chi, đầm đìa ngõ ngách và bay cao thật cao. Ngất. Cô bây giờ sao thế. Đàn ông (kể cả người chồng nghiêm túc) đã không còn yêu cô nữa, nên cô cũng không còn mệt vì yêu. Không ai thèm vô lễ, hỗn hào với cô như Lâm. Tình yêu làm con người dễ trở thành phàm phu tục tử.

Nhưng liệu Lâm có quyền nhân danh tình yêu để cưỡng hiếp cô chăng. Còn cô, cô phải nhân danh điều gì (người đàn bà ở thế kỷ 21, đạo đức thật cóc cần đạo đức giả, niềm trắc ẩn, đời sống ngắn ngủi...) để an nhiên cắm cái sừng "hiện sinh" lên thứ tình yêu cao thượng (l'amour platonique) của chồng cô?

Cô vẫn gọi đùa đó là tình yêu vào mùa chay tịnh và đó là một lối bông đùa có phần cay đắng. Đôi khi cô tự nghĩ cô vẫn còn khá trẻ, thì cuộc đời không lý do gì có thể tước đoạt hết cả tấm lòng ham sống nơi cô. Mượn thuốc ngủ để xuyên qua bình yên bóng tối đêm dài, thay vì những cử chỉ tìm kiếm rạo rực trong vòng tay đàn ông là lời nguyền độc ác của những ai đã sạch nhẵn thanh xuân, cạn ráo tình yêu. Còn cô, cứ nhìn vào vũng mắt tham lam của bọn đàn ông thì biết. Chắc là cô chưa hết thời đâu, vì xem chừng họ vẫn còn muốn nuốt chửng, soi ngắm, xấc láo với cô lắm. Thì đành rằng như thế! Nhưng mà Lâm không những quá quắt trong ánh mắt mà còn trong từng nhịp thở cuống cuồng, cơ hồ muốn ăn đứt cả hơi thở của cô. Cô loay hoay không biết mình phải bám víu vào tay áo của thiên thần hay ác quỷ để thoát hiểm.

Giữa những hoang mang ấy, Lâm trườn tới và quì mọp dưới chân cô. Người đàn ông gục mặt xuống vùng huyệt sâu của cô, rồi khóc tội tình như đứa bé vòi kẹo. Cô bỗng nhảy dựng lên, như thể nơi chốn ấy không bao giờ là chỗ trú an toàn cho những thống khổ của anh:

- Trời ơi, anh làm cái gì vậy. Kỳ cục quá đi.

Không ngờ cú nhảy ấy làm Lâm mất đà ngã dụi xuống. Đầu Lâm đập vào tường dội lại tiếng động nẩy người. Cô thu mình lại trong một góc nhỏ cuối phòng, lấm lét chờ phải đối đầu với những dở chứng của Lâm.

Lâm nằm ôm đầu khá lâu rồi cũng bật dậy như cái lò xo. Cô ngồi bó gối, cố giữ im lặng để nhận chìm những ám ảnh bất lực trong anh.

Sau đó Lâm lết lại gần cô nhăn nhó có pha chút giả tạo:

- Kiều làm anh bể đầu rồi. Không chừng lát nữa anh nổi điên lên cho xem.

Giọng cô vừa xa xăm vừa xa lạ:

- Anh Lâm, Kiều chỉ muốn giữ mãi những điều gì thật đẹp...

Lâm lại cười khan:

- Những điều gì thật đẹp mà Kiều đang nói đến chỉ là những cái giả dối, biết không. Tôi cần sống thực với lòng mình. Tôi không phải là thần thánh, vả lại chắc gì thần thánh biết yêu và dám yêu như tôi phải không em?

Lâm hốt hoảng cúi xuống tràn ngập, tới tấp, hồ đồ trên môi cô. Lâm làm như nếu không kịp hôn cô, ngày giờ tận thế sẽ đến và cướp mất của anh cái cơ hội, những giây phút thiêng liêng ấy. Phần cô, cô ngỡ ngàng trong cảm giác bị vần vũ trong bão táp. Cô như chiếc lá bất ngờ bị cuốn phăng đi, không kháng cự nổi. Cô bị đảo lộn.

Mùi đàn ông ngây ngây và cách bày tỏ kỳ lạ.

Lâm nói như ra lệnh:

- Em không được chống cự. Em làm ơn không được chống cự. Hãy nhận chịu, nếu không muốn đón nhận.

Cô nói không ra lời:

- Sao... sao bắt Kiều nhận... chịu? Kiều đã nói...

- Vì em sẽ làm tôi nổi điên lên. Không chừng tôi sẽ giết em, làm tình với xác-chết-em một hai lần rồi tôi sẽ giết tôi luôn thể.

- Anh kinh khủng thật. Anh làm Kiều sợ.

- Tình yêu của tôi dành cho em quá mạnh, quá dứt khoát đến nỗi em có khinh bỉ, khước từ, đùa cợt vẫn không thể làm cho nó trở nên tầm thường, suy giảm đi được. Em biết không.

-Trời ơi, anh điên quá rồi. Sao ác với Kiều như thế chứ. Cái chết...

- Phải, nhưng Kiều không ngủ với đất cát một mình đâu. Chúng ta rồi sẽ cùng nhau tiêu tán đi.

Lâm cười bí ẩn, nâng khuôn mặt cô, lấy tay di động khẽ khàng lên từng phân vuông thịt da, chạy dọc xuống cổ ra ót, rồi dần xuống sóng lưng cô. Cô giật bắn người đúng lúc Lâm lột bung chiếc áo ngủ của cô:

-Xin lỗi em, tôi phải làm vậy. Tuyệt lắm. Em không mặc coóc-xê.

Cô đưa tay đan chéo bầu ngực:

- Anh không thể làm vậy. Người ta lại đang có tang mẹ và nhất là...

- Mẹ Kiều mất, Kiều để tang đã đành. Còn tôi sao bắt phải để tang cho người sống suốt một đời? Thôi được, ngày mai tôi sẽ đem hương hoa ra thăm mộ mẹ. Thể nào bà cũng tha thứ cho thằng rể hụt bất hạnh, khốn nạn này.

Cô vụt đứng dậy, vô tình lại thuận tầm tay thô bạo của Lâm: chiếc quần lót bị dục vọng tuột phăng ngay.

Lâm níu chặt hai chân cô, nói trong những mụ mị choáng váng:

- Yên nghe em. Đừng la hét, nói năng nột điều gì nữa.

Anh không muốn phải dùng còng số 8. Một lần rồi thôi, anh sẽ ngàn đời nhớ ơn em. Thế thôi.

Mọi sự rồi cũng phải xảy ra và xảy ra chóng vánh, như trong khoảnh khắc cô biến thành bức tượng khỏa thân trước mắt Lâm, như cô là sinh vật duy nhất còn lại trong vũ trụ này và nỗi khát khao diễm tuyệt của người đàn ông là sự tích lũy lâu ngày chỉ chực vỡ bùng ra, tràn trề sinh lực của bất tận thanh xuân.

Cô khóc và nói như van lơn:

- Anh về ngay bây giờ cho người ta đi tắm. Về và có đập vỡ cả một trăm tấm gương cũng đừng hòng thoát được cái bản mặt đốn mạt của mình.

Lâm gào lên trước khi chạy ào ra cửa như một tên điên:

- Xin lỗi em, rồi Chúa cũng sẽ tha thứ. Làm thánh thần mà chi cho buồn, không ham. Làm ma làm quỷ để được yêu em, vui hơn nhiều.

*

Cô thiếp mê ngay sau đó không biết bao lâu.

Đêm cuối với Nha Trang vậy là không có lời giã từ nào cho biển đêm như thầm hứa. Hình như Lâm đã đến, phá hỏng dự định ấy và cả luôn cô nữa. Những ngọn gió đêm thì vẫn mang những lời ru xa của sóng chạy quanh chỗ cô nằm. Cô bừng ra khi từng luồng, từng luồng ánh sáng bàng bạc nhả khắp người. Cô dụi mắt, quay nhanh về phía những ô cửa. Lập tức những chùm ánh sáng lạnh lẽo ấy biến sâu vào đêm. Trên trời không một vầng trăng. Cô biết rằng đêm đã quá khuya. Và cô cũng biết rằng bóng dáng của mẹ cô đang lơ lửng ở trên cao: "Vào ngủ đi, khuya rồi còn ra lan can kiếm ai nữa." Cô khóc tấm tức, trong khi mẹ cô cười nắc nẻ, để lộ hàm răng trắng rợn: "Mẹ ở trên này nhìn xuống thấy ai cũng nhỏ như kiến mới ngộ chứ." Cô gọi nhỏ: "Mẹ ơi" và bỗng thấy rùng mình. "Vào ngủ đi con nhé. Chúa đã bảo: nếu ai không có tội thì hãy ném đá... và cuối cùng ai cũng bỏ đi cả", mẹ cô nói rất rõ từng tiếng một, nhưng người cô váng vất, bàng hoàng khiến cô hình như không hiểu gì cả.

Rồi gió luồng lên táo tợn, lồng lộn cả bốn phía làm cô ớn lạnh. Cô biến nhanh vào phòng, lại nghe những tiếng đá đập từ những bờ tường trắng bệch. Cùng với những tiếng nện liên hồi ấy là mùi hương sứ trắng ở những hàng cây ngã ngớn gần biển. Cô ngạc nhiên nhận ra những đóa hoa hồng của Lâm mới tặng đã gục chết héo hắt, thay vào đó là những chùm hoa sứ nở bùng ra như những môi cười của tuyết. Cô nhắm mắt, cố bịt tai thì lại vẳng ra thêm tiếng thở dài rên rỉ thê thảm lạnh lẽo nào đó. Cô càng van xin, hồn ma bóng quế ở đâu đâu lại càng tạt về trêu chọc cô thêm. Cô bắt đầu toát mồ hôi trán. Người cô lại hâm hấp như muốn bệnh. Cô gọi điện thoại xuống khách sạn thì chỉ nghe những tín hiệu "u... u..." như tiếng gió thổi từ vực sâu. Cô định cầu cứu bất cứ một người nào đó, kể cả Lâm nhưng sau đó tay cô lại nặng như bị treo đá. Cô chỉ kịp ngã xuống giường, nghe cơn sốt đang lan dần trên từng đường gân thớ thịt. Một lúc, không biết là bao lâu và giữa khoảng khắc mê man ấy, cô nhân viên của khách sạn tự động mở cửa bước vào:

- Gớm, chị ngủ gì mê quá. Nhờ khách sạn gọi đánh thức kẻo trễ máy bay, mà chả chịu cầm máy lên gì cả.

Cô ú ớ:

- Ủa, mấy giờ rồi vậy?

- Mới 6 giờ sáng thôi, nhưng hình như chị còn phải dậy tắm rửa sửa soạn và ăn sáng nữa phải không?

- Tôi mệt quá. Đầu nhức bưng bưng. À, tôi nhớ ra rồi. Những chùm hoa sứ của tôi biến đi đâu mất vậy.

Cô nhân viên đảo nhanh mắt tìm kiếm, rồi vụt cười man rợ như chợt khám phá điều gì thích thú:

- Em đem đi phơi khô mất tiêu rồi. Bông sứ khô nghe nói trị được bệnh cao máu chị biết không.

Cô bỗng nhăn mặt:

- Không, tôi không biết. Tôi không biết gì cả. Tôi chỉ muốn quên. Quên tôi và ngày tháng, và đêm qua.

Cô nhân viên ngớ ngẩn một hồi rồi đâm ra thân thiện kể lể:

- Chị đừng khiếp sợ quá, không sao đâu. Em nói thật nha vì bề gì hôm nay chị cũng đi rồi. Căn phòng này mới đây có một cặp vợ chồng từ Mỹ về mướn ở du dương cả tuần. Cô ấy mê bông sứ trắng lắm, ngày nào cũng đi hái trộm ở những hàng cây dọc biển. Ông chồng mới chắp nối của cô ấy sau đó vì ghen ngược với bồ cũ của cô ta, bèn xuống nhà bếp của khách sạn mượn con dao phay. Cuối cùng cô ấy bị chém không biết bao nhiêu nhát ở trong phòng này đó chị. Một người chết, một người bị tù cũng đòi bị xử tử cho rồi.

Cô ôm mặt:

- Trời ơi ghê quá, sao kể cho chị nghe làm chi.

- Chị đừng nói cho ai nghe hết. Coi chừng em bị đuổi.

Cô im lặng, khẽ run người mấy cái. Đêm qua ma quỉ và loài người đã ở chung với nhau, có phải? Còn thánh thần liệu có ghé mắt xuống để thấy trần gian hay địa ngục đôi khi cũng chỉ một. Sao cô không chỉ là một con kiến, cứ vẩn vơ bò quanh những bờ tường mà không phải thắc mắc, tự hỏi một điều gì cả. Cô sẽ không còn bực mình nhận ra sự sống có lắm điều phi lý, và mỗi ngày qua là mỗi ngày con người càng cảm thấy lạ lẫm với chính mình. Lạ cả chùm bông sứ trắng. Lạ cả những tiếng búa bổ, tiếng đá đập từng hồi trong đêm... Và bây giờ thì cô đang lạ với chính đôi mắt mình trong gương soi trước khi ra phi trường. Hai mắt ướt nào xin gởi lại phố biển để hồn cô khi trở lại Mỹ chỉ còn là một bãi tha ma vắng lạnh.

Nhưng cô không trở về Mỹ trống trải tay không. Cô đã gởi trả lại hết, sao tất cả không thể rớt rơi hết. Gần hơn hai tháng sau, con bệnh cứ thi nhau đuổi bắt cô. Đêm khuya cô thường bị dí bẹp xuống những cơn dị mộng. Một buổi tối cô lên cơn sốt nặng và thốc cả người đến mấy lần. Khi cô dần dà ngửi thấy mùi ê-te của bệnh viện cũng là lúc cô nghe loáng thoáng giọng nói của bà bác sĩ trực:

- Ông là chồng của cô ấy phải không. Chúc mừng nhé. Tưởng gì hóa ra cô ấy chỉ bị cái thai trong bụng hành.

Chồng cô ú ớ như đang gặp cơn mộng dữ:

- Bà nói sao? Tôi đã cột ống dẫn tinh rồi mà.

- Thật sao?

- Bà biết không... Cô ấy mới ở Việt Nam về. Việt nam hay có cái màn bùa ngải này nọ. Không biết cô ấy có bị ai "thư" như ếm một cái trứng vô bụng của cô ta chẳng hạn. Trời ơi... làm sao đây.

Rõ ràng là một giọng nói đầy đau đớn, vừa nhận lãnh vừa chịu đựng. Hệt như cô đêm nào với tiếng thở gấp rút, hổn hển của Lâm. Có phải trong chịu đựng nào cũng có nhận lãnh. Lâm đã ăn cô như ăn một viên kẹo đẫm đầy bùa mê. Nói một cách khác, Lâm đã yêu, đã cưỡng hiếp cô tận tình, tận tuyệt và tuyệt vọng. Cô giật mình mường tượng ra hai bàn tay bất lực níu chặt đầu giường. Và cũng có phải, chính hai bàn tay ấy đã có lúc run rẩy thả xuống không ngờ trên lưng người đàn ông.

Không chỉ có
một mùa hè!

– 2012:

"Vâng, em muốn hẹn anh năm 2012. Chúng ta hẹn nhau ở Sài Gòn năm 2012, cho một mùa hè rực lửa anh nhé", lời hẹn hò của 52 tuần trước sao ngỡ như những tiếng chuông vẳng lên từng hồi hiệu triệu. Tiếng chuông gióng giả sao chỉ có một mùa hè ngắn ngủi?

Hẳn nhiên ít là như thế. Đâu chỉ có với nhau một cuối tuần, mà dường như cũng phải mười cuối tuần đã từng trôi qua như thế. Chúa nhật, cô vẫn từng nửa đùa nửa thật với anh khi gọi đây là ngày của Chúa. Cô bảo ngày của cứu rỗi nguyện cầu, mà cô thề sẽ tuyệt nhiên không buôn thánh bán thần, ít ra là trong ngày này. Anh lại cười, ngờ ngợ như không tin là mình có thể làm chủ một điều gì, kể cả chính mình: "Chủ nhật là một ngày mình phải tự làm chủ lấy chính mình, ít ra là ngày này phải không em?" Làm chủ lấy chính mình, còn ai thì đang làm chủ đất nước? Sao cô nghe như hoang mang trong lòng.

Chao ơi, làm sao cô có thể đến điểm hẹn và chỉ ngồi lặng người nghe râm ran một mùa hè. Âm vang đứt quãng gọi kêu của những lời ve, cho một tình hè rực nắng. Cô đã tự nhủ, cho dẫu thế nào, cuối cùng cô cũng sẽ đến. Bằng một phép lạ của tình yêu lớn nhất đời mình, cô sẽ tìm cách hồi sinh lại xác của bầy phượng đỏ, mặc cho lũ ve sầu vô cảm chỉ biết hát ca suốt mùa.

Cô sẽ đến đó và đợi, dù có thể chơ vơ. Cô biết mình không thể nào đơn độc, và cho dẫu có bị lưu lạc trên chính quê hương mình, thì sự lưu lạc ấy cũng bắt cô phải tìm cho ra dấu cội nguồn của Mẹ Việt Nam. Người Mẹ mà cô luôn đau đáu, mà mỗi lần nghĩ về lại như có ngàn kim chích.

Vẫn có lúc cô thấy mình quá bé bỏng, khi mặt trời bỗng cắt đứt bóng cô thành từng mảnh. Cô ước gì mặt trời sẽ đốt cô lên thành một đám cháy, nhưng cô chỉ là chút bụi hồng bị cuốn đi, nhiều lúc không còn định thần được. Nhất là những lúc anh hẹn cô, rồi khi không bỗng sợ bầy chó vàng hung hãn đứng nhe răng bên kia đường, mà không cách chi đến gặp cô được.

Vậy thì ai sẽ nói cho cô biết vì sao gió chẳng đặng đừng, vì sao mây đã ngừng mang theo những làn khói súng mà tâm hồn cô vẫn chưa thể yên nguôi. Trong thầm lặng, cô hiểu tuổi trẻ nơi cô đang sống vẫn mơ tưởng về những cánh diều no gió. Bay và bay. "Ngay cả cột điện biết bay cũng bay", người dân ở đây đồn đãi như vậy.

"Phải bay thôi", tuồng như anh đã mơ màng như thế rồi xuống giọng: "Phải bay tới cả những chân trời quá vãng, dù buồn thảm âm u, em ạ. Để thấy rằng những vầng mây hội tụ vụt sáng rồi chợt tắt, những ánh chớp sao băng của lòng dũng cảm, điên cuồng khát khao tự do dân chủ như thế nào. Không thể nào khác đi được, khi định phần của những hạt máu ấy là những hạt mầm gieo rắc để vươn lên cùng thế giới. Em biết không?"

Cô rơm rớm nước mắt, khi nhớ lại hình ảnh kiêu hùng của chàng sinh viên nhỏ bé trước những thách đố của đoàn xe tăng bạo lực: "Tại sao phải là những hạt máu? Có phải tại họ là bầy quỉ đỏ nên chỉ thèm hút máu nhân dân?"

Anh trả lời cô mà như đang nói với chính mình: "Chắc phải có máu và xương mới làm thành lịch sử. Mình muốn bất bạo động mà họ sử dụng bạo lực thì sao em nhỉ?"

Cô lại tự hỏi, lùng bùng trong vũng đầu đau nhức từng cơn: lịch sử của loài quỉ đâu chỉ đè cổ đồng bào mình xuống, để tanh tưởi tớp máu, mà còn treo cổ sự thật ngay trên đầu thượng đế. Bao giờ thì bạo chúa mới thấy no nê, dù đã bội thực?

Càng nghĩ môi cô càng đanh lại. Dĩ nhiên bọn chúng không thể cất đi những vàng nắng rực lửa trong mắt cô.

Mặt trời ngoài kia đã lên tới thiên đỉnh và cô linh cảm có

khá nhiều người trẻ tuổi ngồi rải rác trong quán vừa nhận ra những tín hiệu trao gởi của nhau. Ờ nhỉ, làm thế nào mà cả gần triệu cừu non đã dám quên mình đứng lên tụng ca màu xanh của tự do, nơi quảng trường chỉ luôn chực bủa vây muôn loài chó dữ khát máu? Kìa, độc tài có thể xé nát những tấm da trên lưng đoàn cừu ngờ nghệch thiếu chuẩn bị, nhưng những tâm và huyết trong ruột chúng thì đã có bàn tay tháo gỡ xiềng xích bảo kê. Những bàn tay đi làm lịch sử của non sông.

Mồng 5 tháng 6, có phải cuộc đời đã quá dài cho những tâm và huyết? Cô thầm nhủ: hãy mặc xác những trấn lột và bạo ngược. Dù có phải chết hay bị ném vào "trại súc vật", cô vẫn mỉm cười ngạo mạn vẫy gọi quyền sống của con người. Vậy liệu cô có phải đang sống như một con người hay không. Nếu được sống đúng như một con người, cô đã làm gì nên tội ngoài những biểu lộ tiết tháo để được xứng đáng nhận lãnh thiên chức làm người ấy? Và như thế, liệu có phải làm người Việt Nam trong một đất nước thiếu dưỡng khí, bị ô nhiễm, bị đối xử tồi tệ, đã là một cái tội hay không?

Cô vừa chợt nhớ ra một điều ở tận chốn cờ Huê. Có lẽ nào cô dám tranh giành quyền súc vật của loài chó vốn được yêu thương nhất nơi nảy. Cũng ở tại đây, ngay cả không phải theo tục lệ thờ bò đi nữa, người ta vẫn đòi cho được quyền của những con bò, dĩ nhiên không chỉ sinh ra để gặm đồng cỏ xanh mà ngay cả những giờ phút đàn bò theo chân du mục bước vào lò... sát sanh, thì cũng phải được trang bị thuốc mê đàng hoàng. Đúng là một đất nước dư giả thuốc tê, nhưng không phủ chụp gây mê để làm liệt tê mọi đầu não.

Và khi lòng vị tha không thấy bị phí phạm, ngoại trừ ngay cả một người được sống ở đô thị văn minh bớt cúp điện hơn, cô vẫn chẳng biết tìm đâu ra một cánh đồng cỏ khô, cỏ héo mà thương cho quê hương và những ví von đàn bò tuổi trẻ Việt Nam. Tuổi trẻ của cô cũng vốn hụt hẫng những cánh đồng, những cây rừng đất đai của tổ tiên cha ông để lại. Ở phải rồi, chỉ còn lại những khẩn cầu cho bè lũ chủ nhân ông này rớt nhanh ngay dưới đáy quần lịch sử. Cho êm xuôi những dòng đời đã không thể chết vì huyền thoại này, hư huyễn nọ, tư tưởng kia.

Mùa hè sẽ nhân cơ hội này mang sự thật, công bình bao la trở về trên những đường bay ánh sáng và lời tiên tri của sấm.

À, khi cô đang nghĩ đến những điều này thì những người cô không hẹn mà gặp vụt tăng thật nhanh. Con số hệt như vừa bước ra từ giấc mơ cô đã từng ấp ủ, nuôi dưỡng và mong mỏi. Cô nhìn anh đầy thổ lộ và nói gấp rút với mọi người xung quanh, như sợ có làn gió độc lai vãng qua đây vụt cuốn mất cô:

- Thưa anh đứng lên. Thưa các bạn đứng lên. Và thưa cả tôi đứng lên. Chúng ta cùng đứng lên, nếu không muốn một lần ngã xuống thê thảm như một con chó đói, chó ghẻ, chó cụp đuôi.

Một người nào đó đã nói mà tuồng như đang khóc:

- Khổ quá, người ta đã chặt mất chân tôi rồi. Làm sao tôi còn đứng lên được nữa.

Ngực cô nhói buốt như có hàng loạt mũi tên bí mật chĩa tới:

- Nếu cần, tôi nghĩ ngay chính lúc này, những người có chân phải sốt sắng cõng người què quặt để chúng ta cùng đứng lên. Một lòng đứng lên, có đúng không các bạn?

Khi ấy, khi cô nói chưa dứt câu thì cũng như trong cơn mơ, mà lại là cơn mơ dữ có tiếng chạy thình thịch của bầy chó săn nhe đầy nanh vuốt.

Dĩ nhiên anh và một số khá đông những bạn trẻ đã bị giống chó nghiệp vụ này thộp cổ, xé tung áo, giựt mũ nón, đạp vào mặt, bế thốc người lộn ngược đầu như đang ở trong một gánh xiếc hay một trò giễu dở, một bi hài của một thời hoang dã nào.

Lạ một điều, thoắt một cái cô thoát đi như đôi cánh của một thiên thần áo trắng. Bây giờ thì cô đã bay thoát khỏi họ, nhưng cô không thể bay thoát khỏi chính mình. Cô bắt đầu nhớ lại.

– 2011:

Mà tại sao cô phải nhớ lại những điều chưa đâu vào đâu. Trong đời cô đã có quá nhiều những đoạn phim cắt ráp, vẫn như những mảnh "puzzle" rời rạc, những phân đoạn mà ngay cả thứ âm thanh kỹ thuật của năm 2011 vẫn không thu nổi thành lời. Người đạo diễn tài ba là thượng đế chừng như cũng đành lắc đầu chán ngán.

Cô chỉ ráng thu lại trong mắt mình: hình ảnh của anh dang rộng tay cố níu cho được những đám mây vần vũ. Những đám mây bao giờ cũng làm trời xanh phải động lòng. Thứ trời xanh miết mải cả những vòm cây mơ xanh.

Ôi, cô đã xanh xao đến dường nào mà mùa hè vẫn khẩn khoản chờ trông!

Khi anh không còn ở quanh đây và đã bị giựt phăng đi giữa trời đất man rợ phi nhân cùng tiếng cười đểu cáng, thì lẽ nào cô cũng chỉ biết hẹn anh trong mường tượng.

Cô hẹn anh, hẹn bức hoạ anh vẽ bên những chấn tù có đôi cánh phượng hoàng trào máu, tung toé cả trời xanh đâu còn nữa. Trong vũng máu ấy, cô biết rõ trái tim anh vẫn dâng trào những mảng màu nóng, vô hình, như một chuỗi máu nóng rần rật.

Ngoài những chấn song, cô nghĩ về anh và những người tù lương tâm như những mảnh trời bị giam hãm trong chén ngọc của gã phù thuỷ. Cũng có thể là mảnh che khuất kiêu hãnh đớn đau của thứ vầng sáng một phía mặt trăng mùa cũ.

Thành phố không lẽ chỉ có vỏn vẹn mười chủ nhật để tập họp thể hiện lòng yêu nước, đã chỉ còn lại những đôi mắt ướt, những bờ môi tím tái đếm thầm mấy mùa Xuân Ả Rập, những bàn tay không gom được những đám gió thành bão và những bàn chân không thể đập từng nhịp trống liên hồi.

Mồng 5 tháng 6 là một dấu ấn lớn, nhưng cũng đã xa đâu mà gọi là quá khứ, mà gọi là kỷ niệm, tưởng niệm... Biến cố bi tráng Thiên An Môn của những tấm lòng gan dạ tuổi trẻ ngày 4 tháng 6 năm 1989 bây giờ và mãi mãi là thứ chiêu hồn ca vong linh của mỗi năm, ở nơi những quảng trường lớn như Victoria (Hồng Kông) hay ở khắp nơi ngoài lục địa Trung Quốc. Còn với cô, sao không là một dịp để cùng nhau chiêu dụ hồn mình?

Vậy thì thử hỏi công viên nào, quảng trường nào, sân trường nào, sân vận động nào, bờ hồ nào, góc phố quán cóc nào, giáo đường nào, chùa chiền nào... trên mọi miền đất nước sẽ là điểm hẹn?

Hãy để Thiên An Môn là điểm báo trước, và chúng ta sẽ dạy cho lũ con đầu lòng, cho lũ cháu mai sau, bài hát tự do dân chủ Việt Nam.

– 2013:

Mùa hè. Cô thấy mình đến đó dự phóng cho những cơn điên biến thành mồi lửa. Dạo sau này, những ngọn đuốc tì kheo Tibet đã đốt cháy tim can cô. Mồi lửa của bạn để quên đâu rồi? Que diêm đâu? Hãy thắp sáng lên, trên những tàn tro tuyệt vọng. Hãy chỉ đường dẫn dắt mùa hè vàng nắng ấy trở về. Phải trở về thôi trước khi mọi sự đã dường như quá muộn.

Mùa hè cũng đã dài ra với những mong ngóng, đợi hoài. Biểu tượng ở đâu, sao chỉ còn là những giả hiệu, những nhăng nhít đá cuội? Facebook,Twitter, cell phone... đâu đã bỏ rơi chúng ta, với những gọi kêu, những nỗi đau đời. Không lẽ cứ đau đáu nhìn nhau mà khóc, vì thứ tình hè không còn dấy lửa.

Hãy cháy lên nguồn cơn bão lửa. Để đốt thành tro những bạo tàn. Vậy đó rồi đoàn người cách mạng. Bỗng liều mình làm ngọn đuốc hiên ngang.

Có phải không, hỡi chúng ta của những ngày tháng này? Có phải không, những cưỡng chế đã không còn khóc cười nổi thành tiếng? Ôi, loã thể đàn bà, loã lồ đất nước! Phụ nữ Việt Nam phải dẫn đầu cuộc khoả thân phản kháng này. Nghĩ cho cùng chúng ta cũng chẳng còn gì để mất.

Tháng Tư
Vữa Nát

Tháng tư năm ấy, sao tôi không mấy lao đao về cái chết tự tử của một người chị họ chưa đầy hai mươi tuổi. Năm ấy, một chín bảy lăm, nghe mạ tôi nói chị bị cào nát mặt hoa và ăn đòn phù mỏ chỉ vì lỡ tranh giành một miếng nước ngọt trên chuyến tàu tản cư từ Đà Nẵng vào Nha Trang. Liệu như thế đủ để chị chán sống hay còn vài lý do thầm kín khác mà tôi không đoán được. Ồ phải rồi, nghe kể mẹ chị ấy là mợ tôi ngồi đâu cũng thở dài rất thảm, lâu lâu tuồng như muốn nuốt ực những giọt nước mắt dội ngược vào lòng và lâu lâu thì lại trào ra trăm lời nguyền rủa về những xui xẻo không tránh được, ví dụ nỗi đau rát rực rỡ của mấy bợn máu kinh nguyệt thời con gái chị tôi đã phoọc lai láng trên đít quần suốt những ngày chạy giặc thiếu nước và máu ôi thôi là máu của những xác người vô thừa nhận trên con đường lánh nạn. Tháng tư năm ấy, khi những mộng ra cửa lớp của tôi với bạn bè đã bị cắt ngang nửa chừng bởi những tiếng bom đạn của chiến tranh, thì bây giờ sau 30 năm của những hồi ức, hình như tôi chỉ có thể quên màu rực rỡ nắng ấm của ngày hôm ấy nhưng không thể nào không nhớ rất rõ màu rực rỡ đến ngất ngây tàn bạo của lửa và máu ở xung quanh mình. Tháng tư, hình như bây giờ tôi lại nhớ ra có lần tôi nghĩ giá gì người ta có thể tự chọn cho mình những cái chết thì vẫn có lý hơn.

Chị họ tôi nốc một lọ thuốc ngủ và chết, khi vẫn còn quá trẻ. Một sự lựa chọn có thể chỉ xảy ra trong một tích tắc bốc đồng nào đó. Tự nhiên rồi thấy không còn gì thiết tha nữa và trong một khoảnh khắc ấy muốn chết và tìm cho mình một cách chết, đơn giản thế thôi. Một sự định đoạt gọn bân và không thích đôi co với số phận. Thật tình chị tôi cũng đâu có một sự chọn lựa nào khi bị thảy vào cuộc đời này, vậy tại sao chị tôi không có quyền từ khước đời sống? Tháng tư bảy lăm, chị tôi bị mang tiếng là đứa con bất hiếu, chết đọa xuống địa ngục, nhưng chính mợ tôi cũng đâu được phép ngồi rủa sả bao lâu vì sau đó phải đèo lũ con trai và gia đình lên tàu lần nữa vào Sài Gòn "cho chắc ăn".

Tháng tư năm ấy, lẽ nào vì phải nghe ngóng quá nhiều cái chết đổ về từ chiến trường, những nẻo đường quốc lộ tản cư, những giặc giã khắp nơi…nên những cảm xúc trong tôi bỗng xơ cứng lại một cách kỳ dị.

Không, không hẳn là tôi đã quá vô tình như thế đâu. Sự thật tôi vẫn còn bị ám ảnh ngậm ngùi về cái chết đẫm ngất man rợ với thần chiến tranh của người đàn ông chưa một lần được gặp mặt đó. Cái chết của cậu thanh niên vừa tròn hai mươi tuổi, em ruột của chị dâu tôi. Tháng tư bảy lăm, khi mà mọi sự chuyển động giữa hai bờ sống và chết đã lên đến cao điểm của rất nhiều người, tháng tư với nỗi căng thẳng tột cùng của chiến tranh đang đến hồi nát bấy và dứt điểm, sao gã trẻ tuổi đó bỗng mở đường máu chạy thoát về nhà rồi cũng chính gã lại tự giải quyết đời mình một cách phi lý như thế. Cái chết sau 30-4 khi hòa bình vừa ló dạng: một tên thanh niên mặt búng ra sữa trốn vào phòng đóng cửa lại, loay hoay mặc vào người bộ quân phục và kê súng vào màng tang lẩy cò. Điều gì đã làm gã thanh niên ấy bật máu và phun hết tủy xương ra như thế? Mặc cảm đào ngũ khi bạn bè đồng đội của mình phải gượng lết tử thủ? Quân phục, súng ống và viên đạn nơi màng tang của người thanh niên, phải chăng là hơi men của con quái vật chiến tranh vẫn phủ chụp, không chịu buông tha? Mới hai mươi tuổi, người thanh niên ấy vẫn còn một đời dài trước mặt, mà cho dẫu có phải "ngậm một khối căm hờn trong cũi sắt" ở những nhà tù cải tạo, anh ta vẫn còn hai bàn tay chưa đến nỗi mỏi mệt để chiến đấu (phấn đấu thì đúng hơn, vì không phải cuộc chiến đã tàn rồi hay sao?).

Tháng tư năm bảy lăm, bây giờ tôi càng hiểu ra tại sao mình đã không mấy quay quắt về cái chết tự tử của một người chị họ vẫn còn nhan sắc và chưa đầy hai mươi tuổi.

Đêm qua khi tôi đang ở trong trạng thái ngây ngây của nửa quên nửa nhớ, và ước gì ký ức có thể tự ý sàng lọc được những điều mình không muốn nhớ, tôi lại bỗng vụt dậy cơn xúc động rụng rời chưa từng có chỉ vì một mẩu báo. Bây giờ là giữa tháng hai, vẫn còn là Tết ở quê nhà, đời sống đáng lẽ phải còn rất xuân và vẫn còn rất thơm mùi bánh pháo, sao điều khốn nạn ấy vẫn xảy ra dễ dàng đến lạ lùng như thế. Chiến tranh đã bỏ đi những 30 năm, sao vẫn chưa tha cho những trẻ thơ vô tội?

Một mẩu báo nhắc đến bản tin của thông tấn xã AFP không thể coi như mẩu tin cán chó, về một cuộc chiến đã kết thúc nhưng vào một ngày đầu xuân như thế, ở Bình Phước một em bé 8 tuổi phải tan xác ngay tại chỗ và hai em kia, có em chỉ mới 5 tuổi bị thương nặng vì bom sót lại từ cuộc chiến xa xưa phát nổ. Buồn và đau, rồi sợ hãi và nghi ngờ về những nỗi thanh bình giả tạo. Những vỏ đạn chỉ chờ một phút giây nào đó để nổ tung. Nghe nói có khoảng 38 ngàn người đã thiệt mạng và hơn cả trăm ngàn người bị thương tật vì đạn mìn vẫn đeo đẳng chưa dứt ấy. Bây giờ là dấu mốc 30 năm của ngày cuối tháng 4 năm 75, tôi đang ở một nơi quá xa Việt Nam để nhớ về một nơi chốn mình vừa chợt lớn đã phải bỏ đi đành đoạn.

Ba mươi năm chẵn ly hương đối với tôi nhưng có thể ít hơn với nhiều người khác, vậy 30 năm có phải là khoảng thời gian quá dài để phải sống lại với những nhức nhối nào đó. Ba nươi năm, tôi thực sự ngửi thấy mùi ẩm mốc của kỷ niệm nhưng ngọn nến tưởng nhớ vẫn chưa lụi tàn nổi. Ba mươi năm, cho tôi ít là một lần được trở về trong ký ức để cùng nổ tung xác với những người đã khuất. Để chết và cũng để sống với những người đã im lìm ngủ yên. Ba mươi năm, đừng hỏi tôi có đau lòng hay không. Một ngày cuối tháng tư ấy đâu phải chỉ vừa mới xảy ra hồi tháng trước hay năm ngoái. Ba mươi năm, tôi không muốn nói đến những băng hoại phân hóa của lòng mình hay của bất cứ ai và nơi đâu.

Trong một bài viết hạn hẹp như thế này, tôi chỉ muốn nhìn lại những thân phận Việt Nam nói chung và những phụ nữ ViệtNam nói riêng không như những thứ bèo giạt hoa trôi.

Ôi những phận người mong manh và những đón chờ những vận hội mới chính hiệu con nai vàng! "Tháng tư của chúng tôi. Như một đám con mồ côi. Lạc lõng cội nguồn quê mẹ. Tháng tư của chúng tôi. Bồng bế nhau vội vã. Oằn trên lưng lịch sử một thế hệ lưu lạc...". Đó là những dòng chữ đầu của bài thơ tôi viết cách đây khá lâu, rồi thì cũng nghe lại ở đâu đó trong những rủa mòn của ngày tháng những cha và mẹ, những anh và tôi, những chị và em, những cô và cậu, những bạn và bè cùng những tiếng gọi kêu của quá khứ.

Nghĩ lại thấy cuộc đời của ba mạ tôi hệt như một cuốn truyện dài phiêu lưu đường trường: từ Quảng Bình thoát vô Huế, từ Huế chạy vô Nha Trang, rồi một ngày biến động giữa tháng tư lại đèo cả gia đình dạt vô Sài Gòn. Có điều cuộc đời phiêu lưu của ba mạ tôi đến giai đoạn này vụt chấm dứt. Ba mạ tôi nhất định không từ bỏ quê hương, dù lúc đó tôi đã mếu máo: "Ba mạ không chịu đi thì con đi làm chi?". Dạo đó tôi vẫn quá ngây ngô để đoán chừng ba mạ tôi không muốn dứt bỏ căn nhà lầu ở con phố chính ấy. Tôi quên mất một điều là ba mạ tôi đã từng dứt luôn một rạp hát lớn vừa xây xong ở Đồng Hới. Một điều quên cũng khá ngu ngơ khác là gia đình của anh cả tôi lúc đó vẫn còn đang kẹt lại ở Nha Trang. Anh tôi lúc đó vừa bị thương xong, khá lành lặn và được xin về biệt phái dạy học ở một trường tư thục Ninh Hòa (một quận lỵ gần Nha Trang). Dạo đó tôi đang có mặt ở Sài Gòn và trọ học ở nhà một người bạn của mạ tôi. Ở đấy, gia đình này đã có sẵn trong tay giấy tờ bảo lãnh của con cái ở Mỹ, với đủ lời dặn dò khẩn khoản là phải "ra đi" gấp, nên tình hình dưới mắt những người tạm gọi là "thân Mỹ" lúc đó đều thấy được là không thể có giải pháp trung lập như nhiều tin đồn. Dạo đó gia đình tôi hình như cố tình đánh mất khả năng đọc thấy thông điệp cuối cùng của chiến tranh kịp thời gởi đến: Mọi người đều lần lữa không muốn tin, không dám tin hòn ngọc Viễn Đông sẽ bể nát đột ngột như một cái chớp mắt phụt tắt của những trái hỏa châu.

Tháng tư, chỉ một vài ngày trước khi Sài Gòn thực sự chết đứng qui hàng kiểu Từ Hải, sân trường Đại học Sư phạm năng vẫn vô tình rực rỡ óng ả thay vì trời đất phải ủ dột tang thương.

Chúng tôi lúc đó vẫn có mặt đều đặn và hình như còn khá đủ bạn bè, cùng với những nét mặt đã ra chiều đăm chiêu của thầy cô. Buổi sáng đến lớp, thay vì chỉ biết ngợp ngợp xanh xanh trong lòng những lá cây, bầu trời, sân cỏ hay nụ cười và vai áo rực trắng... chúng tôi đã phải vướng mắc thêm những giăng giăng biểu ngữ dọc theo những ngõ ngách đến trường, đại loại như: "Toàn dân lên án Cộng Sản dã tâm phá hoại hòa bình" hoặc những câu thơ khá thời thượng lúc ấy được một tên bạn cùng lớp hí hoáy tự bao giờ trên bảng: "Lũ chúng ta đầu thai lầm thế kỷ" hoặc "Chí lớn chưa về bàn tay không".

Dăm bảy ngày trước khi miền Nam hoàn toàn sụp đổ, gọi như thế đi, dù chẳng thơ mộng chút nào và làm sao có thể thơ mộng được, tôi và Trân Sa vào câu lạc bộ trường uống cà phê vội vã với nhà văn Khuê Việt Trường lúc đó vừa xé rào từ xa về trong bộ đồ lính. Hình như tôi nhớ mơ hồ khuôn mặt hắn vẫn còn non choẹt và chiếc áo trận vẫn không làm hắn trở nên phong trần cho lắm. Hắn đùa đùa: "Nhìn sân trường các cô đang học, thấy sao thanh bình quá. Còn lính tráng tụi này sao tên nào cũng nhếch nhác như... người về từ cõi chết. Không, người về từ Charlie chứ". Hình như chúng tôi nhắc đến một vài kỷ niệm với một vài người bạn khác ở Nha Trang rồi bỗng chợt nhận ra những ngày vui ngắn ngủi đã vụt qua, đã bay mất và không bao giờ còn tìm nhặt lại được. "Phố biển coi như tiêu rồi, bây giờ chỉ còn Sài Gòn", không phải chúng tôi đã lặng lẽ nói với nhau như thế sao?

Quay lại lớp học và mấy ngày cận kề sau đó, hình như bạn bè chúng tôi thường dỗ dành nhau bằng vài câu thơ của Du Tử Lê: "Anh đã bảo ngủ đi hỡi cô nàng bé nhỏ. Đạn nổ đều nhưng đạn nổ rất xa. Cho dù mai kia đạn nổ thật gần. Thì cũng thế mà thôi, có gì đáng lạ?"

Lâu lâu, chúng tôi bỗng hù nhau khi hốt dưng giật mình vì tiếng máy bay hỗn loạn xé nát không trung: "Ê tụi bây, Việt Cộng mà vào là kể như tụi mình mỗi đứa bị đem gả cho một thúng". "Thúng gì chứ?", một cô trong bọn vờ ngây thơ hỏi. "Một thúng là một anh cán bộ bị mất tay mất chân nằm gọn lỏn như thế, mày không nghe thấy sao", cô kia nhăn mặt trả lời.

Sống lưng tôi lạnh ớn như có một luồng khí từ âm dương cách trở tạt về.

Dạo này tôi để ý thấy tên bạn trai cùng lớp lúc nào cũng nơm nớp sợ thần chết rượt tới tận lớp học. Hắn đặt câu hỏi rồi tự trả lời lấy: "Bộ mấy bà không thấy trường mình lúc này có mấy khuôn mặt lạ lạ cứ vờn qua vờn lại trong sân sao? Tui nghi quá, chắc là tụi sinh viên nằm vùng định đến truy dân Sư phạm tụi mình." Một tên bạn khác than thở: "Cả nhà dọt ra Phú Quốc tìm đường tẩu hết rồi. Khổ quá, mình phải ở lại đây để học vì không biết đâu mà mò. Lỡ không có chuyện gì, bỏ học nửa chừng kiểu này dễ bị đánh rớt rồi đi lính bỏ xừ."Rõ ràng mỗi đứa trong chúng tôi lúc đó ngửi mùi chiến tranh một cách khác nhau. Có điều chắc chắn đứa nào cũng bắt đầu nhìn đời qua lăng kính màu chàm hoàng hôn ảm đạm. Màu của những chực chờ một điều gì đó có thể là ghê gớm lắm sắp phủ chụp xuống. Màu của những rình rập tự hỏi không biết ngày mai có sao không.

"Ngày mai có sao không" đối với khá nhiều người ở Sài Gòn lúc đó hình như vẫn còn mù mờ theo kiểu trời kêu ai nấy dạ. Và họ vẫn sống, vẫn ăn uống tiêu xài bình thản như không hề hay biết có một số người chạy đôn chạy đáo kiếm đổi cho được những tờ đô-la xanh để bay ra nước ngoài.

Còn nhớ khoảng vài ba ngày là lịch sử sang trang, mạ tôi bất ngờ tạt qua trường kéo tôi về ngang xương giữa giờ học. Chẳng hiểu sao lúc đó chúng tôi có thể ngồi yên mà học khi ngoài cửa lớp tiếng bom đã dạt về quá gần thành phố. Ngoài cổng, ba tôi đứng chờ với một bộ mặt thất thần nhưng rồi lại chở tôi đổ xuống một tiệm ăn. Mạ tôi ứa nước mắt: "Để gọi cho con một vài món gì đó trước khi đi, kẻo qua đó tha hồ nhớ đồ ăn Việt Nam."Mặc dù khá đói bụng vì mùi nấu nướng xông lên ngào ngạt, tôi vẫn không nghĩ mình có thể nuốt nổi bất cứ một thứ cao lương mỹ vị nào lúc này. "Món lươn um sả ớt như bàn bên cạnh ăn với cơm là nhất", người chủ tiệm kiêm bồi bàn đề nghị thì phải. Mặc dù tôi lắc đầu tỏ vẻ không hưởng ứng, ba mạ tôi vẫn kêu đồ ăn đầy bàn.

Tôi nhớ mình đã cố gắng ăn cho ba mạ tôi cùng ăn theo,

nhưng chỉ món lươn là tôi không buồn nhúng đũa vào. Ba tôi hỏi nhỏ, giọng rơm rớm: "Cay quá con ăn không được hả? Bậy thiệt." Tôi lắc đầu: "Không phải đâu, tự nhiên rồi con không thích món lươn nữa." Mạ nói và không hề đoán được ý nghĩ trong đầu của đứa con gái lắm chuyện lúc đó: "Mọi lần ở nhà làm món lẩu lươn, con gái mạ vẫn ăn dữ lắm mà." Phải rồi, mạ không biết bây giờ mọi sự đã đổi khác hay sao? Những biến động đã đến và sẽ tiếp tục dồn đuổi đến cùng. Những cảnh đời, những thành phố cứ thế bị cắt dần, cắt dần thành từng khúc, từng khúc như đầu, mình và tứ chi của một con lươn trên một tấm thớt. Bữa i ăn hôm ấy làm sao tôi không chan cơm với canh và nước mắt được. Trong đó rõ ràng là có cả nước mắt cho hình ảnh bi thảm của con lươn lịch sử bị hung thần chiến tranh đem ra chặt đầu.

Ngày 27-4 mạ dí vào tay tôi một bịch tiền giấy 500 in hình Đức Thánh Trần, và dĩ nhiên thêm ít vòng vàng của cải một đời làm vợ của mạ. Không hiểu sao lúc ấy người tôi cứ im sững và răm rắp như một cái máy. Tôi nhận, đút ngay vào coóc-xê mà quên mất rằng đi Mỹ không một đồng đô-la dính túi. Anh rể tôi thì cứ luôn miệng nhát ma: "Qua Mỹ muốn đi rửa chén cũng phải có cái bằng". Anh ấy đã ở Nhật và Mỹ, nên nói thế nào tôi và cả nhà tin thế ấy. Điều lạ lùng và bây giờ tôi nghiệm ra là điều lạ lùng này bao giờ cũng chỉ xảy ra lúc người ta vẫn còn quá trẻ: đó là niềm vô tư và nỗi lo âu cho những ngày tháng sắp tới bơ vơ nơi xứ người hoàn toàn không ở trong tôi lúc đó. Anh ấy làm tình báo, có nhiều mối để đi nhưng cuối cùng ông xếp hứa bốc ảnh và vợ con cũng đã dọt mất. Tôi hiểu một khi ba mạ tôi không muốn đi, tức là ước muốn được dồn tình thương cho tôi và hai cậu em.

27-4, trong lúc anh tôi vẫn muốn được bốc đi thật nhanh bằng máy bay, nhưng lại đem chị em tôi vào nhà một người quen trong cư xá hải quân công xưởng. Anh bắt chúng tôi chờ ở đó cho đến hôm sau lại vội vã vác vợ con đi tức tốc, với lời nhắn duy nhất: "Nếu tàu chạy thì cứ đi. Ra ngoải nghe nói sẽ có hạm đội Mỹ vớt."

29-4, tôi thật tình không biết mình phải làm gì và làm sao

để trở về lại với gia đình, khi tình hình bên trong cư xá này đã quá hoang mang. Nhìn ra cổng lại đụng phải một cảnh tượng chen chúc ô hợp không biết xảy ra tự bao giờ. Những tay súng lăm le, những phát chỉ thiên bắn hù dọa đâu đó, những khuôn mặt đằng đằng sát khí đi tới đi lui quanh những cổng sắt như cốt giải tán sự bát nháo hỗn loạn chưa từng thấy. Bên ngoài không chui vào được, bên trong không thể thoát ra. Lâu lâu, tôi nghe chừng có những đoàn xe GMC hay M.113 đang nghiến trên mặt phố, hoặc lẫn vào đó là tiếng ủi nát con đường của những chiếc xe tăng không rõ của địch hay mình. Đạn cứ thế vẫn bắn lên trời. Cứ coi như lỡ xẹt trúng ai thì người đó chịu, nhưng còn đạn bắn tẻ, bắn nhốn nháo cướp của, giành giựt, điên điên rồ rồ thì đúng là một pha tang thương và tang tóc nữa.

Đứng một hồi như cố định thần lại, tôi mò tới được một sạp tạp hóa trong khu cư xá. Hỏi mua cái "token" để bỏ vào điện thoại gọi thử ra ngoài xem sao, nhưng có lẽ tổng đài đã bị phá nên chỉ gặp làn sóng ú ớ. Rốt cuộc lại mua lầm một thứ thức ăn đông lạnh của Mỹ, nghe nói Mỹ bỏ đi, dân chúng vào lục lọi P.X. tha hồ chôm chỉa rồi bán tháo đi, và dĩ nhiên sau này tôi mới vỡ lẽ mình đã không biết đọc rõ cách hâm nóng nên nuốt không vô.

29-4, những tiếng bom đã bắt đầu nổ thật lớn như núi lở. Những tiếng bom không phải từ xa vọng về hay chỉ như quá gần thành phố, mà chính là đang nổ tóe ngay trên không trung theo với tiếng máy bay gầm trời phụ họa. Rồi thì những bài diễn từ nghẹn ngào, những bàng hoàng thất thủ, những tan đàn xẻ nghé, những níu kéo tuyệt vọng…

29-4, tôi thấy hình như khu cư xá bỗng vắng vẻ bóng dáng đàn ông một cách lạ thường. Còn nhớ đêm trước quân cảnh đi tuần đã lục xét từng nhà và đã hốt hầu như tất cả cánh con trai đàn ông. Dĩ nhiên số phận họ ra sao ai mà biết được, có điều mãi đến chiều chạng vạng 29-4 người chồng chủ nhà vẫn chưa thấy về nhưng đa số vợ con họ vẫn cứ ùn ùn bồng bế nhau dạt về bến Bạch Đằng.

Trong đám hỗn mang đó, không ngờ tôi cũng vật vờ bay theo lũ âm binh như một thứ cô hồn các đảng, dĩ nhiên không một mảy may suy tính nào cả, cũng như không cảm giác đau đớn chia phôi. Tôi đi là đi thế thôi, nhỏ nhoi tội nghiệp không thua gì một hạt bụi bay, rồi bay, thế thôi.

29-4, một ngày trước khi đất nước lao theo cỗ xe tang lịch sử, tôi đã thấy rất rõ trên nền không gian vừa tím dần ấy những trái bom được nứt ra từ đôi cánh của những chiếc máy bay quân sự thổ tả. Những lửa và lửa nhảy múa reo hò điên cuồng cùng với những tảng khói khổng lồ nổi hẳn một góc trời không xa lắm nơi tôi đang đứng chuẩn bị lên tàu.

Pháo kích đã bắt đầu dồn về, gây áp lực lên những đơn vị phòng thủ lẻ tẻ ở thành phố và những thường dân vô tội. Đâu đó hình như là những trái phá hay những trái hỏa châu vẫn tiếp tục thắp sáng những khoảng trời vô vọng. Phải nói là chưa bao giờ trong đời tôi có cảm tưởng như mình đang bị phủ trùm, bao bọc bởi bốn phía mịt mù lửa đạn như thế. Không muốn nhìn mà những tảng khói ấy vẫn đuổi theo và đâm cay vào mắt. Tôi hơi rùng mình vì một bà mẹ vừa suýt sẩy mất đứa con trên tay, nếu không có sự lanh lợi của cậu con lớn chụp nhanh được chỉ một khoảng đầu của em bé ấy. Níu chặt sợi dây chão, tôi nhất quyết phải đu mình tới thành tàu một cách an toàn.

Kể ra đây cũng là một chiến hạm vừa được tu bổ xong và khá lớn. Những người đàn bà không còn trẻ khi vừa đụng xuống sàn tàu thì thay phiên nhau làm dấu thánh giá, rồi lâm râm lần hạt hoặc nhắm mắt cầu nguyện. Tôi nhận ra bóng tối đổ xuống thật bất thần, và người thủy thủ trong bộ đồ dân sự khá xộc xệch hỏi tôi bằng một chất giọng the thé, nên tôi phải chú ý lắm mới nghe nổi. "Cái ông Chu Tử của tờ báo gì nhỉ…vừa bị bắn ngay chóc trên tàu kia kìa. Thấy mà ghê chưa chứ". Mọi người bắt đầu xôn xao Chu Tử của báo Sống bị ám sát. Chú Đạt của cháu Diễm như tên nhân vật trong tiểu thuyết Yêu của Chu Tử đã chết không kịp trối. Viên đạn thù của phía bên này hay AK-47?

Một lát, không nhớ là bao lâu, khi tôi vừa hết sững sờ chuyện Chu Tử thì trên boong tàu nhìn xuống, tôi thấy tên thủy thủ tự xưng lúc nãy đang đứng dưới đất liền. Tôi nói vọng xuống: "Kìa anh gì lúc nãy, bộ… thủy thủ rồi không đi trốn đạn sao?”. Anh ta như sực nhớ đến tôi và tỏ vẻ hơi mừng: “Thôi cô đi nhé. Có thể họ chỉ chở mấy người ra Côn Sơn trốn pháo kích. Tôi không biết họ đi đâu, nhưng tôi phải về nhà xem chừng mọi chuyện ra sao đã”. Nhanh như chớp, tôi ném cuốn sổ tay nhỏ dùng để chép năm ba bài thơ, cùng cái địa chỉ tạm thời mà ba mạ tôi đang trú ẩn, rồi kẹp vào vài tờ giấy bạc Đức Thánh Trần với lời nhắn nhủ bình an. Tôi nói, khi đoàn người vẫn tiếp tục chất lên như những chiếc hộp và những chiếc chân vịt còn lâu mới quay quay: “Có gì nhờ anh giúp hộ nhé. Một chút tiền nước, cảm ơn anh nhiều lắm…” Dĩ nhiên người đàn ông ấy chưa kịp hứa với tôi điều gì, nhưng bao nhiêu năm tôi vẫn không nhớ để hỏi lời nhắn tin ấy có đến tay người nhận. Lời hứa của một người đàn ông và lại là người đàn ông trong chiến tranh thì có gì mà đáng tin. Cũng như người ta đã không thể tin nổi chỉ một cái chớp mắt đèn đỏ mà lạc mất nhau suốt đời. Tin sao nổi mà tin. Người đàn ông tự xưng thủy thủ ấy là ai. Là ai mà vào giờ phút hỗn độn ấy lại còn đổi ý nhảy xuống tàu để trở về với đất liền? Là ai mà loan tin Chu Tử bị bắn chết? Không, trong thời buổi ấy tôi muốn đặt lại một dấu hỏi.

“…Bước chân xuống tàu nghe sóng quặn bốn ngàn lần trên biển quê hương”, một bài thơ hôm nào tôi đã viết như thế thật sao? Khi tôi đi, dù sao cũng tự nhủ, chiến tranh đã ếm bùa thay vì dìm tôi cho chết trong biển lửa, lại ném âm binh đến để dẫn tôi dạt tới chân trời xa lạ. Con lốc xoáy của chiến tranh dữ dội quá nên tôi đi, đã đành tôi phải đi. Có phải không, khi hồn tôi đau buốt là bởi tại sao chúng ta phải chạy trốn hòa bình?

Đêm, rồi cũng chính đêm đồng lõa với bóng tối cô đơn đưa con tàu ra đi. Không biết vì lý do gì (tàu chưa sửa xong kỹ lưỡng, hay hạm phó còn chờ lệnh hạm trưởng đang chờ người nhà đến?) mà tàu có vẻ dùng dằng khá lâu. Có người bảo chưa nhổ neo được vì sợ V.C bắn đuổi sau lưng. Tất cả đều nhẫn nại đợi cho đến khi đêm thật sâu, làm thành một nền tối sẫm màu thê lương của tiễn đưa lầm lũi. Chưa ra khỏi hải phận VN thì chưa yên tâm đâu, một người nào đó đã bàn bạc như thế.Và quả nhiên cũng có chuyện đã xảy ra như thế thật.

Còn nhớ khi màu đêm vừa chuyển đổi sang thứ ánh sáng

lấp ló đầu ngày, tôi đang váng vất nửa tỉnh nửa mơ thì bỗng từ đâu xuất hiện tiếng động cơ của chiếc trực thăng chao đảo mấy vòng trên không trung. Chiếc máy bay chỉ một người lái duy nhất đã bị đánh rớt khi sắp rời khỏi hải phận VN. Trong suốt chuyến đi, nỗi ám ảnh buồn rầu của cái chết thủy táng đầy máu me ấy đã đeo tôi không dứt.

30-4-2005 là một khoảng cách dằng dặc 30 năm của những người con xa xứ. Thủ đô nước Mỹ, tôi đang ở một nơi có Đại Sứ Quán Cộng Hòa Xã Hội Chủ Nghĩa Việt Nam và cả Đài Tưởng Niệm Thương Phế Binh Việt Nam với hơn 58 ngàn tên người lính Mỹ đã nằm xuống ghi chằng chịt. Điều tôi vừa nhận ra lúc này không phải là lúc tôi nên nhớ về những tấn bom.

Bom đã nổ cách đây những 30 năm và tôi cũng đâu đã chết với những ước vọng mùa xuân phải tràn trề lộc mới. Vâng, phải tràn trề lộc mới. Cho tuổi trẻ, vì tuổi trẻ và những mầm xanh tuổi thơ. Trên quê hương tôi, quê hương chúng ta.

Độc Tố

– *Giờ thiêng* :

Họ gặp nhau bất ngờ như một cảm hứng xuất thần.

Hôm đó, lục lọi trong đời thấy mọi trò chơi đều cũ mèm, cô tìm cách đến đó như một cuộc đùa bỡn với cái chết.

Cái chết cũng là một dấu hỏi hấp dẫn rùng rợn ly kỳ đáng truy lùng, và cũng có rất nhiều cách chết.

Cái chết của cô là cái chết của một con bò cái, hay bò điên thích húc đầu vào những rực rỡ của lửa. Những con lửa đẹp mê người.

Hôm đó. Vâng, chính hôm đó. Hoàng hôn lờ đờ mắt cá ươn nằm thoi thóp chờ tấm lưới của bóng tối phủ chụp. Cô hân hoan đón chờ cái chết như đón chờ nỗi mềm yếu của riêng mình chỉ kịp nhìn vẻ đẹp bồng bột của một vệt nắng vàng sắp bỏ đi.

Chỗ họp mặt nằm sát biển. Nghĩa là trước khi bắt tay sờ mó hoặc chạm gần cái chết, cô và mọi người đến đó đều được dàn trải mênh mông một màu xanh dịu vợi. Cô đoán, chắc hệt thứ màu xanh rợn ngợp trước cửa tình yêu thiên đàng.

Đến đó. Cô hoàn toàn bị những âm thanh man dại này cứa nát. Những âm thanh hắt ra từ những bến bờ mộng mị cuồng tưởng.

Nhạc ở đây là giọng điệu ma quái của tiếng thiên thần đập cánh dưới tầng sâu địa ngục. Choang choảng không nghe thấy gì hoặc nghe thấy hết mà không hiểu gì cũng đâu phải là động lực để cô luôn tự hát một điều gì đó trong đầu. Ở nơi đâu, có nhạc hoặc nhạc đã tắt, cô vẫn bị lôi cuốn vào những uẩn khúc riêng. Ở nhà (một nơi khác, một thế giới khác) người đàn ông vẫn bươn chải cho cô thường giật mình: "Ô kìa, em đang cười với ai thế?"

Và cô vốn không trả lời, tuồng như cứ nhìn chằm chặp vào đâu đó, cười mơ màng với hư không mà bay, bay đi, bay mãi cho đến lúc chụp được gót chân của hoang tưởng...

Nhiều lúc cô cũng không hiểu mình là cái gì mà lại phải ly kỳ với cuộc sống.

Hình như những người có mặt nơi đây và đang khiêu vũ trước mắt cô cũng đếch biết sự cong cớn lượn người ấy chỉ là những biểu hiện đau đớn của những con rắn cô đơn. Những con rắn có lẽ chỉ ấp ủ trong những hang động biệt lập rừng rú và từ khước những thỏa hiệp hóa trang hoặc không hóa trang trước đám khán giả ngờ nghệch nhỏ nhen của cuộc đời.

Cô nhìn họ, có bao giờ bạn nghĩ rằng cô đang muốn ngắm nghía họ bằng đôi mắt của một người giả chết. Giả chết để khỏi bị ai ám sát thêm một lần nào nữa.

Này nhé, hãy nhìn kìa. Đặc biệt là những cái nhỏ nhặt nhất như cặp mông khoe đầy "tatoo" của mấy cô ả, những đường vẽ mang đầy sắc màu của con công hay múa.

Vâng, mọi cái vờn ngang trước mắt cô tưởng chừng nhỏ nhặt như thế mà lại mang ý nghĩa của những linh hồn khao khát, vật vờ quên ngủ.

Ôi, những cặp mông như thứ cây trái có tẩm thuốc phiện và những cái rốn của thứ tình hè rực nắng. Tất cả đều muốn làm cô sống, không thể giả chết lâu hơn, hoặc sẽ để lại những dấu răng rồi chết cũng chưa muộn.

Một cặp mắt bên kia bàn đang thừa dã tâm muốn bắn gục cô, hay chỉ là lời của sóng ở xa xa kia đang muốn nhắn gởi lời trối trăn. Cô đưa tay ôm ngực, bước nhẹ lên sân khấu khi một ả tóc dài điều khiển chương trình vừa gọi tên cô.

Nhạc đã tắt. Những thân thể quằn quại u mê đã trở về chỗ ngồi. Mọi người chờ cô lột ngay cái mặt nạ khốn nạn để cùng nhập cuộc một trò chơi, một phiên khúc mới: Cô cũng muốn cô thực sự là cô.

Thoạt đầu, cô quét một đường mắt tình tứ xuyên qua những trái tim của đám khán giả đang nòi tình đói mồi. Cô muốn thôi miên họ trước khi biểu diễn một màn ảo thuật chỉ mới học lõm bõm vài hôm. Mọi sự phải được lướt mau như sao băng, để không ai kịp nhìn thấy một trong những kẽ tay của cô đang kẹp một loại giấy sương mỏng ma mỵ. Cô nhìn về phía đôi mắt có những sợi khói liêu trai lúc nãy để xin một chút diêm mồi. Rồi trong tiếng la ó cổ võ phụ họa đếm theo ả MC khêu gợi, cô lại bắt gặp nỗi hồi hộp nín thở của cặp mắt ám chướng lúc nãy. Ở lưng chừng con số đếm sắp tới 3, cô bật nhanh ngọn lửa tung toé trên tay như một đốm hoa nở bung. Thoáng chốc những cảm giác say mê cô được truyền nhanh như điện giật.

Những con chó cái nhiều xao xuyến thi nhau trả giá nỗi gợi tình của con mèo cái là cô. Ai cũng muốn có được một cuộc hẹn để xem sự mời mọc đĩ thõa có thể cào cấu linh hồn nhau cỡ nào. Ở đây là thứ móng vuốt hiện đại bất chấp của những tung hứng nổi loạn. Thứ quyền uy bạo ngược phi lý của đạo đức giả hoàn toàn bị đạp đổ. Nhân danh những gặp gỡ đồng điệu của tình yêu, họ tự cởi trói những xiềng xích luân lý. Màu da, giống phái, tôn giáo lại càng trở nên vô nghĩa. Thứ tín ngưỡng có thể cứu vớt họ đơn thuần chỉ là những đền thờ giao cảm nhau tuyệt đối.

Khi đôi mắt ấy nhìn cô kiểu ấy, cô biết ngay cuối cùng ả sẽ hất tung mọi mặc cả để được tìm thấy cô. Cuộc đấu giá cho một lần hẹn hò lịch sự với cô coi như thành công vượt trội. Điều gì sẽ xảy ra sau đó ai mà biết được, và tai họa vốn là điều cổ xưa luôn chực núp bóng trong những miền ham vui.

Sự khảo giá tăng nhanh như chớp, từ một khuôn mặt quyết liệt đam mê khiến những vị khác thấy mình nên khoan nhượng. Một trăm, hai trăm rồi lên liền ba trăm đô cho một cái cớ "kỳ ngộ" tạm gọi là "date auction" xem ra chẳng mắc mỏ gì lắm. Con số coi như đã được đưa ra để mua vui cùng cô, sau là cũng đặt bày gây quỹ cho nạn nhân Tsunami của cái club thuộc giới đồng tính mang tên Phản Diện này.

Những lúc tuyệt vọng, cô nghĩ cái chết sẽ tân kỳ hơn với đôi mắt cứ đảo điên, điên đảo thả nhìn về cô như thế.

– Giờ xấu :

Đêm, cô trở về khi những ngôi sao vẫn còn thao thức thầm thì trên cao. Những ngôi sao không bao giờ đi ngủ trước cô làm người cô nhiều lúc nóng rực. Có một vì sao cô lẻ cuối trời như một giọt nước mắt vỡ là cô chăng. Cô khóc nhỏ nhoi trong đêm khi nhìn sao băng thi nhau vờn nhanh. Cô nghĩ lẩn thẩn đến lòng dạ thay đổi phản trắc của đàn bà còn nhanh hơn thế. Cái hẹn không ngờ với ả làm cô bỏ ngang xương ông bác sĩ gia đình đã phải chờ cả tháng. Buổi trưa, trên một dốc phố mùa hoa anh đào đã trở về đẹp ướt át ảo my, hay lòng cô đang ngợp những mơ màng. Gió và hoa bốc tung theo mỗi nhịp xe lăn. Cô bước vào quán đã thấy ngay mái tóc óng mượt nhuộm vàng khoảng nắng ở một chỗ ngồi gần mặt kính. Ả tức tốc đứng dậy kéo ghế cho cô như một tình nhân: "Cô em ngồi xuống đây đi, gớm, người chi mà mảnh dẻ quá." Cô cười cười, nói một câu gì đó xin lỗi về sự đến trễ và phân bua về thứ tiếng Anh trệu trạo của mình. Ả lắc đầu tặng cô bằng một cái nhìn rát bỏng: "Không sao, mình hiểu nhau bằng những cử động còn hay hơn nhiều. Đôi mắt của tôi và em không phải nói nhiều hơn sao?" Cô bắt đầu làm quen với mùi hương con gái thoang thoảng dịu ngọt bên mình: "Sao lại chọn tôi nhỉ?" Ả bất thần hôn lên những ngón tay của cô: "Trông em lạ lạ, lại biết làm trò ảo thuật hay." Cô rút tay lại, nói như thở: "Cuộc hẹn có tính khoản này không vậy? Người ta nhìn kìa." Thật ra quán đang vắng, thiên hạ nơi đây lại không có thói quen để ý chuyện người ta. Ả cười dại dại, một chút hờn dỗi: "Xin lỗi, tôi chỉ không sao cưỡng lại sức hút của em, sức hút của thứ mặt trời miền nhiệt đới." Cô nhăn mặt: "Trời, nói gì khó hiểu vậy. Tôi chỉ mới ở Mỹ ba năm. Ờ, mà có thể tôi cũng hiểu sơ sơ chứ." Ả nói khỏa lấp: "Ăn một cái gì đi rồi nói chuyện Việt Nam cho tôi nghe với."

Cô nhìn những món ăn ả gọi đầy bàn mà chẳng buồn nhón một miếng. Ả là ai và cô cũng là ai, sao lại tìm đến nhau hẹn hò? Bí mật của tình yêu, nỗi hiện hữu đau buốt của từng con người vốn như gai đâm trong cuộc đời, liệu có thể trả lời được sự gặp gỡ này không. Tình yêu, cô thật sự không muốn lòng mình phải rỉ máu cho bất cứ một thứ tên gọi nào lúc này. Cô yếu đuối quá mà cuộc đời vốn cố chấp phi lý. Họ sẽ không buông tha cô và sẽ mưu sát cô bằng những định kiến này định kiến nọ. Còn ả sao lại cần cô để ẩn nấp một nỗi lòng? Đột nhiên cô ngẩng lên nhìn ả, muốn nốc đầy những tha thiết bao phủ linh hồn cô đói rét: "Sức hút gì ở em mà ghê thế. Không, em đâu phải là thỏi nam châm. Em chỉ là thứ san hô ngậm tăm dưới biển. Liệu điều này nên tin được bao nhiêu phần trăm đây."

Ả cười mượt như nhung: "Có những người trông thật hoàn hảo nhưng khi gặp, không hiểu sao mình vẫn thấy dị ứng, dửng dưng làm sao đó. Trái lại, không phải mình vẫn bị hớp hồn ngay ở phút giây đầu với một người nào đó sao? Làm sao cắt nghĩa được."

Cô lấy tay nghịch những sợi nắng đang thả ngắn thả dài trên mặt bàn mông lung: "À thì ra thế. Kể cũng lạ phải không? Nhưng chúng mình thì lại càng lạ hơn bất cứ một điều lạ nào. Có phải trời đày không?" Ả im lặng, nhưng đôi chân thì lại đang hoảng loạn tìn chân cô dưới gầm bàn. Cô định rút r , rồi lại chợt đa sầu đa cảm để yên cho sự quấn quít ấy. Đôi chân ả ấm nóng. Thứ lửa hỏa táng khiêu khích. Trông ả hệt tay thợ săn thiện nghệ nên rất ngang ngược, xem thường đối thủ là con mồi: "Chúng ta là loại hoa hồng có độc và chỉ có thể nhiễm độc vì nhau. Không ai có thể hiểu được sự cô đơn của những đóa hoa vẫn âm thầm nở trong những độc tố. Chỉ có chúng ta là hiểu nhau nhất và hiểu được những ma lực." Cô xoay xoay ly nước. Ngoài đường, mọi người và mọi điều, mọi dòng xe cộ vẫn trôi qua như không ai màng đến những điều nhỏ nhặt đụng đầu nhau hoặc tiếng kêu thầm của mùa xuân rạo rực... Hình như cô muốn đứng dậy, nhưng ả có vẻ nấn ná giữ cô lại: "Em không hiểu những điều tôi vừa nói à? Em muốn về thật sao, mà để tôi ở lại một mình? Tôi muốn ngồi thêm một chút nữa, với em." Cô tìm cách lảng tránh đôi mắt chứa đầy tai hoạ và quyến rũ: "Tự nhiên rồi em buồn ghê. Lát nữa về nhà không biết có vấn đề gì không đây. Đêm qua em đã đi chơi khá trễ. Giờ hẹn chắc đã hết, em phải về.” Ả nói vớt vát, ánh nhìn của một thiên thần gặp khổ nạn: “Chuyện gì vậy thì nói cho tôi nghe coi nào. Em đang ở với một người nào vậy? Nếu là người yêu của em, thì chắc chắn tôi không muốn làm khổ ai cả. Chúng ta yêu nhau đã quá khổ cho cuộc đời rồi.”

Cô rớt chậm rãi từng tiếng, như sợ ả không hiểu rõ cô nói gì: “Em có một người tình còn kẹt lại ở Việt Nam. Cô ấy làm kỹ nữ, nuôi em đủ thứ và rất cao thượng. Một tên đực 'gạ' được gia đình mang em qua đây. Em đang chờ có thẻ xanh để bung ra, nhưng hiện thời hắn vẫn tỏ ra rất ghen.”

Vỗ vai cô, mặt ả cứng lại như thép: “Được rồi. Tôi sẽ lo cho em. Mình sẽ lo cho nhau. Tiếc là hắn đã gặp chúng ta vào giờ xấu.” Cô hơi hoảng sợ, hình như ả có sự hấp dẫn up hiếp của một thứ rượu mạnh: “Phải nhớ là em cần lấy cái thẻ xanh trong tay đã.”

Ả vuốt nhẹ tay cô: “Em yên chí lớn. Tôi không ngu xuẩn lắm đâu.” Lần này cô đứng lên thật và ả cũng đồng tình: “O.K. mình về. Có gì sẽ liên lạc sau.”

Cô vừa nói vừa kéo ả ra khỏi quán.

Nắng xuân dịu dàng yểu điệu đường phố.

– *Giờ của những con số không* :

Rồi cô và ả cuốn nhau đi như cùng một dòng chảy xiết.

Mọi sự xảy ra quá nhanh như những cơn mộng về sáng.

Trong giấc mơ hay cũng có thể cô không phân thân được đâu là mơ, là thực.

Giấc mơ. Giấc mơ. Giấc mơ. Những réo gọi của thần linh mê sảng. Hai người đàn bà nắm tay nhau đi về phía biển. Họ cứ thế chạy ra thật xa như bị sóng nhồi. Nắng đi ngược về phía họ, cắt sự lõa lồ của ánh sáng thành trăm mảnh. Không ai biết được sự nhận chìm của những đám thủy ngân ảo giác. Cuối cùng họ cùng nhau giải thoát.

Cuộc đời thực. Cuộc đời thực. Cuộc đời thực.

Mớ bòng bong và sự đau khổ. Ở một nơi khuất xa thành phố, cô và ả ẩn nấp trong sự mênh mông của biển để thấy cuộc đời thực quá nhỏ mọn.

Mắt biển thẫm xanh. Xanh như màu đáy thẳm của con ngươi long lanh. Tóc vàng bay bay như gió đang kéo nắng phiêu lãng. Ả mặc bộ đồ hai mảnh rất gợi cảm và hoang dại như núi rừng.

Còn cô hôm nay cũng có vẻ buông thả, hấp dẫn trong chiếc áo tắm lỗ chỗ như vải lưới.

Cô làm ả phải buông ngay một câu: "Chắc là tôi phải biến thành cá để được mắc lưới trong áo em."

Cô nheo mắt: "Áo của em có hai nửa hai màu: trắng và đen, biết mắc cạn bên nào."

Ả lúc nào cũng tỏ ra thơ mộng như một thi sĩ: "Nửa nào của em đánh mất khi cho tôi, thì tôi cũng sẽ đền bù lại cho em một nửa nào khác của tôi chứ."

Kỳ thực ả vẫn luôn có thói quen ghi ghi chép chép những điều không đâu. Ả viết nhật ký như phân thây trái tim máu me của mình, và đôi khi ả cũng móc tim ra tặng cô mấy câu thơ như thứ linh hồn rạn vỡ.

Cô vẫn đùa đùa: "Sao lại có người làm thơ như tập nã đạn hoặc đâm dao vào tim ai vậy."

"Không phải đâu. Tôi chỉ muốn chính mình được cứu vớt từ những câu thơ ấy."

Không phải chỉ để theo cái đầu của ả, mà cả cơ thể ấy cô cũng khó lòng chạy theo nổi. Ả vẫn đòi bẻ gãy những đốt xương mảnh dẻ trên người cô và vẫn thích ngấu nghiến cô điên cuồng như một con ngựa hoang. Nhưng cô và ả đã là những nhân vật giàu kịch tính nhất ở một thế giới khác, như trong một cơn mộng khốc liệt và sương khói.

Trong đời thực họ vẫn là hai nhân vật cô đơn có hạng ở hành tinh này, tìm đến nhau để hôn phối những cảm giác còn sót lại.

Ả đã từng chết sống với một mối tình và cô gái dịu dàng đó một hôm bỗng điên cuồng vì ả mà đâm chém nhau ở một vũ trường. Ả đau một thời gian dài và đời sống vẫn phải tiếp tục, cho đến khi cái nhìn của cô rơi trúng tim ả.

Bây giờ khi cô gọi ả báo tin về cái thẻ xanh vừa nhận được, cả hai hẹn nhau sẽ tung hê cùng biển.

Trên đường về, ả lại hôn cô say đắm như tình yêu không giờ có ranh giới, nhưng không hiểu sao cô chẳng có cảm giác gì mấy. Nỗi sợ hãi làm người cô căng lại. Ả nói rất khẽ vào tai cô: "Tôi làm điều này hoàn toàn vì em. Khi yêu, người ta phải là sinh mệnh của nhau hoặc còn hơn vậy nữa, với tôi là thế, em biết không."

Vậy là họ lại hẹn nhau một lần nữa vào lúc 0 giờ.

Không phải, 0 giờ chỉ là giờ định mệnh.

Ả sẽ đến nhà cô trước đó vài tiếng với một chai rượu ma tuý và một cái cớ là ngày kỷ niệm ghi dấu ba năm của cô với hắn.

Chắc chắn hắn sẽ cảm động đến rơi nước mắt và cô chỉ nên sợ nước mắt của những người đàn bà đẹp.

Ả là người đàn bà đẹp, hay ả là thứ cây trái mê mê dại dại của nửa đàn ông nửa đàn bà trộn lẫn. Trong ả có sự dịu dàng của suối êm nhưng cũng có sự lạnh của thép cứng.

Chiều sẫm màu hoàng hôn chết. Khi ả gõ cửa là sự điên cuồng của Sa-tăng cũng lấy tay đập mạnh vào ngực cô.

Ra mở cửa xong, hắn đi từ ngạc nhiên này đến ngạc nhiên khác, một cách khá thú vị. Những lễ vật ả mang đến cho bữa tiệc mừng bất ngờ còn giấu đi nụ cười gian ác, dưới những mời mọc đon đả nên làm sao hắn đỡ đòn kịp. Hắn còn lịch lãm khen bạn của cô quá tốt và hấp dẫn như một cây kem mát rượi mùa hè.

Nhưng rồi hắn không được làm mãi ông vua tuấn tú với hai cung nữ thay phiên nhau hầu hạ. Đã đến lúc hắn tình nguyện làm nô lệ phục dịch cho nỗi điên rồ của dục cảm. Hắn thưởng thức những gì ả mang đến thoạt đầu rụt rè như kiến nhưng càng lúc càng tới tấp điên loạn như cào cào.

Khi không còn rượu hay rượu đã cạn, không còn thuốc lá cần sa, không còn cô ở trong người hắn, hắn bỗng ra đi như một bóng ma vào lúc 0 giờ. Hồn hắn đã lìa khỏi xác mà người hắn vẫn còn úp lên thân thể ấm nóng rộng mở của ả. Hắn bị thượng mã phong hay cuối cùng vì một thứ gì khác thì cũng không thoát khỏi làn môi ả. Làn môi đã rắp tâm những độc dược thì sớm muộn gì cũng thế.

Cô co ro như con sâu ngồi đo lại lòng mình, vừa nghĩ lẩn thẩn đến số tiền bảo hiểm nhân mạng. Cô chỉ không rõ khi cái chết vừa vỗ lưng hắn, hắn còn kịp ngửi thấy mùi hương của loài hoa hồng nhiễm độc, hay nấc lên một cảm giác hoan lạc rồi đau đớn.

Mùi Của Lửa

01 —

Hình như cô chưa bao giờ được thổ lộ với con nhà tử thần một cách trọn vẹn. Đôi lần khi đêm thật lắng và sâu, cô thấy mình mất ngủ đến rõ phiền. Cô trỗi dậy tung cửa ra ban-công, định với đại một tên sao nhỏ vừa nở môi cười ảo my lấp lánh. Kỳ thực nếu hôm đó trời đầy sao mở hội vui vui thì mọi chuyện đã bổ nhào tới và cũng đã xong rồi. Cùng lắm cô chỉ rớt tỏm xuống đáy sâu của đêm hoặc cô rơi như tiếng đêm vỡ. Ồ mà không, cô sẽ vụn nát ra như những mảnh thủy tinh và điều này chắc cũng chẳng thể nào giống như những vì sao vỡ. Có điều cô sẽ biến nhanh thật nhanh hơn đời người, khi chưa kịp làm vội những gì mình bỗng ước muốn trong một phút giây nào đó.

Thật ra khuôn mặt của thần chết thì chẳng có gì quyến rũ, nhưng không hiểu điều gì đã làm cô thỉnh thoảng lại bị tiếng cười của hắn hắt ra trù ếm, như từ một vùng tối quái lạ đến bí ẩn tò mò. À phải rồi, có cả mùi gì toát ra ở hắn man dại như mùi lửa, mùi thiêu đốt của hủy diệt và khi cô cũng đang muốn tự hủy.

Có lẽ đã đến lúc cô phải buông trật tay khỏi cuộc đời để đến tìm hắn hỏi cho ra lẽ: tại sao lại là cô, là cô mà không là một ai khác và khi cô cũng chỉ mới có mặt nơi đây hơn nửa đời người.

Cô cũng muốn hỏi thêm rằng: Bộ hắn không thấy quả thật cô vẫn còn khá lắm những hệ lụy. Cô còn những viên thuốc mà cô và tên bác sĩ trị liệu tâm thần đã gây gổ vì cô nhất định không chịu uống và hết chồng rồi con thay phiên nhau muốn nhét vào mồm cô mỗi ngày, rồi thì những kỳ kèo mặc cả sự sống với hai vị lỡ sinh ra cô, thêm vào đó là những nhân danh đến mệt của thứ tên gọi mỹ miều nhà thờ nhà thánh...Mọi người đều muốn trói buộc và không cho cô tẩu thoát trái phép, khi chưa thể hết kỳ hạn với cuộc đời. Chỉ có hắn lúc nào cũng sẵn sàng nghe tiếng cô nói: Hãy chờ đó, coi như chỉ thêm một lần lữa nữa thôi, nhưng cuộc hẹn chắc cũng không còn lâu lắm đâu, cho dù cả hai chúng ta đều đồng ý mãi mãi đây là một cuộc hẹn không hề báo trước. Một cuộc hẹn hết sức bất ngờ và kỳ thú là ở chỗ đó phải không.

Lần nào tiếng cười của hắn cũng phả vào lòng cô những lạnh giá đến rợn người. Mùi lửa của hắn không làm cô ấm được, mà chỉ đổ vào người cô những hoang tàn phá phách đến thảm sầu. Hắn nói mơ mơ hồ hồ như thể đang chờ đợi cô.

Cô đứng dậy, có cảm giác một bàn tay lửa vừa được bao bọc bằng thứ diêm sinh kỳ lạ vồ chập lấy mình. Người cô nóng bừng nhưng lại run rẩy hất tung lọ thuốc "Abilixie" xuống một xó xỉnh nào đó trong phòng. Hình như sau đó cô bị mùi lửa xông vào người đến tối tăm mặt mũi, và cô cũng không rõ là mình đã lái xe vèo đi hay tiếng vó ngựa hất tung dồn đuổi.

02 —

Cô đi, ừ thì cô vẫn có thói quen tung cửa ra khỏi nhà một cách tức tốc vô hồn như thế, mỗi khi đột thấy khó chịu trong người vì một điều gì đó vừa làm cô cay mắt. Một điều gì đó đôi khi chỉ đơn giản như sự vắng mặt của chồng cô trong bữa ăn, hoặc cơn mưa chiều đến bất tử quá đẹp và quá buồn.

Bây giờ thì lại khác. Cô đi, như có sự rủ rê thúc đẩy của một tên cô hồn các đảng nào đó đứng chờ. Hắn đang ở đâu, thật gần hay vẫn xa, mà cô phải băng mình lao đi trong điên dại như thế không biết.

Cô đi với môi cười nhệch nhạt buồn như mếu, không phấn son trang điểm. Cô lẫn vào dòng xe cộ, như một người bơi dở bị trôi vào một vùng biển xám ngoét mịt mùng. Hình như cô đang mắc kẹt trong những ngây ngất của kiếm tìm và trốn chạy. Cô nghe tiếng hắn thì thầm bên tai như tiếng gió mơ hồ bay trên những lắt lay của bờ cây xa tít. Điều kỳ lạ là giọng hắn ấm áp như chưa bao giờ và gọi mời như từ một đời sống bí mật cách trở nào: "Bay đi, bay đi với tôi nào. Cuộc đời mà cô đang sống nghĩ cho cùng cũng đâu có gì thú vị. Bổn phận và những bổn phận. Không phải ai cũng muốn đè cô xuống và đổ lỗi cho cô là cứ một mình bệnh hoạn cả sao." Cô nghe rõ ở hắn một sự cảm thông và khi cô chưa kịp có một phản ứng gì thì hắn lại ngoắc tay cô đi về một hướng khác. Cánh tay hắn nhấc cao, nhấc cao như muốn nâng bổng cô lên bất ngờ. Và cô quên ngay thứ trật tự của mỗi ngày là vào giờ này đáng ra cô phải đón con gái cô ở lớp học dương cầm ra.

Cô quay tay lái theo phản xạ tự nhiên, khi một chú sóc hồn nhiên đến tội lỗi cứ nằm vạ ra giữa đường, ngấu nghiến một thứ thức ăn nào đó không rõ. Những ngày mùa hè thật dài nắng. Bóng chiều cứ chậm chạp lững thững như chưa muốn bỏ đi cùng cây cỏ. Cô nhìn những cánh tay nắng lung linh sau vạt áo chiều, mà ngỡ như chút linh hồn của nắng đang vật vờ vương vấn trần gian. Còn cô, sao cô thấy mình cô độc như sắp bị xô ngã vào một góc trời riêng lẽ nào đó. Cô hỏi hắn lùng bùng trong trí óc: "Có phải ai cũng nói tôi giống như vì sao hôm cô độc ở cuối chân trời kia không. Có phải chỉ có mùi của lửa mới bốc cháy được tôi, và bắt tôi phải sống cho đúng với ý nghĩa sống, sống cho đúng với thời gian ngắn ngủi khi mùi của lửa cận kề, sống với bản chất thật của mình…"

Lại có tiếng của hắn ném vào không gian như trêu chọc: "Cô lại tự mâu thuẫn rồi. Cô vừa muốn chạy trốn cuộc đời, vừa muốn đi tìm tôi nhưng rồi lại thấy có lẽ mình cũng cần phải hưởng thụ ngay. Cô vừa chán đời vừa yêu đời, vậy thì cô đến với tôi để làm gì. Tôi không giải quyết được đâu."

À thì ra vậy, cô lại lảm nhảm lái xe quờ quạng trong những thống khổ của lòng mình. Cô muốn đầu hàng những chiếc lưỡi của lửa. Chiếc lưỡi thổi bay những tàn tro, chiếc lưỡi cong cớn những đường hôn nóng bỏng tiêu ma, chiếc lưỡi của những mơn trớn tán tỉnh như mùi thơm của lửa, mùi của đàn ông.

Chẳng hiểu sao cô vừa nghĩ đến hắn: con nhà tử thần, mà lại cũng vừa nghĩ đến đàn ông thật hết sức lộn xộn, kiểu tạp-pílù lúc này. Đầu óc và những ý nghĩ trong cô đúng là một thứ hổ lốn trộn đủ mùi vị của giấc mơ và ác mộng. Ở cuối đầu ý nghĩ này, cô thấy nhớ nhớ quen quen một vài khuôn mặt cô đã gặp và đã yêu thương. Ở cuối đầu ý nghĩ kia, cô thấy dường như mình đã quên quên lạ lạ như những hình ảnh của kiếp trước.

Bao lâu rồi cô không còn ngửi thấy mùi đàn ông, hệt như nỗi lạnh lùng cố ý của người đàn ông đi bên cạnh đời cô và cuộc hãm mình thân xác bất đắc dĩ này là một rẻ rúng hành hạ không rõ mặt của dĩ vãng. Gia cảnh người đàn bà như cô có hai con với một người đàn ông giỏi kiếm tiền, khuôn mặt của cộng đồng, mặt mày bảnh bao kháu khỉnh thì cô không thể cứ thừ ra tiu nghỉu, hoặc không cố cười lên cho đẹp mái nhà một triệu đô mà họ đang chung sống. Đã có quá nhiều lần cô mặc kệ với những đám lửa trên bếp, khi mồm miệng cô tha hồ nốc đầy những đám lửa trên bếp, khi mồm miệng cô tha hồ nốc đầy những bụm khói từ những chiếc nồi niêu đãng trí.

Cô giấu tiệt căn bệnh trầm kha trầm cảm của mình trong những lủi thủi ở một xó bếp, cho đến lúc mấy cái máy dọ khói không còn ai chú ý bất ngờ hô hoán lên, người nhà mới khám phá ra cô suốt ngày tuồng như chỉ thích ngồi cười vu vơ với nắng, hay độc thoại một mình với mưa rơi và thế giới của riêng cô.

Cái thế giới không hình dạng của riêng cô lắm lúc làm chồng con cô vẫn có thói quen ôm lấy đầu nhức nhối, hoặc lắc mạnh đầu như xua đuổi sự trấn áp của một cơn say sầu nản. Cô có thể quỳ hàng giờ như có bức chân dung của Chúa trước mặt, nhưng lối nói của cô thì hệt như đang nói với một người tình vô ảnh nào đó. Không phải Chúa, mà là một người đàn ông nào đó đã rất xa xôi mà cô đã rất thần phục.

Cuối cùng mọi người biết cô không còn tin gì ở Chúa. Sự tuyệt vọng làm con người vừa tìm đến ẩn nấp vừa phủ nhận chối từ Chúa. Chúa cũng không muốn đếm xỉa đến những người tự ý đi tìm cái chết. Và chừng như Chúa ở quá xa để nghe cô hét la điên rồ về một sự vĩnh viễn tuyệt đối. Cô không có ai thực sự có ý nghĩa trong cuộc đời, ngoài những trách nhiệm liên lụy. Mọi sự phải được cái chết làm chuyển động để thay đổi. Không ai có thể hiểu rõ tại sao người ta cần phải biết hủy diệt chỉ vì muốn được bắt đầu lại một điều khác mới mẻ hơn. Cô bảo sống lưng cô lạnh đến đóng băng. Tuyết đổ từ tóc xuống màng tang, xuống mắt xuống mũi, xuống cổ xuống triền bụng, xuống huyệt kín, và người đàn ông cũng đã đổ vào dưới đó những ngụm tuyết buốt xương.

Người đàn ông là ai, khi cô không còn một người đàn ông nào đúng nghĩa đúng điệu bên cạnh. Cô chỉ còn gió thổi vào gáy, thổi xuống những đốt xương mảnh dẻ.

Dạo này mùa hè hay có những con nắng rồi hứng tình mưa bất tử. Một cuộc phiêu lưu hoán chuyển từ nắng sang mưa làm bầu trời vừa sáng đó đã trở nên xám gắt tức thì. Mưa như tuôn xối xả; mây như vần vũ cuộn làm cô có cảm tưởng như muốn thổi bay cả dòng sông, khi xe cô vừa trườn ngang tới chân cầu như những lềnh bềnh tung tóe nước.

Thật tình cô cũng không biết mình đang phiêu du đi đâu, hệt như cơn mưa dạt cô đi đâu thì cô đi đó. Cô cũng không cần biết là mình đi đâu. Mọi sự chẳng qua là một cuộc hẹn không hề báo trước. Kỳ thực lúc này cô cũng bắt đầu nghi ngờ về cái hẹn khá kỳ thú này. Cô ngửi thấy gì ở mùi của lửa để mù lòa một tự hủy rụi tàn. Không, cô không có cái mũi tinh nhuệ của một loài chó săn đa cảm để biết được cái đuôi áo của tử thần đang bén gót đâu đây. Cô không muốn phải bất ngờ ra đi như đã bất ngờ khi đến. Đành rằng thế.

Cô lại mơ màng trò chuyện cùng hắn: Tôi có rủng rỉnh khá nhiều tiền, có hai cục máu mủ khá sống động của chính mình, có một người đàn ông không phải để vuốt ve nhưng vẫn có sự an toàn, vậy thì tôi còn muốn một điều gì khác nữa. Không, tôi không muốn một điều gì hết và điều này làm tôi thấy điều mình đang loay hoay thắc mắc khá hấp dẫn.

Hình như hắn lại cười rú lên như tiếng trả treo, tru réo của cuộc đời lâu lâu vẫn bám sát cô. Cô thấy trên mặt đường lờ mờ những bọt nước mưa nằm lổn ngổn, như hàng trăm, hàng ngàn, vô số những giọt lệ đá xanh trong những giấc mơ làm ướt gối. Chiếc xe của cô đang lái khi không cũng khục khặc cười. Coi như nó không còn hoàn toàn thuộc về cô nữa để tuân phục người cầm lái và hành xử như một con ngựa què.

Cô buộc lòng phải ngừng xe lại, mở nhạc ầm ầm như muốn át cả tiếng gầm của những chiếc xe vụt ngang vô tình. Giờ này, ở giữa những nhì nhằng của mưa và những bất định, cô đang đứng đó để đóng thử nhiều vai tuồng, từ con đàn bà lạc loài không nhà, cho đến cô hippie hỏng xe đứng chờ quá giang…

03 —

Rồi thì ông ta đến, như bước ra từ một cơn mưa khá bất ngờ và một chiếc xe khá tàng tàng. Vậy thôi, cũng chẳng có gì trông ly kỳ cả.

Cơn mưa vẫn chưa dứt hẳn, nhưng đã không còn dũng mãnh như trút nước. Câu hỏi đầu tiên của người đàn ông khá ấm ớ: "Hình như cô đang chờ một người đàn ông nào đó đến cứu giúp thì phải?"

Bộ điệu của ông ta xem chừng cũng có vẻ nghiêm túc lắm, nên cô không nghĩ là ông ấy đùa cợt. Cô chỉ hơi thắc mắc là bị người đàn ông dán một cái nhìn lấm lét và vội vã.

Không lẽ ông nghĩ tự nhiên tôi bỗng cao hứng đứng giữa đường này mà chơi và lại chơi một mình?

Hai câu hỏi phi lý đụng đầu nhau lại trở thành hợp lý và làm gã toét miệng cười: "Dĩ nhiên là không dễ để có một cuộc ngẫu hứng như thế đâu. Xe cô bị hư làm sao vậy?"

Tự nhiên cô thấy một vài giọt nước mưa rớt tình cờ trên mí mắt sũng tối của gã vô duyên tệ:

Làm sao tôi biết nó hư cái gì kia chứ. Ông không thấy nếu tôi biết được, thì tôi cũng đâu phải đứng đây để đợi ông đến hỏi một câu kỳ cục như thế.

Gã hơi chột dạ nhưng lại nhún vai. Nhìn kỹ gã mang dáng vẻ căng căng sức sống trần thế, trong chiếc áo thun và chiếc quần bó bụi bụi. Gã huýt một điệu sáo miệng bài gì cô nghe quen quen, rồi xuống giọng: "Thôi được rồi. Nếu cô không biết thì tôi phải mò mẫm lâu hơn. Thường thường chủ nhân dễ quen bệnh với chiếc xe của mình hơn."

Cơn mưa đã bỏ đi và có thể từ đây đến cuối ngày cũng sẽ

không trở lại một lần nào nữa. Cô mặc nhiên đứng ngu ngơ hết nhìn trời rồi nhìn đất, khi người đàn ông vừa mở bung mui xe của cô ra trong những khám phá tìm tòi nào đó.

Đây là lần đầu xe tôi bị hư giữa đường. Không hiểu sao hôm nay nó lại dở chứng theo tôi.

Lời nói cô đã thoát đi và cô đã không bụm lại được. Có điều ông ta xem chừng cũng chẳng có gì kinh ngạc. Ông ta chỉ hơi đường đột ngó cô một chặp và phả nhẹ từng lời:

Ồ, đáng ra lúc mưa nặng hạt như vừa rồi thì xe của chúng ta không nên hư. Xe cô lại trông bảnh bao thế này thì cũng chẳng có lý do gì để dở chứng. Còn dởû chứng như cô, thì cũng phải thôi. Đàn bà và chiếc xe coi vậy mà giống nhau nhỉ.

Cô vụt im lặng. Tự nhiên rồi không buồn trả lời nữa. Thái độ chùng xuống khi nắng khi mưa của cô làm người đối diện cụt hứng. Dù sao cô cũng không thể đứng trân và câm như hến, trong lúc cái đầu của cô càng lúc càng muốn ngọ nguậy chưa yên. Trông gã từ đầu đã không có vẻ gì là một người muốn dở trò. Mà nếu gã là một người không tốt thì cô cũng chẳng có gì đáng lo. Một người đang muốn tung hê tất cả để bỏ đi, một người đang tự gây tai họa cho chính mình, một người không biết mình đang làm gì để còn gây thương tâm cho những người ở lại, một người mắc bệnh "bipolar" với một cái đầu đã rớt hết đinh vít như cô…thì còn điều gì để mà sợ hãi.

Có thể gã vừa hỏi thêm cô một câu gì đó. Có thể cô vẫn chưa muốn trả lời. Có thể gã vừa cho biết chiếc xe cô đói xăng và gã vừa biến đi trong chốc lát rồi cũng vừa trở lại. Có thể cuống họng cô đang rã khô nhưng gã chỉ lo đổ vào mồm xe cô mà thôi. Gã quên ch ocô một ly nước, dù chỉ là thứ nước bình thường chứ không phải nước thánh hay thứ nước cam lộ của những tên Adam hay những con Evà khát tình.

Trong thâm tâm trước tiên chắc gã chỉ muốn cư xử hết sức lịch sự với một người đàn bà lâm nạn. Có điều gã và nhất là cô cũng không ngờ bốn con mắt của họ đã có lúc giao thoa. Dòng điện nào đó đã xẹt ngang hồn vía gã tung tóe và cô với cơn điên vụt trở mình.

Hóa ra xe cô chỉ trục trặc một tí thôi. Một chút xăng vậy

mà đôi khi cũng làm phiền mình dữ.

Trời mưa đàn bà con gái đi đâu mà không để ý xăng nhớt gì cả vậy. Gã hỏi nhẹ.

Cô thấy gã có vẻ tha thiết, nhưng cô đã bắt đầu mệt mỏi muốn kết thúc một cơn điên. Biết đâu với lít xăng cầm chừng này, cô lại lẩn thẩn leo lên xe tiếp tục lái đi và cứ thế chỉ muốn lái đi mãi. Nhưng rồi chắc chắn cô sẽ phải dừng lại ở đâu đó vì xe cô đã bị vắt cạn, mà không chừng lúc ấy cô sẽ không còn gặp được một người đàn ông biết huýt gió, tốt bụng và lại như bị chạm điện vào cơn điên của cô.

Điều này chín mươi chín phần trăm là đúng. Thế giới không dễ gì có những người hễ gặp là tuồng như thấy đúng là muốn gặp nhau, và tự cho phép mình cần gặp lần nữa. Gã đã giúp cô thật lòng, và điều này có phải đã làm cô khó lòng kết thúc một cơn điên không.

Cô cũng không biết chính sự ân cần hiện ra trên đôi mắt của người đàn ông đã làm cô lùi bước hay cuối cùng cô chỉ muốn quay xe về, để ngày mai thức dậy rồi lại muốn lái xe đi tiếp như thế. Chắc hẳn cô là một người phụ nữ không mấy bình thường. Cô là một chiếc xe bị trục trặc, nhưng nếu là chiếc xe thì gã cũng chỉ có thể giúp tống vào mồm xe một chút xăng là xong. Cô cười với những khuấy động không đâu:

Có lẽ tôi bị đi lạc. Hình như tôi cũng đã đi lạc trong cuộc đời quá lâu. Buồn buồn lái xe chạy vòng vòng và tôi cũng đang định kiếm một lối nào để ra đó chứ. À không, ông không hiểu đâu. Tôi lái là lái thế thôi. Thật tình có lúc tôi cũng không nhớ là mình đang sử dụng trên tay một thứ đồ vật khá nguy hiểm, mà nếu tơ-lơ-mơ-phất-phơ một giây không may là tệ lắm cũng đâm đầu xuống ruộng hay lủi đại vô mấy lũ hàng rào gỗ. Bộ ông không có những phút bốc đồng như thế sao chứ. Thôi tôi cám ơn ông nha. Tôi đi và hỏi chỉ để mà hỏi. Ông không cần phải trả lời.

Gã nấn ná muốn giữ cô lại là cái chắc. Đã bảo mấy thuở gã mới bắt gặp được cơn mưa chiều dầm dề ướt sũng, người đàn bà nhỏ nhắn đứng nép mình chơ vơ bên một góc xa lộ và chiếc xe đời mới đang làm khó dễ cô chủ nhân xinh đẹp:

"Không có chi cô à, nhưng mà khoan đã. Cô không biết chứ tôi cũng vừa từ bỏ mọi thứ để đến đây. Có một ngày tôi bỗng đâm chán tất cả. Thật ra tôi đã làm mọi điều trong cuộc đời để có mọi thứ mà con người muốn. Cách đây không lâu tôi đã bỏ tuốt để về một ngôi làng nhỏ gần đây sống. Nhà lầu, xe hơi, áo quần đẹp, những cuộc nghỉ hè đắt giá, ngủ với gái… toàn là những nô lệ của vật chất. Đến một lúc nào đó, tôi không còn cung phụng được nữa vì bất cứ một lý do gì, người ta cũng chán tôi và tôi thì cũng chẳng còn thiết tha gì nữa."

Nhìn gã đứng thọc hai tay vào túi quần và nói như trong một cơn đồng thiếp nào đó, cô lại thấy gã cũng không đến nỗi tệ. "Có gì đâu, để thử coi trái tim mình còn muốn làm việc không thôi," cô chợt nghĩ lan man. Trong thực tế, cô cũng đã quá vô vọng và khổ sở với những phút đi hoang của cái đầu mình. Cô nói bâng quơ, khi chiều chạng vạng đang có những con gió ve vuốt:

Với cuộc đời có lẽ chúng ta chỉ nên đơn giản hóa.

Người đàn ông khá trẻ nhưng cũng đủ già, đủ từng trải để mỗi lời nói là mỗi vướng mắc, mỗi tơ vương: "Cái đơn giản hóa tận cùng và cuối cùng là được bay như mây phải không cô. Đùa thôi, ai mà chẳng bị cuộc đời níu lại. Níu lại và có giữ được mây không là một chuyện."

Cô cười vang vang trong buổi chiều đã không còn cô lẻ, nói như đang độc thoại với chính mình: "Vâng, cố níu lại mà không giữ được mây là một chuyện khác. Ừ thì cứ lái xe đi bất định, nhưng lần sau tôi phải ráng nhớ, ráng tỉnh táo để đổ xăng chứ. Kể ra những tảng mây đang lang thang trên đầu chúng ta thật đẹp, nhưng chẳng biết nó bay đi đâu ông nhỉ. Bay đi, bay đi những buổi chiều, nghe thơ thật nhưng tôi phải biết lái xe về nhà nữa chứ. Không thì mang tội chết."

Gã lại rùng vai, ra điều cũng chẳng sao cả. Lại trổ thêm một điệu sáo miệng rất Bô-hê-miêng:"Kể ra chúng ta cũng có vẻ giống nhau thật. Lâu lâu tôi cũng nẩy ra những ý tưởng bụi đời, leo vội lên con ngựa già hết sái này và cứ lao thẳng một mạch về phía trước. Lái và đôi khi dừng lại ở một bờ sông, hờ hững vớt lên những con cá lòng tong, giỡn giỡn đùa đùa rồi thả xuống cho chúng chạy đi kiếm sống là lẽ đương nhiên.”

Tự nhiên cô thấy gã cũng có vẻ hay hay. Ờ mà tại sao cô lại gọi người đàn ông khá trẻ này bằng gã. Còn nếu đột nhiên gã ôm choàng cô, giả vờ nói vài câu tỏ tình chớp nhoáng và tỏa nồng mùi của một con đực tìm mồi trong một buổi chiều chạng vạng khá đồng lõa này thì cô có chịu đổi tên gã thành mật ngọt, kiểu anh anh em em không. Tên gã là “honey” nghe quê mùa làm sao. Không được, gã vẫn là gã và có thể gọi thêm là gã nai tơ, vì hai mắt của gã có chút gì nai nai khờ khạo hơn là ngầu ngầu mãnh hổ của thứ vua thú rừng. Nhưng rõ ràng gã đang muốn làm vua của một chút không gian này, chút giang sơn nhỏ bé chỉ có gã và người đàn bà ngu ngơ nửa mê nửa tỉnh.

Kỳ thực cô vừa đáp lại gã-nai-tơ như đang mơ ngủ: “Vâng, sao không thả hết những con cá ở trong những cái chậu. Sao cứ túm lại và bắt chúng phải lờ đờ làm kiểng. Cá lớn, cá nhỏ cá vẫy đuôi đẹp hay cá tróc vảy gì cũng cứ thả tuốt cho nó ra biển ra sông phải không. À, mà mọi sự đâu có gì quan trọng. Chỉ cái đầu chúng ta là có vấn đề, hình như vẫn còn có vấn đề thì phải và đang làm khổ chúng ta. Không phải sao?”

“Nếu cô nói mọi điều không có gì quan trọng thì quả như thế thật, cô cứ theo sau xe tôi và đi tới đó… Không trễ đâu. Chúng ta đi nhé. Thử vui với cuộc đời một tí xem sao.”

Gã vừa nói vừa nhìn xoáy vào mắt cô. Những cơn gió trong mắt gã, trong từng lời, trong cử điệu khi không bỗng vi vu, vi vu như nỗi vuốt ve mời gọi. Hình như cô biết có một cơn gió lạ cũng vừa thoáng qua, lướt bay trên cái bóng cô và cô bắt đầu lắc lư chao chọng đi.

Đi thì đi, tôi cũng sẽ lên xe và đi như đã đi thôi. Nhưng mà bây giờ mấy giờ rồi nhỉ. Thật bậy quá, giờ giấc gì của tôi lúc nào cũng trật lất hết. Hệt như Thượng Đế đã nhúng tay vào lấy hết những chiếc kim giây đồng hồ của tôi hay sao đấy.

Gã cười rung rinh cả cái đầu, như mấy đốm ma trơi vẫn vờn lên vờn xuống trong những nghĩa trang đâu đó mà cô đã từng thấy. Thứ nghĩa trang trong ký ức của một người đang bị nhận chìm xuống những cơn mơ bị đứt quãng.

Cô đuổi theo xe gã như đuổi theo một hình bóng nào đó trong giấc mơ. Không lẽ vì gã lỡ giấu nỗi buồn trong mắt, nên cô bỗng loay hoay muốn theo sau để nhặt nhạnh?

Xe gã có vẻ an toàn ở phía trước. Còn xe cô tuồng như đang ngã nhào theo. Xe lăn và lăn qua cả những phủ dụ không tên của cô. Nhiều lúc cô lái chậm quá khiến gã phải lùi lại phía sau rồi tức tốc qua mặt cô bằng tiếng còi dài nghe loang loãng như tiếng chó tru trăng. Gã ngoái đầu ra khỏi cửa kính và vẫy vẫy cô như những cánh tay gió vừa rớt xuống mặt đêm. Cô tự nhủ mình phải định thần lại, không thèm nhìn gã để yên lành với những cú lạng bất tử của chính mình.

Cho đến khi cô đụng lại gã thật gần đến độ cô có thể bị đôi mắt ấy nuốt chửng bất cứ lúc nào. Thật ra bãi đậu xe vẫn còn khá rộng và cô tha hồ chui tuột vào một ổ trống khá khít khao dường như đã dành sẵn.

Gã làm cô suýt nữa đã kêu lên, chỉ vì bộ sừng ác quỷ vừa mọc nhanh trên hai màng tang của gã. Có điều gã không nhe ra những cái răng nanh trắng dã ngập ngụa máu và cô vẫn còn thấy được he hé những lóng lánh trong veo từ hai con ngươi của gã: Đừng sợ, tôi không có ý hút máu cô đâu. Có lẽ ông thị trưởng đã bắt đầu khai mạc cuộc vui rồi.

Ồ tôi không hiểu gì cả. Tại sao lại có một buổi tối như thế này ở một thành phố quá vắng vẻ không có cả tiếng mèo kêu hay chó sủa? Cô hỏi vô hồn và cô cũng đang bước những bước hết sức vô hồn.

Phải rồi, bây giờ đâu đã tháng mười mà có lễ cô hồn phải không. Chả bù dạo ở Boston, tôi và lũ bạn nhát ma vẫn hay đón tàu lửa Amtrak ở North Station để tìm đến Salem đúng vào ngày lễ Halloween. Trời lạnh tê người chứ đâu có man man như Michigan vào tháng sáu trời vừa mưa vừa tạnh thế này.

Gã vừa say sưa nói vừa cố tìm những song hành với mỗi nhịp bước của chân cô. Còn tim cô thì nghĩa lý gì với những lỗi nhịp. Ồ hay, cô vừa nghe đâu đó có tiếng hót của loài chim đêm từ một lùm cây. Tiếng hót càng lúc càng lạ lùng như muốn bắt nhịp với những hỗn loạn trong cô: Rồi sao nữa. Bộ ma quỷ ở Salem những đêm ấy hiền lắm sao, mà những người nhát ma như bọn ông coi bộ chẳng sợ mà cứ thích trở lại?

Gã hắt lên người cô một đốm sáng nho nhỏ từ những đường răng rung rinh môi cười: Thành phố Salem vào đêm lễ Cô Hồn trông cổ quái bí hiểm hơn đêm nay nhiều. Đi đâu cũng gặp phù thủy riết hồi tôi có cảm tưởng thành phố không thể sinh động nếu không có bóng dáng của những mụ phù thủy phi thân trên chiếc chổi bay. Du khách kéo về thăm mấy mụ "dữ tợn" này ở cái viện bảo tàng Salem's Witch Museum, hệt như một đoàn âm binh. Còn bây giờ thì mình hãy vào đó kẻo trễ lắm rồi.

Bàn tay lành lạnh của gã đẩy nhanh bờ lưng làm cô không kịp phản ứng. Nhạc vẳng tới dồn dập như những tiếng xập xỏa trong đầu cô. Cô hơi sửng người và phút giây này cô mơ màng nhận ra mình chẳng biết gì về gã cũng như tiếng nhạc. Kể cả cái tên của gã, cô cũng chưa biết và đã không cần biết. Mọi điều khác: gia cảnh độc thân hay nhiều vợ, tình trạng tâm thần hơi hâm hấp, hoặc có IQ cỡ thiên tài, sung mãn hay bán liệt dương hoặc liệt dương toàn phần, thất nghiệp không nơi cư trú hay vừa mới cướp ngân hàng và đang kiếm người tiêu bớt… thì cũng thế thôi, vì gã đâu phải là hệ lụy của cô. Xong chuyện gặp gỡ hôm nay, chắc gì cô và gã còn có dịp đụng đầu, đâm đầu vào nhau như hai con kiến cái kiến đực thích chí vì được đi ngược chiều nhau.

Gã cũng đâu biết gì về cô. Một cái tên gã đã quên không thèm hỏi, mà cô cũng không rõ là mình thật sự có mang theo trong người một cái tên chăng. Một cái tên cúng cơm cho chính mình khi mới sinh ra và một cái tên cho một người vừa thay tên đổi họ, hoặc tên của kẻ còn cư trú trong cuộc đời; hoặc một cái tên của một nơi chốn mà cô đang tạm dung thì cái nào quan trọng hơn để cần điểm mặt?

Cái đơn giản của gã là chỉ cần kiếm cho ra căn nhà của ông thị trưởng chịu chơi để mà… chơi chịu một phen vậy thôi. Còn cô phức tạp hơn gã là cái chắc. Trong đầu, cô vừa muốn thấy lại căn nhà có tiếng cười của những đứa con cô, vừa muốn đi tìm cái cổng mà gã mới nhắc lúc nãy gọi là Gate of Hell. Cổng Địa Ngục được đặt trước lối vào của căn nhà đang nhả nhạc từ thứ bóng tối yêu ma mà gã nhất định bước vào:

Đêm nay những cư dân ở trong làng này đều có mặt ở đây. Tin tôi đi, thể nào tôi cũng vác về cho cô giải nhất về cuộc hóa trang thành quỷ dữ của mình.

Chưa hết. Gã còn hứng chí rút trong túi quần khẩu súng lục đen ngòm và kê sát màng tang. Trông gã như đang bị bà phù thủy tinh ma nào ếm-xì-bùa sai khiến. Gã gằn từng tiếng thật man rợ, nhưng cô có cảm giác như gã không thể gục xuống sau câu nói phù phép ấy:

Nếu một tên đã thành quỷ sứ rồi mà bị bắn chết thì hắn sẽ biến thành gì nhỉ? Những giọt máu của hắn chắc sẽ tung tóe ra và biêán thành hai, thành ba…thành vô số những tên quỉ sứ khác phải không cô. Ồ, cô cũng biết rất tiếc đây chỉ là khẩu súng giả. Tôi không có ý nhát cô đâu. Thật ra ma quỷ chỉ thích nhất những người gan dạ.

Cô nhìn mấy chữ chập choạng ở "Cổng Địa Ngục" rồi lại nhìn gã với ý nghĩ khá buồn cười là gã đang kéo tay cô đi vào một cõi nào không phải ở trần gian: "Chúng ta đang đi đâu đây, mà sao ai cũng hóa trang cả và chỉ có tôi là không giống ai cả thế này."

Người đàn ông mở chiếc mặt nạ ra và đưa cho cô với giọng giễu cợt: "Thì đây, cô muốn làm quỷ làm ma thì làm đi. Cô làm ma nữ chắc hợp hơn tôi. Còn nếu cô thích làm thiên thần trong thoáng chốc thì để tôi đi kiếm cho cô đôi cánh trắng. Đùa thôi, tụi mình cứ vào bên trong xem tình hình ra sao. Nếu không có gì vui, chúng ta lại lái xe đi tiếp nữa phải không. Cũng chẳng uổng phí mất mát gì."

Cô hơi chới với khi căn phòng trước mặt đang nhảy múa liêu trai trong những vệt nến mờ nhạt đến âm u. Hình như không còn ai để ý đến cô, kể cả gã cũng như muốn tự ý chìm đắm trong những nhập cuộc với bóng đêm tội lỗi.

Tự nhiên lúc này cô lại nhớ đến hắn. Có phải hắn đang núp trốn ở đâu đó quanh đây. Cô nghĩ đến những giọt nến sắp lan ra thành những giọt lửa và rồi có thể hắn lại xuất hiện với tiếng cười man dại quyến dụ cô. Hắn là bóng ma của thần trí cô, và không lý do gì để hắn buông tha cô trong lúc này. Cô bước dọc theo từng ngọn nến, như bước theo những xiêu đổ của cái bóng hắn lắc lư trong đầu. Chưa bao giờ cô thấy con nhà tử thần gần gũi với thứ không khi vây phủ xung quanh cô như bây giờ. Cô nói thầm với hắn: "Tôi chưa chuẩn bị cho mình một đôi cánh để bay nhưng tôi biết đây là một cuộc hẹn không hề nên có một sự sửa soạn dù là phải bay bằng một đôi cánh gãy."

Đang loay hoay với "hắn" ở trong đầu thì gã mang đến cho cô một ly rượu như màu máu bầm: "Cô đi đâu nãy giờ mà tôi kiếm quá trời. Cô phải coi chừng. Hôm nay có một số cư dân sùng đạo đang chống đối và tìm cách trả đũa ông thị trưởng và chúng ta còn dám tham dự cuộc tổ chức Ngày Của Quỷ này."

"Tại sao ông lại gọi đây là một cuộc tiệc Âm Phủ, và tại sao ông thị trưởng dám coi thường những cư dân kia?" Cô thắc mắc.

Cô đừng lo. Đây chỉ là một làng nhỏ và cả vùng chưa tới 100 người cơ mà. Ông thị trưởng vốn trẻ trung và có đầu óc khôi hài thế thôi. Ông ta chọn tháng 6 ngày 6 năm 2006, được kết lại thành 3 con số 6, như vậy đúng là dấu hiệu của quỷ mà người ta vẫn tin dị đoan: 666 đấy cô. Thành phố nhỏ này cô không biết nó mang tên là Hell, là địa ngục sao chứ. Địa ngục ở đây thì cũng chỉ là tên gọi, địa ngục ở trong cô mới nguy hiểm.

Cô thoáng rùng mình. Hóa ra cô vừa đang có mặt ở một thành phố cách xa Detroit khoảng 60 dặm. Cô đã đi quá xa để có thể trở về nhà an toàn thật sao?

Dù sao cô vẫn ao ước mình sẽ được biến mất giữa những đám cháy của lửa. Trong những tro tàn ấy biết đâu cô lại tìm thấy mình. Hay nói cách khác nỗi chết nối tiếp nỗi sống và nỗi sống cũng để ấp ủ nỗi chết...

Nóc Nhà
Ba Thế Hệ

Đêm, vẫn như mọi đêm, người cô bấn loạn nhìn căn phòng ngủ chỉ nổi bật nhất là tấm "ri-đô" trắng bệch như giải khăn tang dần dà quấn trọn đầu, mình, và tứ chi của cô. Cô đang ở đâu đây, tầng cuối địa ngục với diêm vương mắt hí và hai con ngươi luôn bóc trần thân thể cô ra từng mảnh, săm soi đỏ ngầu dâm dục? Hay nơi đây mới chỉ là tầng đầu luyện ngục để mặc định hai con mắt của hắn, vẫn còn là nỗi thèm khát cháy bỏng muốn được vuốt ve, quỳ gối chống tay ăn tươi nuốt sống cô từng đêm.

Địa ngục, luyện ngục, hay trần thế đày đọa… dường như tất cả cô đang từ từ nếm phải. Và cũng dường như, trước khi cô bị Thượng Đế ném phăng đi một đời con gái thanh xuân xinh đẹp, cô đã ôm mộng già hơn chút nữa, cô sẽ trở thành văn sĩ viết truyện diễm tình tha hồ lấy nước mắt của những cô gái đàn bà lỡ thì. Thật tình trong thầm kín, cô chỉ muốn cướp quyền Thượng Đế để được tạo dựng một thế giới riêng cho từng nhân vật của cô. Trong tay mình và trong thần trí sáng tạo, cô có thể cho tình nhân bất trắc bội bạc của mình một đời người tăm tối đáng kiếp, hoặc cô có thể cho kẻ này sống kẻ kia chết, kẻ này hạnh phúc, kẻ kia bị đày ải trong đau khổ…, thậm chí trong cả từng chi tiết nhỏ và cô có toàn quyền định đoạt dẫn dắt, cuốn lôi bất cứ một chuỗi dài sinh mệnh nào. Nhưng bây giờ thì không, nơi đây cô chỉ có thể đóng vai một con điếm không hơn không kém. Hay tệ hơn nữa, cô muốn biến mình thành một nạn nhân bị ai đó bịt mắt hoặc dí súng bắt đi để chỉ hiếp dâm cô mỗi ngày. Lạ một điều, vì một ma lực thói quen cưỡng hiếp kỳ dị mỗi ngày đã khiến con mồi bỗng khi không ôm choàng lấy tai họa đã giáng xuống đời mình ấy thành một thứ "tình yêu" hỗn tạp đến hoang mang. Tại sao cô lại ước gì nạn nhân có thể yêu được thủ phạm như thế?

Không, nhưng nếu kẻ hiếp dâm cô là những cái tên khi cô nghe loáng thoáng chữ được chữ không là A Hủi, A Kặk, A Đù thì ngàn đời cô tưởng chừng mối thù truyền kiếp vẫn chưa yên nguôi.

Không dưng cô bỗng có một liên tưởng khá kỳ cục. Cô thấy mình hao hao giống những cô bé người Trung Đông ở tuổi chớm dậy thì hiền như mực tím, đã sớm bị cắt tuyệt đường khoái cảm, như một tập tục hẳn nhiên không tôn trọng nữ quyền, nhưng chừng như muốn đảm bảo thứ tiết hạnh khả phong vô căn cứ nào đó của giới phụ nữ, dưới chế độ cho phép cánh "đàn ông" được lấy bốn bà. Còn nơi cô sinh ra và lớn lên, mẹ cô không phải ghì siết cô đến ngất người để một bà mụ nào đó đè cô xuống và đi một lưỡi dao ngọt ngào cắt đứt mấy đường dây "hoan mê" dưới âm đạo. Chính vùng kín ấy mà giờ cô đã được/bị một môi giới biến mình thành một Vương Thúy Kiều, không hề có tiếng khóc hay tiếng thở dài thương cảm oán hận của Kim Trọng. Lý do cô chưa biết cảm tạ những rung động tình ái là gì, và nụ hôn đầu đời với người yêu có mang vị ngọt đê mê như thế nào.

Đơn giản hơn, người ta chỉ muốn mua một con đàn bà có chút nhan sắc như cô, và đặc biệt với thứ màn trinh mỏng chưa hề bị vá đi vá lại như lời chào hàng của những người mối lái. Một thứ nô lệ tình dục của thời đại mới… kim tiền.

Khi người đàn bà buộc phải lên giường với những gã đàn ông mua dâm, hoặc đơn thuần là một sự chiếm đoạt thanh toán sòng phẳng thì sự việc diễn ra còn tệ hơn công tác của một nữ hộ lý, và chẳng khác gì động tác của những con búp bê "robot".

Có điều hắn tưởng rằng hắn mua một con búp bê với giá hời mà được xài tới 3 "hắn". Bởi cô còn biết chạy thoát nơi đâu, vì trời cao đất rộng không hề muốn nương tay cứu vớt cô.

02 —

Và như thế, vẫn có rất nhiều buổi sáng, cô mở choàng mắt

ra và kinh khiếp nhìn lại mình. Cô giận những đám nắng rỡ ràng vẫn trườn qua ô cửa một cách vô tình, nhảy múa ngu ngơ. Đời sống vẫn tưởng như trôi tuột bình thường đến lạ lẫm u mê, khi hai gã đàn ông cục mịch là cha và con đã cơm nước quày quả ra đồng. Công việc cô là ở nhà trông chừng lão ông nội, hay nhiều phần cô có cảm tưởng ngược lại. Cô tuyệt nhiên không được bước ra khỏi nhà, và do đó cả ngày lướt thướt trôi qua, cô chỉ được quyền lả lướt từ nhà trên xuống nhà dưới, từ phòng ngủ đi ra, đi vô đụng tới cửa "toilet" nhỏ như cái lỗ mũi. Dĩ nhiên cô phải biến mình thành một cô nội trợ bất đắc dĩ, nhưng cha con họ chỉ muốn cô bắt giùm một nồi cơm đừng khê hoặc đừng nhão. Đồ ăn thì cha con họ thi nhau nấu cách một vài ngày và đại khái một vài món kho rặc mùi ngũ vị hương.

Thật ra cô chỉ đoán lờ mờ như thế, vì người môi giới khi đưa cho cô tấm hình của cậu con đã ca tụng hắn là gã đàn ông chân lấm tay bùn, chăn chỉ hạt bột và là một người nông dân tốt bụng với xóm làng. Nhìn chung hắn rất đáng thương, khó kiếm vợ vì chẳng qua phải lo làm ăn, nên phải đi mất mấy tiếng xe cộ băng qua nước láng giềng Việt Nam hỏi cưới vợ là vậy. Hắn đi ro ro như thể là "nước mềnh", đâu cần giấy tờ "visa" như cô khi đi qua nước hắn. Chỉ tiếc hình ảnh một đường, trông hắn một nẻo nhưng cô chấp nhận vì đôi mắt van xin, lần lút trên đôi vai gầy guộc giàu chịu đựng của mẹ cô. Nhất là hắn nom cũng còn khá trẻ, dù thô kệch xấu xí như bao gã ba tàu bụng bự cô vẫn đụng thấy ở Chợ Lớn. Và thế là cô buộc phải đi theo hắn, thuộc về hắn như một thứ định mệnh tàn nhẫn đang chực chờ rình rập, ẩn giấu sẵn trong mình, sau một thứ hình thức đám cưới chi đó cho một cô dâu đi lấy chồng xứ người.

Nhiều người nghĩ rằng tại cô muốn chọn cho mình một định mệnh như thế, và cứ yên lòng đổ lỗi hết cho định mệnh mà không cần biết một người có thể chống đỡ và thay đổi được phần số của mình. Đổ lỗi cho định mệnh, hay đổ lỗi cho cái nhà nước tồi tệ này đã khiến trai tráng thì cu li, lao động "osin" xứ người, và con gái phụ nữ thì bị đem "gả bán", buôn bán tình dục, làm đĩ khắp bốn phương trời… thì liệu cuộc đời cô có cách chi thay đổi chút nào chăng.

Trong cô dường như giờ phút này vẫn còn đọng lại hai con mắt buồn rười rượi của anh láng giềng đầu ngõ nghèo mạt rệp, đến không có cả một cây đàn gỗ nát để gảy tặng người tình đơn phương khúc hát biệt ly ngày nàng lạnh lẽo sang sông. Dường như trong thầm lặng, đôi mắt ấy đã hơn một lần muốn nói với cô:

"Này cô nhỏ, vì sao cô đành lòng đi lấy chồng xa xứ?"

Hẳn nhiên cô đã chớp mắt thảng thốt nhìn người tình si:

"Nhà em bị dột nát tan tành không ở được, anh không thấy sao? Mẹ lại bịnh, ba cũng không còn để giúp mẹ. Em là con gái lớn nhất, đàn em nhỏ nhít cũng không đủ cơm ăn áo mặc. Em phải thực tế."

Cô còn nghe rõ mồn một tiếng người đàn ông hàng xóm thở dài thườn thượt:

"Đúng rồi, từ đây và cả những ngày sắp đến, dù có yêu em cách mấy, anh cũng chỉ sắm được cho em chiếc nhẫn… cỏ. Một túp lều tranh, hai quả tim chì làm gì còn có trong cuộc đời này?"

Và như thế, cô biến bay ra khỏi xóm vắng như một khởi đầu của thứ định mệnh bi thảm, khắc nghiệt. Hệt như miền đất nước nơi cô không hề có một sự chọn lựa nào đã sinh ra và lớn lên, cũng đang khởi sự một thời kỳ cam phận trong vòng vây nghiệt ngã, nô lệ "mới".

Nhưng cô biết rõ ràng trong cùng thẳm của trái tim, chuyến "sang sông" này không phải là một cú thoát chạy của cô. Mà chính là cô đã cố vùng vẫy để sống trong tuyệt vọng và bây giờ như một quay lốc buộc cô phải nhắm mắt buông xuôi. Chống đối định mệnh, cố gắng vượt qua số phận chẳng qua là một ngấm ngầm hàng phục, vì làm gì có định mệnh để có quyền sai khiến và bắt cô phải thần phục. Sự dịu dàng khép nép tuân theo sự lôi kéo này chẳng qua vì cánh cửa đời nơi đây quá chật hẹp, nghèo đói cho cô chui qua từng ngày. Nhưng chừng như cô bị mắc kẹt giữa nó và không chui qua nổi, nên lần theo lời dẫn dụ của bạn bè để "lên tỉnh" cho những mối lái vẽ lên người mình những con mắt cú vọ, mặc cả, và cô đã thoáng nghĩ "thôi từ đây tôi đã chết đi rồi, nhưng mà ít là cái xác sống này vẫn còn có cơ may giúp được gia đình thoát nghèo trong đường tơ kẽ tóc".

Đã đành cô đến nơi đây bằng hai tay không, đúng nghĩa của hai chứ "vô sản". Của nả cô mang theo cho chuyến hành trình "bội bạc" xa quê hương này chỉ là đôi mắt buồn xo và những cánh vai gầy thụp xuống như già trước tuổi của lũ em ốm đói. Nhưng dường như không ai biết được một con đàn bà bị mua đi như một món hàng là cô có thể giấu sự tởm lợm vào giữa đôi háng của mình.

Lấy chồng qua môi giới đơn thuần chỉ là một cuộc hiếp dâm được hợp pháp hóa. Hay đúng hơn là cô đang làm đĩ với một người, và trong trường hợp đắng cay khốn nạn của cô là làm đĩ tập thể trong một nóc nhà có ba thế hệ. Thảo nào nơi đây nhìn đâu cô cũng thấy cả một màu tang trắng, kể cả những đám mây trôi ngang đầu ngoài kia cũng là một vành tang bạc nhược.

Rõ ràng chỉ có con nhà định mệnh mới có thể hóa thân đóng vai lọc lừa, lấp liếm tưởng đến đất nước thảm sầu của cô, mà chỉ khi cô bỏ đi, cô mới thấy quan tâm đến nó nhiều nhất, như một sợi dây thiêng liêng cô không thể đoạn lìa dù ngậm ngùi tan hoang. Cô tự hỏi: tại sao lại manh tâm chọn mai mối kiểu gì, để cô phải lọt thỏm vào đúng "nóc nhà hôn nhân" khốn nạn mà cả cha, con và ông nội đều thay phiên nhau phủ phê trên thân xác một người phụ nữ Việt Nam da vàng xanh mướt đến là tội nghiệp. Ba-thế-hệ, nghe sao mà giống nơi cô ở và được dưỡng nuôi bằng những câu ca dao của mẹ, rồi lớn lên trong nước mắt chỉ vì nơi đó cũng đã có ba thế hệ cường chiếm như thế: 1945, rồi 1954, tới 1975. Không phải những ngày ba cô còn sống cũng đã than thở và chỉ biết than thở với mộng lớn, mộng con bất thành, khiến mẹ cô luôn luôn thở dài vì thứ tâm bệnh mà suốt đời ba cô cưu mang.

Bao giờ cũng vậy, buổi sáng nơi đây khi cô choàng mắt, hai cha con với người cha là người đàn ông góa bụa và cậu con trai là một tên hâm hạng nặng, suốt đời chưa cầm được bàn tay của bất cứ đứa con gái nào, nói chi là gái đẹp như cô thì họ cũng đều ra khỏi nhà cùng một lúc. Ở nhà như thế để canh chừng từng bước đi của cô, là ông nội của "thằng hâm" với cả một trăm ngày dường như chưa đụng gáo nước nào, mà lại mắc bệnh "nách kỳ chưởng" kinh khiếp khiến người đối diện không bị xâm xoàng chóng mặt và cần thuốc chống ói đã là lạ. Một thứ ngợm như thế lại có quyền mò mẫm, vuốt ve từng phân vuông da thịt nõn nà của cô thì đúng là cô đang bị rớt xuống tầng cuối địa ngục của nhục hình lở lói và tởm lợm.

Tiền bạc đúng là một sứ giả mắt mù, nhưng nó có bàn tay bí mật sai khiến. Còn nhớ gã trùm du đãng khét tiếng Năm Căn đã từng phán "cái gì không mua được bằng tiền, sẽ mua được bằng nhiều tiền", và cô chợt rùng mình nhận ra người ta đã mua cô như một món hàng trong phiên "chợ đời" có kinh tế thị trường định hướng XHCN chi chi đó.

Ồ, mà cô đang nói gì thế. Sao lúc nào đầu óc cô cũng váng vất như một người mắc chứng nhức đầu kinh niên. Có cả một ngàn tiếng búa bổ trong đầu, khiến cô có cảm tưởng bát nháo như tiếng đập kinh hoàng của một kẻ bị nhốt trong quan tài không còn được ai nghe thấy. Chắc cô đang ở dưới hầm mộ tối, và con đàn bà đang nằm ngửa tênh hênh như thế này là quỷ nhập tràng thật sao.

Người mối lái thì lại bảo rằng cô hên lắm mới được lọt vào mắt xanh của hắn, khiến hắn phải trả một giá cao hơn bình thường để thủ tục "mua bán" được tiến hành nhanh hơn, trước khi con mồi là cô có thể đổi ý vào phút cuối. Công việc của cô theo như sự chỉ bày hay trình bày của bà môi giới là "làm vợ", là thuộc quyền sở hữu của một tên "đần" ông tỉnh lẻ nông dân hiếm vợ và thèm vợ. Nghĩa là mỗi ngày khi màn đêm buông xuống, cô được tọng vào mồm một bát cơm đầy cá thịt để sau đó là giờ tắm rửa tẩy trần, và biết điều thì ăn cơm Chúa phải múa may trần như nhộng cho hắn mua vui, thỏa mãn.

Trời ạ, không hiểu sao mạch máu căng phồng dê xồm trong người thằng hâm quá tợn... Đàn bà như cô lẽ nào chỉ là một thứ kiếp ngựa hồng chuyên cưỡi đàn ông. Mà cho dẫu cô có nằm đơ như một tảng đá, một bộ phận sinh dục bằng máy thì từ thằng hâm, cho đến lão bố, lão nội đều là một lũ có thừa máu dê để sẵn sàng xơi tái cô như một con mồi béo. Còn cô, cô nghĩ mình chỉ có thừa máu kinh, máu tháng để chực chờ một ngày thật gần sẽ vấy hết lên mặt bọn lừa lọc mê gái.

03 —

Thật ra trong căn nhà này, cô cũng chẳng khác gì một cô gái vừa câm vừa điếc. Cha, con, ông nội chúng nó nói gì trong những bữa ăn và nhìn chòng chọc vào người cô, cô nào có hiểu. Nơi đây vì thế bốn bề đã vắng ngắt, lại càng trở nên hoang vắng hơn và cô biết tìm đâu ra một bàn tay ân huệ để cứu vớt mình, những khi cô muốn thoát bay, biến mất. Mỗi đêm cô chỉ lỏm bỏm nghe tiếng rên thống khoái của bọn hắn, kèm theo màn dạo đầu dăm ba chữ: "Ôi em đẹp quá… đẹp quá."

Phải, cô đẹp nên định mệnh thích trêu trọc giỡn mặt với hồng nhan. Cũng như khi cô vừa có ý định biến bay đi, thì giọt máu của lũ hiếp dâm này lại tượng hình trong người cô. Cô biết làm gì bây giờ. Không lẽ lại đi tiếp con đường thiên lý mịt mù gió bụi này. Cô bỗng nghĩ, tại sao có những người sinh ra đời như cô và những thân phận bé mọn Việt Nam khác lại không thể tìm thấy cho mình một nơi chốn xứng đáng để dung thân?

Kể ra thì cũng thật khó trả lời câu hỏi tại sao lại như thế này mà không như thế khác. Buồn cười hơn là tại sao nơi đây không thể xảy ra một án mạng, mà người nhảy lầu cũng chính là cô, khi nhìn quanh quất ở đây cũng đâu có lầu mà nhảy.

Nghĩ cho cùng, cô sẽ phải kiếm cho mình một cách để thoát đi. Sao cô thích quá những con chim tình cờ ca hót một mình đâu đó ở trên cao. Cô muốn được ca hót như chim và bay đi tự do như chim. Cánh chim thần tiên của ngày đời con gái trong cô đã gãy cánh, và không lẽ cô sẽ bị rỉa sạch cánh sạch lông ở đây. Ơi, ngày nối ngày sao chỉ còn cô trong hai tay cô đơn đến thảm buồn.

04 —

Vậy mà hôm đó trời bỗng chiều cô nên mưa. Từ hôm cô có mặt đến giờ đã mấy tháng ròng rã, cô chỉ thấy trời nhả ra những tia lửa màu cam như ở địa ngục. Kể không tội lâu lâu cũng có những cọng nắng vàng dịu vợi thả óng ánh trên con rạch vắng, sau căn nhà "ma chê quỷ hờn" này. Lạ một điều cô không hề thấy ai dám bén mảng đến đây, kể cả bác đưa thư hay một người chòm xóm tốt bụng ghé thăm. Tuyệt nhiên vắng như hình ảnh của một quá khứ mù mờ đã xa tít.

Không dưng cô thèm được nhìn thấy mưa rơi và để được khóc một trận nhớ nhà, nhớ Việt Nam đã đời. Cô nhớ lại, khi cô ra khỏi Việt Nam thì trời đất cũng bỗng ngậm ngùi, sụt sùi cơn mưa đổ xuống bất ngờ như thế. Để cô được khóc cùng mưa mà mẹ cô, em cô nào có hay biết. Để nước mắt của cô dâu rời xa quê mẹ, trộn lẫn với nước mắt thương cảm của trời đất thì cũng đỡ tủi thân cho riêng mình. Và cô đã đi như một cái xác vật vờ không hồn chỉ vì nơi cô sinh ra không còn đất sống cho gia đình cô. Cô nuốt những giọt nước mắt đoanh tròng vào ngực và tự nhủ sẽ không bao giờ còn khóc được nữa.

Hôm đó, buổi chiều và trời mưa cũng như quê cô vẫn hay có những cơn nắng sớm mưa chiều như thế. Điều này dường như càng gợi thêm những toan tính âm ỉ trong lòng cô bấy lâu nay.

Cô thấy mình phải đứng dậy làm một điều gì đó. Chẳng hạn như cô muốn chắp cho hai vai mình một đôi cánh. Chẳng hạn như cô muốn chính mình phải tự tập bay cho nhuyễn, để bất cứ một tay thiện xạ nào cũng không thể bắn trúng cô được. Cô biết mình sẽ bị trầy trụa và té lên té xuống cả trăm cú, trước khi có thể chập chững tung mình lên. Nhưng liệu điều này có ăn nhập gì, khi cô nhìn lão ông nội và ra dấu chậm rãi:

"Trời mưa và tôi muốn được ra tắm mưa."

Lão ông nội trố mắt nhìn cô tỏ vẻ ngạc nhiên, rồi xổ một tràng tiếng Tàu xí xố nghe bắt mệt, nên cô đoán lờ-tờ-mờ qua cử điệu lắc lư cái đầu… lâu:

"Không được đâu. Cô phải ở trong nhà thôi. Trời mưa chắc cha con chúng nó cũng sắp về rồi."

"Mặc kệ lão già", cô nghĩ vậy là hốt dưng cô thấy hai vai mình như mọc cánh. Sức mạnh của sự liều lĩnh bất chấp, khiến cô thoát ra khỏi nỗi sợ hãi sẽ bị túm giữ lại một cách dễ dàng.

Cô càng bình tĩnh bao nhiêu thì lão càng tức giận bấy nhiêu, và cô nhận ra lão đang bị bệnh tim mạch nặng.

Quả đúng như lão dự đoán, có lẽ vì trời mưa nên cha con

họ cũng chợt về đến nhà sớm hơn bình thường. Khi không cô bỗng nghĩ ở quê nhà, một thứ gái điếm hạng sang có thể chém ngọt gã đi khách tới vài chục ngàn đô-la xanh trong vài giờ đồng hồ, sao lũ này lại "mua 1 được 3", mà lại còn với giá mạt hạng chia chác với công ty môi giới, cho một đời người cô sẽ phải trở thành một con đàn bà khác tồi tệ, máy móc, và biến thái đến nỗi đời sống hoàn toàn không còn thuộc về mình nữa.

Ai chẳng biết trong mỗi con người Việt Nam lúc này đã luôn thủ sẵn một cuộc tản cư, tháo chạy cho chính mình và gia đình, và chỉ chờ những que diêm những cơn gió chướng là có thể nổ tung như quả bom hẹn giờ và gài sẵn nút bấm.

Cô cũng sẽ phải nổ tung ra nơi đây, hệt như những tiếng pháo hồng kệch cỡm đã xé bung xác đời cô con gái. Hai cha con nhà này đang lúng phúng lùng bùng cái gì trong miệng và cô hoàn toàn không hiểu họ đang nói gì, ngoài những nét lộ mặt hoảng hốt như sắp đánh mất cô khiến cô bỗng chợt buồn cười quá đỗi.

Người sẽ phải bị đánh mất là bọn họ, chứ không còn là cô nữa.

Đêm nay cô nhất định sẽ không nghe, không nhìn, không thấy gì hết, mà chỉ còn dâng lên một nỗi ám ảnh rợn ngợp là phải thanh toán cho xong món nợ này. Không nghe tiếng ú ớ van vỉ, không nhìn bóng dáng quì mọp thảm thiết, không thấy những bờ môi trắng dã sùi bọt mép. Cô đã bảo cô chán ghét những thứ nước gì nhiễu nhãi, trắng trắng màu tinh dịch hoặc như một bãi đờm. Nhưng mà cô biết ai cũng cần "chất nước" cả. Có điều đại loại nước mà dơ như vậy, thì cô biết lấy gì để rửa cho sạch đây.

Nghĩ là làm, cô nhanh chóng biến thành một cô gái bia ôm thành thạo trong quán rượu. Nơi đây mỗi buổi tối cơm nước phủ phê sau một ngày cày bừa mệt nhọc, hai cha con này có nguyên một hũ rượu thuốc ngâm đủ loại chất cường dương bổ thận, để thay phiên nhau tu một vài ly lấy sức lấy xung. Lần này cô muốn phục rượu cha con hắn, còn lão ông nội vốn bị tim mạch nên cũng chẳng cần say xỉn vẫn sẽ phải… chết ngất, chết tất trên người cô đêm nay.

Tóc cô dài mượt, và cô nhớ mẹ cô vẫn hay mua cho cô một hai cây trâm nhựa cài tóc. Cô nhắm mắt lại và nghĩ đến những cây trâm đẹp bằng xà cừ hay kim cương ngọc ngà của tài tử Tàu Trịnh Phối Phối, nhưng chính cô ta cũng không hề sử dụng nó để cứu người tình Lý Tiểu Long và để cả thế giới biết được câu chuyện anh chàng tài tử nổi tiếng họ Lý điển trai đã chết trên lưng nàng.

Vâng, tối thiểu cô cũng sẽ tặng cho lũ ngợm này một cái chết ngất người khá… thần tiên, không phải vậy sao? Thượng mã phong là cái quái gì mà nguy hiểm thế.

Cho đến lúc này, lúc hoàng hôn vừa rớt xuống phủ ngợp đời cô, trong nóc nhà có ba thế hệ đang thi nhau "quần thảo" cô, thì có một tên trẻ nhất đã mê man gọi tên cô rồi tắt lịm, và tắt lịm.

Nắng và vẫn là những cơn nắng rỡ ràng nơi đây, trời sẽ sáng trắng trở lại để mang nắng lên cao, lên cao vút trên những đỉnh cây. Trời ở quê cô cũng sẽ phải xanh và bát ngát một niềm hy vọng không còn ba thế hệ chết bầm tiếp diễn. Trời ạ, bán trôn nuôi miệng chắc đỡ hơn bán miệng nuôi trôn gấp bội phần. Nhất là nếu phải bán đi những thứ không thuộc về mình, thì quả là… hết thuốc chữa.

Với cô, cơn mưa đã dứt và phải dứt hôm qua và hôm nay trời lại sáng, phải sáng. Cô choàng mắt thấy mình làm ướt gối, như vừa trải qua một cơn mơ dữ…